വിജ്ഞാനവർഷം

പുസ്തകം 103

കേരളത്തിലെ
നൃത്തകലയും അഭിനയകലയും

keralathile nrithakalayum abhinayakalayum

•

a n krishnan

•

first edition
march 2013

•

typesetting
megha

•

published
chintha publishers, thiruvananthapuram

•

printed
anaswara offset pvt ltd

•

cover
blackmole

വിതരണം

ദേശാഭിമാനി ബുക്ക് ഹൗസ്

H O തിരുവനന്തപുരം-695 035
www.chinthapublishers.com
chinthapublishers@gmail.com

ബ്രാഞ്ചുകൾ

ഹെഡ്ഡാഫീസ് ബ്രാഞ്ച് കുന്നുകുഴി • ഓവർബ്രിഡ്ജ് തിരുവനന്തപുരം • കെ എസ് ആർ ടി സി ബസ് സ്റ്റേഷൻ ആലപ്പുഴ • കെ എസ് ആർ ടി സി ബസ് സ്റ്റേഷൻ എറണാകുളം • മച്ചിങ്ങൽ ലെയ്ൻ തൃശൂർ • ഐ ജി റോഡ് കോഴിക്കോട് • കെ എസ് ആർ ടി സി ബസ് സ്റ്റേഷൻ കോഴിക്കോട് • എൻ ജി ഒ യൂണിയൻ ബിൽഡിങ് കണ്ണൂർ • സെൻട്രൽ ബസ് ടെർമിനൽ കോംപ്ലക്സ് താവക്കര കണ്ണൂർ

CO - VV. 103 / 1882 / 3152

കേരളത്തിലെ
നൃത്തകലയും അഭിനയകലയും

എ എൻ കൃഷ്ണൻ

ചിന്ത പബ്ലിഷേഴ്സ്
തിരുവനന്തപുരം-695 035
വില : ` 95

എ എൻ കൃഷ്ണൻ

കലയും സാഹിത്യവുമാണ് പ്രവർത്തനമണ്ഡലങ്ങൾ. ഇതേക്കുറിച്ച് ഗവേഷണപരങ്ങളായ രചനകൾ പ്രസിദ്ധീകരിച്ചിട്ടുണ്ട്. ഒറ്റപ്പാലം എൻ എസ് എസ് കോളേജിൽ മലയാളം അധ്യാപകൻ.

വിലാസം : ഫ്ളാറ്റ് ഡി
കൈലാസ് നികേതൻ
പൂങ്കുന്നം
തൃശൂർ - 680002

ഉള്ളടക്കം

മുഖക്കുറിപ്പ്

കേരളീയമായ നാട്യവേദിയെന്നത് അമിതാഭിമാനത്തിന്റെയോ അതിരുകവിഞ്ഞ ഭൂതകാലാഭിനിവേശത്തിന്റെയോ സങ്കൽപ്പസൃഷ്ടിയല്ല. സാമൂഹികവും രാഷ്ട്രീയവുമായ സാഹചര്യങ്ങളിലൂടെ രൂപംകൊണ്ട് വികസിച്ച ഒരു യാഥാർഥ്യമാണ്. എന്നാൽ, പലപ്പോഴും ഈ യാഥാർഥ്യം വിസ്മരിക്കപ്പെടുകയാണ് പതിവുള്ളത്. ദിവ്യമായ പരിവേഷം നൽകുവാനോ ഭൂതകാലാവശിഷ്ടമെന്ന നിലയിൽ തിരസ്കരിക്കുവാനോ ആണ് ഏറെ ശ്രമങ്ങളും നടന്നിട്ടുള്ളത്. ഇതല്ലാതെ വസ്തുനിഷ്ഠമായി സമീപിക്കുവാനും അപഗ്രഥിക്കുവാനും വിലയിരുത്തുവാനും വളരെക്കുറച്ചു പരിശ്രമങ്ങളേ നടന്നിട്ടുള്ളൂ. തന്മൂലം ക്ലാസിക്കൽ കലകളെക്കുറിച്ചുള്ള പഠനങ്ങൾ ഏറെയും തെറ്റായ നിഗമനങ്ങളിലാണ് ചെന്നെത്തിയിട്ടുള്ളത്. ഏതൊരു വിഷയത്തെക്കുറിച്ചുപറയുമ്പോഴും അതേക്കുറിച്ചു സമഗ്രമല്ലെങ്കിലും സാമാന്യജ്ഞാനമെങ്കിലും ഉണ്ടാക്കിയെടുക്കേണ്ടതുണ്ട്. സാഹിത്യമായാലും ഫോക്കലകളായാലും മറ്റേതു സാംസ്കാരിക രൂപമായാലും അവയെ സംബന്ധിച്ച സാമാന്യജ്ഞാനത്തിൽ ഊന്നിനിന്നുകൊണ്ടുള്ള വിശകലനങ്ങൾക്കേ സത്യസന്ധമായ നിഗമനങ്ങൾക്ക് വഴിയൊരുക്കാൻ കഴിയൂ. വായിച്ചു പഠിക്കാവുന്നതല്ല കലകളെക്കുറിച്ചുള്ള ജ്ഞാനം. കലകൾ കണ്ടറിഞ്ഞ് മനസിലാക്കേണ്ടവയാണ്. പുസ്തകത്താളുകളിൽനിന്നു കിട്ടിയ ജ്ഞാനമാണ് പല പണ്ഡിതന്മാരുടെയും കാതൽ. പുസ്തകങ്ങൾ കണ്ടറിഞ്ഞ കാര്യങ്ങളെ പൂരിപ്പിക്കാൻ മാത്രമേ ഉപകരിക്കൂ. അടിസ്ഥാനജ്ഞാനം നേടിയെടുക്കേണ്ടത് നേരിട്ടുകണ്ടുകൊണ്ടാണ്. എന്നാൽ ക്ലാസിക്കൽ കലകളെക്കുറിച്ചുള്ള വിമർശനങ്ങൾ ഏറെയും കുരുടന്മാർ ആനയെ കണ്ടതുപോലെയുള്ള നിഗമനങ്ങളാണ്.

ഇവർ ഉണ്ടാക്കുന്ന അപസ്വരങ്ങളാണ് കലാവിമർശനത്തെ ജീർണ മാക്കുന്നത്. അതുകൊണ്ട് കലാവിമർശനത്തിൽ കലകളുടെ സാങ്കേതി കജ്ഞാനം ഒഴിച്ചുകൂടാനാകാത്തതാണ്.

കലകളുടെ സാങ്കേതിക ജ്ഞാനത്തോടൊപ്പം ചരിത്രപരവും സാംസ്കാരികവുമായ അവബോധവും അനിവാര്യമാണ്. പ്രാചീന കല കളായാലും ആധുനികകലകളായാലും ചരിത്രസന്ദർഭങ്ങളിൽ നിന്നടർ ത്തിയെടുത്തുകൊണ്ട് അവയെ അപഗ്രഥിക്കാനാകില്ല. കലകൾ ഉൾക്കൊ ണ്ടിരിക്കുന്ന ചരിത്രസന്ദർഭങ്ങളെയും കലകളിൽ ഉൾക്കൊണ്ടിരിക്കുന്ന ആശയസംഹിതകളെയും വേർതിരിച്ചറിഞ്ഞാൽ മാത്രമേ കലാപഠനം പൂർത്തീകരിക്കാനാകൂ. ഓരോ കാലഘട്ടവും കലകളെ വിലയിരുത്തു ന്നത് വ്യത്യസ്തവും വിഭിന്നവുമായ രീതിയിലായിരിക്കും. ഓരോ കാല ഘട്ടവും കലകളെ പുതുക്കിപ്പണിയുന്നു. ഓരോ കാലഘട്ടവും വ്യത്യ സ്തമായ രീതിയിൽ മനസിലാക്കുകയും വിഭിന്നമായ രീതിയിൽ വിലയി രുത്തുകയും ചെയ്യുന്നു. അതുകൊണ്ട് ഒരു കലയും പൂർണമായി കാല നിബദ്ധമാകുന്നില്ല. ഓരോ കലയും കാലാനുസാരിയായി മാറുന്നു. ഇന്ന് ആവിഷ്കരിക്കപ്പെടുന്ന ഒരു കലയും അതുകൊണ്ടുതന്നെ ഭൂതകാലാവ ശിഷ്ടമാകുന്നില്ല. പുതിയ കലാകാരനും പുതിയ ആസ്വാദകനും സംയോ ജിക്കുമ്പോൾ അവിടെ സൃഷ്ടിക്കപ്പെടുന്നത് പുതിയ കലയാണ്. ക്ലാസി ക്കൽ കലകളുടെ ആധുനിക പ്രസക്തിയെപ്പറ്റി പലരും സന്ദേഹം പ്രകട മാക്കാറുണ്ട്. ആധുനികകാലത്ത് അവ നവീകരിക്കപ്പെടുന്നു എന്നതു തന്നെയാണ് അവയുടെ സമകാലീന പ്രസക്തി. *ഇന്ദുലേഖ*യിലെ സൂരി നമ്പൂതിരിയല്ല ഇന്നത്തെ ആസ്വാദകൻ. അയാളുടെ ചിന്തകളിലും വീക്ഷ ണങ്ങളിലും ചുറ്റുപാടുകളിലുമുള്ള പുതുമകൾ അയാളെ മറ്റൊരു രീതിയിൽ കാണാൻ പ്രേരിപ്പിക്കുന്നു. ഇങ്ങനെ നിരന്തരമായി നവീകരി ക്കപ്പെടുന്നു എന്നതുതന്നെയാണ് കലയുടെ മഹത്വം.

ദൃശ്യകലകൾ മനുഷ്യഭാഷയ്ക്കതീതമായ മറ്റൊരു ഭാഷയെ ശരീ രചലനങ്ങളിലൂടെ സൃഷ്ടിച്ചെടുക്കുന്നു. ഒരു ചലനമോ ശരീരവിന്യാ സമോ ഉണ്ടാക്കുന്ന ആശയപ്രപഞ്ചം നൂറുവാക്കുകൾകൊണ്ടും വിവരി ക്കാനാകുകയില്ല. ഭാഷയുടെ ധ്വന്യാത്മകശൈലിക്കുപകരം ആശയ ങ്ങളെ മൂർത്തരൂപത്തിൽ പ്രത്യക്ഷമാക്കുകയാണ് ദൃശ്യകലയിൽ ചെയ്യു ന്നത്. ഓരോ കലയ്ക്കും അതിന്റേതായ ദൃശ്യഭാഷയുണ്ട്. ക്ലാസിക്കൽ കലകളിൽ നിന്നു സാമാന്യജനങ്ങൾ അകന്നുപോകുന്നത് ദൃശ്യഭാഷ യുടെ സാങ്കേതികത്വം മൂലമാണെന്ന് പ്രബലമായ ധാരണയുണ്ട്. പണ്ഡി തന്മാർക്കുമാത്രമേ കഥകളിപോലുള്ള കലകൾ ആസ്വദിക്കാൻ കഴിയൂ എന്ന വാദവും ശക്തമാണ്.

ഇപ്പറഞ്ഞതിൽ ശരിയുണ്ടെന്ന വസ്തുത സമ്മതിക്കാം. എന്നാൽ ഇക്കാരണങ്ങൾകൊണ്ടു മാത്രമാണ് ജനങ്ങൾ ഇത്തരം കലകളോട് വിമു ഖത കാണിക്കുന്നതെന്നു പറയാനാവില്ല. കേരളീയമായതെല്ലാം പഴഞ്ച

നെന്നും പാശ്ചാത്യമായതെല്ലാം പുത്തൻ എന്നുമുള്ള ചിന്ത നമ്മുടെ സമൂഹത്തിൽ വേരുറപ്പിച്ചിട്ട് കാലമേറെയായി. അധിനിവേശസംസ്കാരം പടുത്തുയർത്തിയ വീക്ഷണസങ്കൽപ്പങ്ങൾ ഇത്തരം കലകളെ പഴഞ്ച നെന്നും അപരിഷ്കൃതമെന്നും മുദ്രകുത്തി. ക്ലാസിക്കൽ കലകളോട് ഇന്നു കാണുന്ന വിമുഖതയ്ക്ക് പ്രധാന കാരണം ഇതുതന്നെയാണ്. നമ്മുടെ സൗന്ദര്യസങ്കൽപ്പങ്ങളിൽ ശക്തമായൊരിടപെടൽ നടക്കുന്നു ണ്ടെന്ന വസ്തുത ഈ സന്ദർഭത്തിൽ ഓർമിക്കേണ്ടതുണ്ട്.

കേരളീയമായ നാട്യവേദി എങ്ങനെയുണ്ടായെന്നോ എന്നുണ്ടായെ ന്നോ കൃത്യമായി പറയാനാകുകയില്ല. മനുഷ്യൻ ഈ പ്രദേശത്ത് അധി വാസമുറപ്പിച്ചതുമുതൽ കലകളും ഉണ്ടായിരുന്നിരിക്കണം. മനുഷ്യന്റെ സംസ്കാരവും ജീവിതക്രമങ്ങളും പരിണാമവിധേയമായതോടെ കല കളും അതോടൊപ്പം പരിണമിച്ചു. ഓരോ കലയും മാറുകയും പരിഷ്കരി ക്കുകയും പുതിയ കലകൾ ജന്മംകൊള്ളുകയും ചെയ്തു. കുട്ടികളുടെ കള്ളനും പൊലീസുംകളി ഇവിടെ ഓർമിക്കാം. ഓരോ കളിയിലും കള്ളൻ മോഷ്ടിക്കുകയും പൊലീസു പിടികൂടുകയും ചെയ്യുന്നു. അടുത്തദിവസം കള്ളനായ കുട്ടി പൊലീസാകുന്നു. അപ്പോഴും കള്ളൻ മോഷ്ടിക്കുകയും പൊലീസ് പിടികൂടുകയും ചെയ്യുന്നു. ഓരോ തലമുറയിലും ഈ കളി ഇങ്ങനെതന്നെ നടക്കുന്നു. കളി ഒരിക്കലും പഴഞ്ചനാകുന്നില്ല. തലമുറ കൾ കളിയെ നവീകരിച്ചു സ്വന്തമാക്കി പരിരക്ഷിക്കുന്നു. 'ഇത് എന്റെ അച്ഛൻ എനിക്കുപറഞ്ഞുതന്നതാണ്' എന്നുപറഞ്ഞ് അച്ഛൻ മക്കളോടു പറയുന്ന കഥതന്നെ മക്കളും അവരുടെ മക്കളോട് ആവർത്തിക്കുന്നു. കഥ അപ്പോഴും പുതുതായിത്തന്നെ നിലനിൽക്കും.

നമ്മുടെ നാട്യവേദിയെക്കുറിച്ചുപറയുമ്പോൾ ഇപ്പറഞ്ഞതെല്ലാം പ്രസക്തമാണ്. ഗുരു ശിഷ്യനു പറഞ്ഞുകൊടുത്തു കൈമാറിപ്പോന്നവ യാണ് നമ്മുടെ കലകൾ. ഗുരു തന്റെ ശിഷ്യനു പറഞ്ഞുകൊടുത്തത് ശിഷ്യൻ അയാളുടെ ശിഷ്യനു പറഞ്ഞുകൊടുക്കുന്നു. ഇത്തരമൊരന സ്യൂതത്വം ആണ് നമ്മുടെ ക്ലാസിക്കൽ കലകളിൽ കാണുന്നത്. കൂടി യാട്ടത്തിൽ അമ്മന്നൂർ ഗുരുകുലത്തിന്റെയും പൈങ്കുളം ഗുരുകുലത്തി ന്റെയും പ്രവൃത്തികളിൽ നേരിയ വ്യത്യാസങ്ങളുണ്ടായിരിക്കാം. എന്നാൽ അടിസ്ഥാനപരമായ കാര്യങ്ങളിൽ വ്യത്യാസമൊന്നുമില്ലതാനും. കഥക ളിയെ സംബന്ധിച്ചും ഈ വ്യത്യാസങ്ങൾ ഉണ്ട്. കപ്ലിങ്ങാടൻ സമ്പ്രദാ യവും കല്ലടിക്കോടൻ സമ്പ്രദായവും കല്ലുവഴി സമ്പ്രദായവും അടിസ്ഥാ നപരമായി ഒന്നുതന്നെയാണ് ചെയ്യുന്നതെങ്കിലും പല കാര്യങ്ങളിലും അന്തരം പുലർത്തുന്നുണ്ട്. തലമുറകളിലൂടെ കൈമാറിവന്ന കഥകളി തന്നെയാണ് ഇവരെല്ലാം അനുവർത്തിക്കുന്നതെങ്കിലും സൂക്ഷ്മാംശങ്ങ ളിൽ വ്യത്യസ്തതകൾ സംരക്ഷിച്ചു പോരുന്നുണ്ട്. പട്ടിക്കാന്തൊടി രാമു ണ്ണിമേനോന്റെ ശിഷ്യന്മാരായ വാഴേങ്കട കുഞ്ചുനായരും കീഴ്പ്പടം കുമാ രൻ നായരും കലാമണ്ഡലം രാമൻകുട്ടിനായരും വ്യത്യസ്തമായ രീതി

കൾ പരിരക്ഷിക്കുന്നതായി കാണാം. അതുകൊണ്ടുതന്നെ കഥകളിയോ കൂടിയാട്ടമോ ഏകമുഖമല്ല. അനേകം തലമുറകളും അനേകം ആശാന്മാരും സൃഷ്ടിച്ച പലതരം സമ്പ്രദായഭേദങ്ങൾ ഇവയ്ക്കു തമ്മിലുണ്ട്. എന്നാൽ, അടിസ്ഥാനപരമായ അംശങ്ങളിൽ ഇവയെല്ലാം കഥകളിയുടെയോ കൂടിയാട്ടത്തിന്റെയോ സ്വരൂപവും ഘടനയും തന്നെയാണ് സംവഹിക്കുന്നത്.

നിരന്തരമായ അഭ്യാസമാണ് ഓരോ കലാകാരനെയും സൃഷ്ടിക്കുന്നത്. ഗുരുകുല സമ്പ്രദായത്തിൽ കഠിനമായ അടവുകളും ചുവടുകളും അഭിനയസങ്കേതങ്ങളും അഭ്യസിച്ചുകൊണ്ടാണ് ഓരോ നടനും പഠനം പൂർത്തിയാക്കുന്നത്. അതുകൊണ്ടുതന്നെയാണ് ഓരോ കലാകാരനും ഓരോ പാരമ്പര്യത്തിന്റെ ഭാഗമാകുന്നത്. കലാമണ്ഡലം ശൈലിയും കോട്ടയ്ക്കൽ ശൈലിയും സദനം ശൈലിയുമെല്ലാം ഇങ്ങനെയാണുണ്ടാകുന്നത്. പാരമ്പര്യം നമ്മുടെ കലകളെ സംബന്ധിച്ച യാഥാർഥ്യമാകുന്നതിതുകൊണ്ടാണ്.

നിയതമായ ഘടനയ്ക്കുള്ളിലാണ് ഓരോ കലയും നിലനിൽക്കുന്നത്. ഈ പ്രപഞ്ചത്തിലുള്ള വസ്തുക്കളെല്ലാം നിയതമായ ഘടനയിലും രൂപത്തിലുമാണ്. നിശ്ചിതമായ താളത്തിലാണവ ചലിക്കുന്നതും. അതിനാൽ നിയതമായ ഘടനയും നിശ്ചിതമായ ചലനവ്യവസ്ഥയും ഒരു പ്രപഞ്ചയാഥാർഥ്യമാണ്. വായ് പിന്നിലും മൂക്കിന്റെ ദ്വാരങ്ങൾ മുകളിലേക്കുമായിട്ടൊരു മനുഷ്യരൂപം നമുക്കു സങ്കൽപ്പിക്കാനാകുകയില്ല. മനുഷ്യന്റെ സുസ്ഥിരമായ ഘടനയിലാണ് ഓരോ മനുഷ്യനും ജന്മംകൊള്ളുന്നത്. മൃഗങ്ങളും വൃക്ഷങ്ങളും ലതകളും പൂക്കളും എല്ലാം അവയുടേതായ ഘടനയിലാണ് നിലനിൽക്കുന്നത്. കലകളും നിശ്ചിതമായ ഘടനയ്ക്കുള്ളിലാണ് വർത്തിക്കുന്നത്. ക്ലാസിക്കൽ കലകളെ സംബന്ധിച്ചുപറയുന്ന ചിട്ടയാണ് അവയുടെ ഘടന. ഈ ഘടന തിരിച്ചറിയലാണ് കലകളെ മനസിലാക്കുകയെന്നതുകൊണ്ടർഥമാക്കുന്നത്.

ഇത്തരം ഘടനയാണ് കലയ്ക്കു സൗന്ദര്യം നൽകുന്നത്. ഘടനയ്ക്കുള്ളിൽ നിന്നുകൊണ്ടു മാത്രമേ ആശയം സംവേദനം ചെയ്യപ്പെടുകയുള്ളൂ. നിശ്ചിതമായ സ്ഥാനത്ത് മുദ്രപിടിക്കുകയും നിശ്ചിതമായ രീതിയിൽ ചലിക്കുകയും ചെയ്താൽ മാത്രമേ അവയ്ക്ക് ആശയ സംവേദനം സുസാധ്യമാക്കാൻ കഴിയൂ. നാം ഒരപകടമറിഞ്ഞ് ഒരു സ്ഥലത്തു പോകുമ്പോഴും വെറുതേ സ്ഥലം കാണാൻ പോകുമ്പോഴും ഒരേ വേഗതയിലല്ല നടക്കുന്നത്. സുഹൃത്തിനെ കാണുമ്പോഴും ശത്രുവിനെ കാണുമ്പോഴും ഒരേ മുഖഭാവവുമല്ല. ദുഃഖത്തിലും കോപത്തിലും സന്തോഷത്തിലും ചലനങ്ങൾക്കു വ്യത്യാസമുണ്ട്. ചലനങ്ങളുടെ രീതിയെ നിയന്ത്രിക്കുന്നത് സന്ദർഭമാണ്. ജീവിതത്തിലെന്നപോലെ കലയിലും ഇതുതന്നെയാണ്. ഇത്തരം രീതികളെ സൂക്ഷ്മമായി മനസിലാക്കി പിന്തുടർന്നാൽ മാത്രമേ ആശയസംവേദനം പൂർണാർഥത്തിൽ സഫലമാകൂ.

ആശയസംവേദനത്തിന്റെ സാധ്യതകളെ മുൻനിർത്തിയാണ് കലകൾക്ക് സങ്കേതങ്ങൾ നിശ്ചയിച്ചിരിക്കുന്നത്. അതിനാൽ സങ്കേതങ്ങൾ കലകളെ നിയന്ത്രിക്കുകയല്ല സന്ദർഭങ്ങൾ സങ്കേതങ്ങളെ നിർണയിക്കുകയാണ് ചെയ്യുന്നത്.

ദേശീയമായ ബൃഹത്പാരമ്പര്യത്തെ സ്വീകരിച്ചും പ്രാദേശിക ശൈലികളെ പരിരക്ഷിച്ചും വളർന്നുവികസിച്ചതാണ് കേരളീയ നാട്യവേദി. ഭാരതീയ ദൃശ്യകലകൾക്കവലംബം ഭരതന്റെ നാട്യശാസ്ത്രമാണ്. എന്നാൽ നാട്യശാസ്ത്രവിരുദ്ധമായ പല അംശങ്ങളും പ്രകടമാക്കിക്കൊണ്ടാണ് കേരളീയ നാട്യവേദി വളർന്നത്. യുദ്ധം, മരണം എന്നിങ്ങനെ ഭരതൻ രംഗവേദിയിൽ നിഷിദ്ധമായിപ്പറയുന്ന പല അംശങ്ങളും നമ്മുടെ നാട്യവേദി നിലനിർത്തിപ്പോരുന്നുണ്ട്. കേരളീയ നാട്യവേദിയെ വ്യതിരിക്തമാക്കിനിർത്തുന്നതും ഇതുതന്നെ. കേരളീയ നാട്യവേദിയുടെ ഉത്ഭവവികാസങ്ങളെയാണ് ഈ പ്രത്യേകതകൾ സൂചിപ്പിക്കുന്നത്. നമ്മുടെ നാടോടിക്കലകൾ ഏറെയും പ്രതിപാദ്യമായി സ്വീകരിച്ചിരിക്കുന്നത് യുദ്ധവും മരണവുമാണ്. ദാരികവധം ഏറെക്കലകൾ ആവിഷ്കരിക്കുന്നുണ്ട്. ഇത്തരം ഫോക്ക്കലകളുടെ സൗന്ദര്യശാസ്ത്രമാണ് ക്ലാസിക്കൽ കലകൾ പിന്തുടരുന്നത്. മറ്റൊരർഥത്തിൽപ്പറഞ്ഞാൽ, കേരളീയമായ സൗന്ദര്യശാസ്ത്രസങ്കൽപ്പങ്ങളെത്തന്നെയാണ് ക്ലാസിക്കൽ കലകളും ആവിഷ്കരിക്കാൻ ശ്രമിച്ചത്. കേരളീയ നാട്യവേദിയെന്നത് സമഗ്രമായ ഒരു യാഥാർഥ്യമാണെന്ന് ഈ കലകൾ നമ്മെ ബോധ്യപ്പെടുത്തുന്നു. മറ്റൊന്നുകൂടി ഇവിടെ സൂചിപ്പിക്കേണ്ടതുണ്ട്. ഭാരതത്തിലെ മറ്റുകലകളിൽ മുദ്രയ്ക്കവലംബം *നാട്യശാസ്ത്ര*മാണ്. എന്നാൽ കൂടിയാട്ടം, കഥകളി, മോഹിനിയാട്ടം തുടങ്ങിയ കേരളീയ കലകളിൽ *ഹസ്തലക്ഷണ ദീപിക*യാണ്. കേരളീയമായ മുദ്രാശാസ്ത്രഗ്രന്ഥമാണ് *ഹസ്തലക്ഷണ ദീപിക*. ഇങ്ങനെ സ്വന്തമായൊരു നാട്യശാസ്ത്രസങ്കൽപ്പം ആശയത്തിലും അവതരണത്തിലും ഒരുപോലെ കാത്തുസൂക്ഷിക്കാൻ കേരളീയ കലകൾക്കു കഴിഞ്ഞു.

കൂടിയാട്ടം സംസ്കൃതനാടകാഭിനയമാണല്ലോ? സംസ്കൃതനാടകവേദിയെന്ന നിലയിൽ ഭാരതത്തിനു ചൂണ്ടിക്കാണിക്കാൻ കഴിയുന്ന പ്രാചീനനാടക സമ്പ്രദായം കൂടിയാട്ടം മാത്രമാണ്. എന്നാൽ കേരളീമയമായ ഒരു തിയേറ്റർ സങ്കൽപ്പം കൂടിയാട്ടം വളർത്തിയെടുത്തു. കൂടിയാട്ടത്തിന് ശാസ്ത്രീയമായി നിർമിച്ചെടുത്ത തിയേറ്ററുകൾ ഉണ്ട്. കൂത്തമ്പലങ്ങളെന്നു പറയുന്ന ഇത്തരം രംഗവേദികളിലാണ് കൂടിയാട്ടം അവതരിപ്പിച്ചിരുന്നത്. അക്കാലത്തെ സങ്കൽപ്പങ്ങൾക്കനുസരിച്ച ശബ്ദപ്രകാശ സംവിധാനം നിർവഹിക്കപ്പെട്ടുകൊണ്ടാണ് കൂത്തമ്പലങ്ങൾ നിർമിച്ചിട്ടുള്ളത്. കൂത്തമ്പലങ്ങളുടെ നിർമാണം *നാട്യശാസ്ത്ര*ാനുസാരിയാണെന്നു പറയുകവയ്യ. *തന്ത്രസമുച്ചയം* തുടങ്ങിയ കേരളീയ ഗ്രന്ഥങ്ങളാണ് കൂത്തമ്പലങ്ങൾക്കാധാരം.

ഇതിഹാസകഥകളെയാണ് കഥകളി ആവിഷ്കരിക്കുന്നതെന്നാണ് പൊതുവിൽ കരുതിപ്പോരുന്നത്. എന്നാൽ പുരാണകഥകൾക്ക് സ്വന്തമായ വ്യാഖ്യാനവും പാഠഭേദവും കൽപ്പിച്ചുകൊണ്ടാണ് ആട്ടക്കഥകൾ രചിച്ചിരിക്കുന്നത്. രാമനും കൃഷ്ണനുമല്ല രാവണനും നരകാസുരനുമാണ് കഥകളിയിലെ പ്രധാന കഥാപാത്രങ്ങൾ. 'കഥകളിയിലെ രാവണപ്രഭു' എന്ന് അയ്യപ്പപ്പണിക്കർ വിശേഷിപ്പിച്ചത് അക്ഷരാർഥത്തിൽ ശരിയാണ്. ഉത്തരദേശീയർ രാവണവധം രാമലീലയിലൂടെ അവതരിപ്പിക്കുമ്പോൾ രാവണന്റെ വിജയവും ശക്തിയും ഓജസുമാണ് കേരളീയർ അവതരിപ്പിച്ചത്. ബൃഹത്പാരമ്പര്യത്തിൽനിന്നു ഭിന്നമായ ഒരു സൗന്ദര്യശാസ്ത്ര സങ്കൽപ്പം കേരളം വളർത്തിയെടുത്തതെങ്ങനെയെന്ന് വ്യക്തമാക്കുകയാണ് ഇവിടെ ചെയ്തത്.

കേരളീയമായ നാട്യവേദിയെന്നത് ഒരു യാഥാർഥ്യമാണ്. അനുകൂലമായാലും പ്രതികൂലമായാലും ഇതിനെ കണ്ടില്ലെന്നു നടിക്കാൻ കേരള സംസ്കാരത്തെക്കുറിച്ചു ചിന്തിക്കുകയോ പറയുകയോ ചെയ്യുന്ന ആർക്കും സാധ്യമല്ല. എന്നാൽ, ഇതേക്കുറിച്ചു സാമാന്യജ്ഞാനംപോലും പൊതുസമൂഹത്തിൽ ഉണ്ടാക്കിയെടുക്കാൻ കഴിഞ്ഞിട്ടില്ലെന്നത് നാം മറച്ചുവച്ചിട്ടു കാര്യമില്ല. എത്രത്തോളം ജനകീയവും ജനാധിപത്യപരവുമായിട്ടുണ്ടെന്ന് പറഞ്ഞാലും കേരളീയ നാട്യവേദിയെ അൽപ്പം സന്ദേഹത്തോടുകൂടി മാത്രമേ പൊതുസമൂഹം നോക്കിക്കാണുന്നുള്ളൂ. ഈ മനോഭാവം മാറണമെങ്കിൽ കേരളീയ കലകളെക്കുറിച്ചുള്ള സാമാന്യജ്ഞാനം ഉണ്ടാക്കിയെടുക്കുകതന്നെ വേണം. ഇത്തരമൊരു ലക്ഷ്യം സാക്ഷാൽക്കരിക്കുകയെന്ന ഉദ്ദേശ്യത്തോടെയാണ് ഈ സംരംഭത്തിനു മുതിരുന്നത്. ഈയൊരു പുസ്തകംകൊണ്ട് കേരളീയ കലകളെ സംബന്ധിച്ച് സമഗ്രജ്ഞാനം നേടാനാകുമെന്നും നാളെമുതൽ കഥകളിയും കൂടിയാട്ടവും ആസ്വദിക്കാൻ പാകമാകുമെന്നും പറയുന്നില്ല. ഒരു പുസ്തകംകൊണ്ടല്ല ആയിരം പുസ്തകംകൊണ്ടും ഇതിനു കഴിയുകയില്ല. വായിച്ചാസ്വദിക്കാൻ കഴിയുന്നതല്ല ദൃശ്യകലകൾ, കണ്ട് ആസ്വദിക്കാനുള്ളതാണ്. അതിനാൽ കലകളെ സംബന്ധിച്ച സാമാന്യജ്ഞാനം ഉണ്ടാക്കിയെടുക്കുകയെന്നതു മാത്രമാണ് ഇതുകൊണ്ട് ഉദ്ദേശിക്കുന്നത്.

ഈ ഗ്രന്ഥരചനയിൽ ഒട്ടേറെപ്പേർ എന്നെ സഹായിച്ചിട്ടുണ്ട്. അവരോടെല്ലാം നന്ദിയുമുണ്ട്.

അവിസ്മരണീയങ്ങളായ മുഹൂർത്തങ്ങൾ സമ്മാനിച്ച മഹാന്മാരായ കലാകാരന്മാരെയാണ് ഈ സന്ദർഭത്തിൽ ആദ്യം സ്മരിക്കേണ്ടത്. അവരോടുള്ള നന്ദി വാക്കുകൾക്കതീതമാണ്. പിന്നെ, കലയുടെ ആവിഷ്കാരതത്വങ്ങൾ പറഞ്ഞുതന്ന ആചാര്യന്മാർ, സംവദിച്ച സുഹൃത്തുക്കൾ, ഗ്രന്ഥകാരന്മാർ, എല്ലാവരോടും നന്ദിയുണ്ട്. കലാമണ്ഡലം ശിവദാസ് ലക്കിടി, കലാമണ്ഡലം അരുൺവാരിയർ, കലാമണ്ഡലം ശുചീന്ദ്രനാഥൻ, കലാമണ്ഡലം വീണാവാരിയർ, അമ്മന്നൂർ രജനീഷ് ചാക്യാർ എന്നിവ

രോടെനിക്കു നിസ്സീമമായ കടപ്പാടുണ്ട്. ഫോട്ടോ തന്നും മറ്റും സഹായിച്ച പ്രദീപ് ലക്കിടി, അർച്ചനാ സ്റ്റുഡിയോ മാനേജർ, ജയൻ വാരിയർ എടക്കുന്നി എന്നിവരോടും എനിക്കു നന്ദിയുണ്ട്. തൃശൂർ വേദികയുടെ കഥകളി സി ഡികൾ ധാരാളം എനിക്കുപയോഗിക്കേണ്ടിവന്നിട്ടുണ്ട്. വേദികയുടെ പ്രവർത്തകരോടുള്ള നന്ദി രേഖപ്പെടുത്തുന്നു.

ഈയൊരു ഗ്രന്ഥത്തിന്റെ രചനയ്ക്ക് എന്നെ പ്രോത്സാഹിപ്പിക്കുകയും പ്രേരിപ്പിക്കുകയും ചെയ്തത് എന്റെ സുഹൃത്തും കലാമണ്ഡലത്തിന്റെ മുൻസാരഥിയുമായ ഡോ. എൻ ആർ ഗ്രാമപ്രകാശാണ്. ഗ്രാമപ്രകാശിനോടുള്ള സ്നേഹവും കൃതജ്ഞതയും കടപ്പാടും രേഖപ്പെടുത്തുന്നു.

എ എൻ കൃഷ്ണൻ

1

കല, സംസ്കാരം, കേരളീയത

ഭാരതീയ സംസ്കാരത്തിന്റെ ഭാഗമായിരിക്കുമ്പോൾത്തന്നെ വ്യതിരിക്തതകൾ കാത്തുസൂക്ഷിക്കാൻ കേരളം എന്നും ശ്രമിച്ചുപോന്നിട്ടുണ്ട്. ഭാഷോൽപ്പത്തിയെ വിശദീകരിക്കുന്ന ഘട്ടത്തിൽ മലയാളഭാഷ വേർതിരിയുന്നതിന്റെ സാമൂഹികവും സാംസ്കാരികവുമായ കാരണങ്ങൾ ചൂണ്ടിക്കാണിച്ചുകൊണ്ട് കേരളപാണിനി *കേരളപാണിനീയ*ത്തിന്റെ പീഠികയിൽ വിശദമായൊരു പഠനം നിർവഹിക്കുന്നുണ്ട്. സാംസ്കാരിക കൂട്ടായ്മ എന്ന നിലയിൽ കേരളത്തെ വേർതിരിച്ചുകണ്ടു വിവരിക്കാൻ ശ്രമിച്ച ആദ്യപഠനങ്ങളിലൊന്ന് ഇതായിരിക്കും. സംസ്കാരവും ഭാഷയും തമ്മിലുള്ള ബന്ധത്തെ സംബന്ധിച്ചുണ്ടായ മലയാളത്തിലെ ആദ്യനിരീക്ഷണവും ഇതുതന്നെയായിരിക്കാം. ഔത്തരാഹപാരമ്പര്യത്തിൽനിന്നും ദാക്ഷിണാത്യ പാരമ്പര്യത്തിൽനിന്നും വ്യത്യസ്തമായ ഒരു കേരളപാരമ്പര്യം വാർത്തെടുക്കാൻ കേരളം എന്നും ശ്രമിച്ചുപോന്നിട്ടുണ്ട്. തമിഴകചരിത്രത്തെ കേരളചരിത്രമായി കണ്ട് വ്യാഖ്യാനിക്കാനുള്ള ശ്രമമാണ് ആധുനിക ചരിത്രകാരന്മാർ പലരും നിർവഹിച്ചുപോന്നിട്ടുള്ളത്. എം ആർ രാഘവവാരിയർ, രാജൻ ഗുരുക്കൾ തുടങ്ങിയ അപൂർവം പണ്ഡിതന്മാർ മാത്രമാണ് ഇതിൽനിന്നും ഭിന്നമായ ഒരു ചരിത്രരചനയെക്കുറിച്ചു ചിന്തിച്ചിട്ടുള്ളത്. കേരളത്തെക്കുറിച്ചുള്ള പഠനം കേരളത്തിന്റെ കാർഷികഗ്രാമവ്യവസ്ഥയെയും ആചാരങ്ങളെയും സാമൂഹികജീവിതക്രമങ്ങളെയും കലകളെയും ഭാഷയെയും കുറിച്ചുള്ള പഠനമായി വികസിപ്പിച്ചെടുത്താൽ മാത്രമേ അതു യഥാർഥ കേരളചരിത്രപഠനമാകുകയുള്ളൂ. ഇതല്ലാതെ ഭാരതീയ ബൃഹത്പാരമ്പര്യത്തിന്റെ പശ്ചാത്തലത്തിൽ മാത്രം നടത്തുന്ന അന്വേഷണങ്ങൾക്ക് കേരള സംസ്കാരത്തെ കണ്ടെത്താനോ മനസിലാക്കാനോ കഴിയുകയില്ല.

സംസ്കാരപഠനവും ചരിത്രപഠനവും ഭൂമിശാസ്ത്രപരമോ രാഷ്ട്രീയമോ സാമുദായികമോ ആയ അംശങ്ങളെ മാത്രം അവലംബമാക്കിയാൽ പോരാ. അവയെപ്പോലെതന്നെ പ്രധാനമാണ് സംസ്കാരരൂപങ്ങളുടെ പഠനവും. കല, സാഹിത്യം, ആചാരം എന്നിവയടങ്ങുന്ന സംസ്കാര രൂപങ്ങളെ ജനജീവിതത്തിന്റെ സ്വഭാവഘടനകളെ ആസ്പദമാക്കി അന്വേഷിക്കേണ്ടത് സംസ്കാരപഠനത്തിൽ അനിവാര്യമാണ്. കലയും സാഹിത്യവും മറ്റു കലാസാഹിത്യങ്ങളുടെ സ്വാധീനംകൊണ്ട് പരിഷ്കരിക്കപ്പെടുകയോ മറ്റൊന്നായിത്തീരുകയോ മറ്റൊന്നിനു ജന്മം കൊടുക്കുകയോ ചെയ്യാം. സാംസ്കാരികമായ ഈ സംലയനം കലകൾക്ക് പുതിയ ആസ്വാദന തലം സൃഷ്ടിച്ചതിനുദാഹരണങ്ങൾ ഏറെയുണ്ട്. പാശ്ചാത്യ വാദ്യോപകരണമായ വയലിൻ ദക്ഷിണേന്ത്യൻസംഗീതത്തിലെ ഒഴിച്ചുകൂടാനാകാത്ത ഘടകമായിത്തീർന്നത് ഇവിടെ ഓർമിക്കാം. ഇതോടെ കച്ചേരികളുടെ ഘടനയും സ്വഭാവവും സൗന്ദര്യവും അപ്പാടെ മാറിപ്പോയി. കേരളത്തിലെ കൂടിയാട്ടവും കഥകളിയുമെല്ലാം ഇപ്രകാരം പരിഷ്കരിക്കപ്പെട്ടവയാണ്. ബൃഹത്പാരമ്പര്യം ലഘുപാരമ്പര്യത്തിലേക്ക് ആനയിക്കപ്പെടുകയും അതിലൂടെ നവീനമായൊരു ലാവണ്യശാസ്ത്രം ഈ കലകളെ സംബന്ധിച്ച് നിഷ്പന്നമാകുകയുമാണ് ചെയ്തത്. ഗംഗാതട സംസ്കാരത്തിൽനിന്നും കാവേരിതട സംസ്കാരത്തിൽനിന്നും ഭിന്നമായ ഒരു പ്രാക് കേരള സംസ്കാരത്തെക്കുറിച്ച് ഇ എം എസ് നമ്പൂതിരിപ്പാട് പലതവണ ആവർത്തിച്ചു പറഞ്ഞിട്ടുണ്ട്. എന്നാൽ, ഈ പ്രാക്സംസ്കൃതി ഗംഗാ കാവേരിതട സംസ്കാരങ്ങളുമായിച്ചേർന്ന് പുതിയപുതിയ സംസ്കാര രൂപങ്ങളെ നിർമിച്ചു. വാദ്യം, സംഗീതം, നൃത്തം എന്നിവയിലെല്ലാം കാണാം ഈ സമന്വയത്തിന്റെ രജതരേഖകൾ.

കഥകളി സംഗീതം പഴയ ശൈലിയിൽ സോപാന മട്ടിലാണ് പാടിയിരുന്നത്. ഈ സോപാന ശൈലി ക്ഷേത്രങ്ങളിൽ ഇടയ്ക്ക കൊട്ടിപ്പാടുന്ന മാരാരിലും പൊതുവാളിലും കേൾക്കാം. കുറുപ്പിന്റെ കളമെഴുത്തുപാട്ടും പാണന്റെ തുയിലുണർത്തുപാട്ടും സോപാനശൈലിയുടെ പ്രത്യേകതകൾ ഉൾക്കൊള്ളുന്നവയാണ്. കഥകളിപ്പാട്ടിൽ ഉണ്ടായ പ്രധാന പരിണാമം 20-ാം നൂറ്റാണ്ടിൽ വെങ്കിടകൃഷ്ണഭാഗവതർ അതു ശാസ്ത്രീയമായി ചിട്ടപ്പെടുത്തിയതാണ്. കഥകളിപ്പാട്ടിന്റെ ആലാപനശൈലിയെ നിലനിർത്തിക്കൊണ്ടുതന്നെ കർണാടകസംഗീതത്തിലെ നിയമങ്ങളനുസരിച്ച് കഥകളിസംഗീതത്തെ ശൈലീകരിക്കുകയാണ് ഭാഗവതർ ചെയ്തത്. സോപാനസംഗീതത്തിൽ പിൽക്കാലത്തുണ്ടായ മാറ്റവും ഇതിനു സമാന്തരമാണ്. സോപാന സംഗീതത്തിലെ അതികായന്മാരെല്ലാം കർണാടക സംഗീതം അഭ്യസിച്ചവരായിരുന്നു. ഞെരളത്ത് രാമപ്പൊതുവാൾ ചെമ്പൈ വൈദ്യനാഥഭാഗവതരുടെ ശിഷ്യനായിരുന്നു. അതുകൊണ്ടുതന്നെ കർണാടക സംഗീതത്തിന്റെ സ്വാധീനം പൊതുവാളുടെ ആലാപനത്തിൽ ഉണ്ടാകാതെ വയ്യ.

വാദ്യകലയിൽ ചെണ്ടമേളവും തായമ്പകയും പഞ്ചവാദ്യവുമാണ് പ്രധാനമായി നിലനിൽക്കുന്നത്. മേളത്തിന് ഇന്നേവരെ ഘടനാപരമായ മാറ്റങ്ങൾ ഒന്നുംതന്നെ ഉണ്ടായിട്ടില്ല. എന്നാൽ തായമ്പക ഒട്ടേറെ മാറ്റങ്ങൾക്ക് വിധേയമായി. പാട്ടുകച്ചേരികളുടെ രീതിയിൽ വാദ്യം പ്രയോഗിക്കുവാനുള്ള ശ്രമമാണ് തായമ്പകയിലും പഞ്ചവാദ്യത്തിലും കാണുന്നത്. തായമ്പക ഏകാംഗപ്രയോഗമാണ് (ഡബിളും ട്രിപ്പിളുമെല്ലാമായി മാറിയത് പിൽക്കാലത്താണ്). ഒരു പാട്ടുകാരൻ തന്റെ കഴിവുകൾ സംഗീതത്തിൽ പ്രകടമാക്കുന്നതുപോലെ വാദ്യകാരൻ അയാളുടെ കഴിവുകൾ പ്രദർശിപ്പിക്കുകയാണ്, തായമ്പകയിൽ.

തനിയാവർത്തനങ്ങളും രാഗവിസ്താരവും സ്വരവിസ്താരവും കച്ചേരിയിലേതുപോലെ വാദ്യത്തിലേക്ക് കടന്നുവന്നതാണ് പഞ്ചവാദ്യത്തിൽ നാം കാണുന്നത്.

ഇങ്ങനെ അന്യസംസ്കൃതികളെ സ്വാംശീകരിച്ചു പുതിയ പുതിയ മേഖലകളിലേക്കു വളരാൻ കേരളകലകൾ എക്കാലത്തും ശ്രമിച്ചിട്ടുണ്ട്. വളർച്ച ജൈവമായ അവസ്ഥയെ സൂചിപ്പിക്കുന്നതാണ്. അതുകൊണ്ടുതന്നെ ജൈവികതയാണ് കേരളകലകൾ പ്രകടമാക്കുന്നതെന്നു പറയാം. പരിണാമപ്രക്രിയയിലൂടെയാണ് അവ വളർന്നതും വികസിച്ചതും.

പരിണാമത്തിനു കാരണമായിത്തീർന്ന സാഹചര്യങ്ങളെ മനസിലാക്കിയാൽ സാംസ്കാരിക സമന്വയത്തിന്റെ യഥാർഥ ചിത്രം നമുക്കു ലഭിക്കും. തായമ്പകയിൽ പ്രകടമായ മാറ്റങ്ങൾ ഉണ്ടാക്കിയെടുത്തത് തമിഴ്നാട്ടുകാരും അവരുടെ സ്വാധീനത്താൽ പാലക്കാടൻ കലാകാരന്മാരുമാണെന്ന് മനസിലാക്കാം. കുളന്തസ്വാമി എന്നൊരു തമിഴ് ബ്രാഹ്മണന്റെ നേതൃത്വത്തിലാണ് ചെണ്ടയിൽ പരിഷ്കാരങ്ങൾ നടന്നതും തായമ്പകയ്ക്ക് ഇന്നു കാണുന്ന രൂപം നിർമിച്ചതും. തുടർന്ന് പല്ലാവൂർ, പല്ലശ്ശന, ചെതലി തുടങ്ങിയ പാലക്കാടൻ ഗ്രാമങ്ങളിലെ കലാകാരന്മാർ ഈ പരിഷ്കരണങ്ങളെ ബഹുദൂരം മുന്നോട്ടുകൊണ്ടുപോയി. പഞ്ചവാദ്യത്തിൽ വ്യതിയാനങ്ങളുണ്ടാക്കുകയും ഇന്നത്തെ രീതിയിൽ പഞ്ചവാദ്യം സൃഷ്ടിക്കുകയും ചെയ്തവരിൽ പ്രധാനികളായിരുന്നവർ വെങ്കിച്ചസ്വാമിയെപ്പോലുള്ള കലാകാരന്മാരായിരുന്നു. തിരുവില്വാമല വെങ്കിച്ചൻ മദ്ദളത്തിലും അതിലൂടെ പഞ്ചവാദ്യത്തിലൊട്ടാകെയും പരിഷ്കരണത്തിനു തിരികൊളുത്തി. കഥകളിക്ക് ഇന്നുകാണുന്ന ഘടനയും സൗന്ദര്യവും സൃഷ്ടിച്ചെടുത്തത് കോട്ടയം തമ്പുരാനാണ്. അദ്ദേഹം നാല് ആട്ടക്കഥകൾ എഴുതുകയും തന്റെ കലാസങ്കൽപ്പങ്ങളെ അതിലൂടെ പ്രകടമാക്കുകയും ചെയ്തു. ഗോവിന്ദദീക്ഷിതർ എന്നൊരു തെലുഗു ബ്രാഹ്മണനായിരുന്നുവത്രേ അദ്ദേഹത്തെ ഇതിനു സഹായിച്ചത്.

'മാതംഗാനനമബ്ജവാസരമണീം
ഗോവിന്ദമാദ്യം ഗുരും'

എന്നിങ്ങനെ തന്റെ ഗുരുവായ ഗോവിന്ദദീക്ഷിതരെ തമ്പുരാൻ വന്ദനശ്ലോകത്തിലൂടെ സ്മരിക്കുന്നുണ്ട്.

നൃത്തകലകളുടെ ചരിത്രവും ഇതിൽനിന്ന് ഭിന്നമല്ല. സ്വാതിതിരുനാളിന്റെ കാലത്താണ് മോഹിനിയാട്ടത്തിൽ പ്രകടമായ മാറ്റങ്ങളുണ്ടാകുന്നത്. ആന്ധ്രയിൽനിന്നും മറ്റും സംഗീതനൃത്ത വിദ്വാന്മാരെ കൊണ്ടുവന്ന് അവരുടെ നിർദേശമനുസരിച്ചാണ് സ്വാതിതിരുനാൾ മോഹിനിയാട്ടത്തെ പരിഷ്കരിച്ചത്.

കഥകളിയിൽ ഇന്നുകാണുന്ന നാട്യാംശങ്ങൾ പലതും പിൽക്കാലത്ത് കൂട്ടിച്ചേർത്തതാണ്. കൂടിയാട്ടത്തിൽനിന്നും സംസ്കൃതനാടകങ്ങളിൽ നിന്നും പല അംശങ്ങൾ സ്വീകരിച്ചാണ് കപ്ലിങ്ങാട്ടു നമ്പൂതിരി 18-ാം നൂറ്റാണ്ടിൽ കഥകളിയിൽ പരിഷ്കരണങ്ങൾ സാധ്യമാക്കിയത്. കല്ലടിക്കോടൻ സമ്പ്രദായത്തിൽനിന്നും (കോട്ടയം തമ്പുരാന്റെ ശൈലി) കപ്ലിങ്ങാടൻ സമ്പ്രദായത്തിൽനിന്നും സ്വീകരിക്കാവുന്നവയെല്ലാം സ്വീകരിച്ചു രൂപപ്പെടുത്തിയെടുത്തതാണ് കല്ലുവഴി സമ്പ്രദായം. കല്ലുവഴി സമ്പ്രദായത്തിന്റെ ഉപജ്ഞാതാവോ പ്രോദ്ഘാടകനോ ആയി പരിഗണിച്ചു പോരുന്നത് പട്ടിക്കാന്തൊടി രാമുണ്ണിമേനോനെയാണ്. അദ്ദേഹം കൊടുങ്ങല്ലൂർ കോവിലകത്തുചെന്ന് നിഷ്കർഷയോടെ നാട്യശാസ്ത്രം അഭ്യസിച്ച് അതിന്റെ അടിസ്ഥാനത്തിൽ പുതിയൊരു സൗന്ദര്യശാസ്ത്രത്തിനു രൂപം കൊടുത്ത കലാകാരനാണ്. ബൃഹത്പാരമ്പര്യം എങ്ങനെ ആദ്യം കപ്ലിങ്ങാടിലൂടെയും പിന്നീട് പട്ടിക്കാന്തൊടിയിലൂടെയും കഥകളിയിലേക്ക് കടന്നുവന്നു എന്നു സൂചിപ്പിക്കുകയായിരുന്നു ഇവിടെ.

ഇത്തരം മാറ്റങ്ങൾ ആധുനികകാലത്തും ധാരാളമായി നടന്നിട്ടുണ്ട്. സിനിമ, നാടകം തുടങ്ങിയ ആധുനിക കലകളുടെ സ്വാധീനം ഇന്ന് കഥകളിയിൽ ചെറിയ തോതിലെങ്കിലും കാണാം. കഥകളിയിലില്ലാത്ത ചലനങ്ങളും അഭിനയരീതികളും ഇതിന്റെ ഭാഗമായി കടന്നുവന്നിട്ടുണ്ട്. കലയുടെ സ്വത്വത്തെ നിഹനിക്കാത്ത വിധത്തിലുള്ള ഇത്തരം മാറ്റങ്ങളെ ഗുണപരമായിത്തന്നെ കണ്ട് അംഗീകരിക്കാം. എന്നാൽ കലയെത്തന്നെ കീഴ്പ്പെടുത്തുന്ന തരത്തിലുള്ള പ്രവർത്തനങ്ങളെ പ്രതിരോധിക്കുക തന്നെ വേണം.

2

കേരളീയ കലകളും സാംസ്കാരിക പശ്ചാത്തലവും

കറുത്തപെണ്ണേ കരിങ്കുഴലീ
നിനക്കൊരുത്തൻ കിഴക്കുദിച്ചു
പൊന്നുതരാം പുടവതരാം
ഒരുങ്ങു പെണ്ണേ! നീയൊരുങ്ങുപെണ്ണേ!

സ്വന്തം സ്വപ്നങ്ങളും സങ്കൽപ്പങ്ങളും പ്രകൃതിയിൽ ദർശിച്ച ഒരു ഗ്രാമീണയുവാവിന്റെ അനുഭൂതികളെ ചിത്രീകരിക്കാൻ ശ്രമിച്ച കവിയുടെ വാക്കുകളാണ് ഈ ഗീതം. പ്രാചീനരും ആധുനികരുമായ എല്ലാ കവികളും മനുഷ്യജീവിതത്തിന്റെ വ്യസനങ്ങളും സന്തോഷങ്ങളും പ്രകൃതിയിൽ നിരീക്ഷിക്കാൻ ശ്രമിച്ചിട്ടുണ്ട്. ഉഷസിനെ നർത്തകിയോട് ഉപമിച്ച ഋഗ്വേദ കവിയും ഉഷസന്ധ്യയിലെ ആകാശത്തെ 'പല പോത്തിനെ ച്ചേർത്തു പൂട്ടിന ചളിപ്പാടംപോലെ'യെന്നുപമിച്ച വൈലോപ്പിള്ളിയും 'മനുഷ്യന്റെ സൗന്ദര്യസങ്കൽപ്പമാകെ കുഴച്ചുരുട്ടിയുണ്ടാക്കിയ ഉഷസി'നെ വർണിച്ച പാലൂരും പ്രകൃതിയിൽ പ്രചോദിതരാകുക മാത്രമല്ല മനുഷ്യാനുഭവങ്ങളെ പ്രകൃതിയിലും കണ്ടെത്താൻ ശ്രമിക്കുകയും ചെയ്തവരാണ്. ഒരു പൂച്ചെടിപോലെ ആടുന്ന നർത്തകിയുടെ ലാസ്യഭംഗിയും കൊടുങ്കാറ്റിൽ ഉറഞ്ഞുതുള്ളുന്ന വൃക്ഷങ്ങൾപോലെ താണ്ഡവനൃത്തം ചവിട്ടുന്ന നർത്തകനും ഒരർഥത്തിൽ പ്രകൃതിയെ അനുകരിക്കുകയോ അനുസരിക്കുകയോ ആണ് ചെയ്യുന്നത്. കവിത എന്നല്ല എല്ലാ കലകളും സ്വന്തം ചുറ്റുപാടിൽനിന്നാണ് ഊർജം സംഭരിക്കുന്നത്. കലകളെല്ലാം സാമൂഹികവും വൈയക്തികവുമായ മനുഷ്യന്റെ അസ്തിത്വത്തോട് ബന്ധപ്പെട്ടാണിരിക്കുന്നത്.

കലകളെല്ലാം മനുഷ്യന്റെ സാമൂഹികജീവിതത്തിന്റെയും കൂട്ടായ്മയുടെയും പ്രതിഫലനങ്ങളായിട്ടാണ് ഉത്ഭവിച്ചത്. പിൽക്കാലത്താണ്

വ്യക്തിപരത കലയിലേക്ക് കടന്നുവരുന്നത്. വേട്ടയാടിനടന്ന പ്രാചീന മനുഷ്യർ രാത്രികാലങ്ങളിൽ ഒത്തുകൂടി തണുപ്പകറ്റാനും ആഹാരം പാകം ചെയ്യാനും കാട്ടുമൃഗങ്ങളിൽനിന്ന് രക്ഷനേടാനുമായി ഒരുക്കിയ തീക്കുണ്ഡത്തിനു ചുറ്റും ആഹ്ലാദത്തിമിർപ്പോടെ നൃത്തം ചെയ്തു. മനുഷ്യവർഗം രൂപംകൊടുത്ത ആദ്യത്തെ നൃത്തം ഇതായിരിക്കാം. തനിക്കു ലഭിച്ച ഇരയെക്കുറിച്ചും താൻ കീഴ്പ്പെടുത്തിയ മൃഗത്തെക്കുറിച്ചും ഒരാൾ മറ്റുള്ളവരോട് പറയുകയും താൻ ചെയ്തത് അനുകരിച്ച് കാട്ടുകയും ചെയ്തപ്പോൾ ആദ്യമായി നാടകം പിറന്നു. നൃത്തത്തിനൊപ്പം തടിക്കഷണത്തിൽ കൊട്ടിയപ്പോൾ വാദ്യമുണ്ടായി. ഇണയോട് എന്തെല്ലാമോ ശബ്ദങ്ങൾ നീട്ടിപ്പറഞ്ഞപ്പോൾ ഗീതമുണ്ടായി.

മനുഷ്യന്റെ ജീവിതസാഹചര്യങ്ങളിൽനിന്നും സാമൂഹികബന്ധങ്ങളിൽനിന്നും നിർമിക്കപ്പെട്ടവയാണ് കലകൾ. നല്ല ഒരിരയെ കിട്ടിയപ്പോഴും നല്ല വിളവു കിട്ടിയപ്പോഴും മനുഷ്യർ പാട്ടുപാടുകയും നൃത്തംവയ്ക്കുകയും ചെയ്തു. മരണവും വിവാഹവും ആരാധനയും എല്ലാം ആചരിച്ചത് നൃത്തത്തിലൂടെയും പാട്ടുകളിലൂടെയുമായിരുന്നു. കലകളെ മനുഷ്യജീവിതത്തിൽനിന്ന് മാറ്റിനിർത്തി ഒരിക്കലും ചിന്തിക്കാനാകില്ല. പ്രാർഥനയും ചികിത്സയും പാട്ടുകളിലൂടെയും നൃത്തത്തിലൂടെയുമാണ് പ്രാഗ്മനുഷ്യൻ നിർവഹിച്ചിരുന്നത്. ഔഷധങ്ങളോടൊപ്പം മന്ത്രവാദവും ആദ്യകാലത്ത് ചികിത്സയുടെ ഭാഗമായിരുന്നു. നരവംശ ശാസ്ത്രകാരന്മാരും സാമൂഹികശാസ്ത്രകാരന്മാരും ഇതേക്കുറിച്ച് ധാരാളം പഠനങ്ങൾ നടത്തിയിട്ടുണ്ട്. മന്ത്രവാദത്തിന്റെ മനഃശാസ്ത്രവിശകലനവും നിർവഹിച്ചിട്ടുണ്ട്. ഷോക്ക് ചികിത്സയ്ക്ക് സമാനമായ പ്രക്രിയയായി ഇതിനെ പലരും കരുതിപ്പോരുന്നു. മന്ത്രവാദത്തോടൊപ്പം ഔഷധങ്ങളും നൽകുക പതിവുണ്ട്. ഏതെങ്കിലും വ്യക്തിയുടെ ശരീരത്തിലേറ്റ ബാധയെ ആവാഹിച്ചെടുത്ത് കുടത്തിലാക്കി വായ്കെട്ടി കുഴിച്ചുമൂടുകയോ പലകയിലേക്കോ പ്രതിമകളിലേക്കോ ആവാഹിച്ച് ആണിയടിച്ചു ബന്ധിക്കുകയോ ആണ് പതിവ്. വഴിയിൽ കണ്ടുമുട്ടുന്ന പിശാചുക്കളെ മണ്ണിൽ ഒരു വൃത്തം വരച്ച് അതിൽ കത്തി കുത്തിവച്ച് പ്രതീകാത്മകമായി പിശാചിനെ ബന്ധിക്കുന്ന രീതിയും പതിവുണ്ട്. ബാധയേറ്റയാളെ കളത്തിലിരുത്തി മന്ത്രങ്ങൾ ഉച്ചരിക്കുമ്പോൾ ബാധ ഇളകുകയും ബാധയേറ്റയാൾ മറ്റൊരു വ്യക്തിയായി സംസാരിക്കുകയും പ്രവർത്തിക്കുകയും ചെയ്യും. ഇളകിയ ബാധയെ ആവാഹിച്ചെടുത്ത് ബന്ധിക്കുന്നതോടെ രോഗി സുഖം പ്രാപിക്കുന്നു. ചില ക്ഷേത്രങ്ങളിൽനിന്നു നൽകുന്ന പ്രസാദം ഔഷധഗുണമുള്ളതായി കരുതിപ്പോരുന്നു. കണ്ണൂർ ജില്ലയിലെ ചീമേനി, ആലപ്പുഴ ജില്ലയിലെ തകഴി, മരുത്തോർവട്ടം എറണാകുളം ജില്ലയിലെ ചോറ്റാനിക്കര, പാലക്കാടു ജില്ലയിലെ പരിയാനംപറ്റ, തൃശൂർ ജില്ലയിലെ നെല്ലുവായ് തുടങ്ങിയ ക്ഷേത്രങ്ങളിലെല്ലാം ഇപ്രകാരം ഔഷധം നൽകുന്ന രീതിയുണ്ട്. ഇത്തരം മന്ത്രവാദങ്ങളെല്ലാം ഒരുതരത്തിലുള്ള കലയാണ്.

പ്രതീകങ്ങളിലൂടെ വസ്തുവിന്റെ സാന്നിധ്യംകൊണ്ടുള്ള അനുഭവം ഉണ്ടാക്കിയെടുക്കലാണിത്.

പ്രാചീനകാലത്തുതന്നെ ആരംഭിച്ച മന്ത്രവാദങ്ങൾ കലയുടെ സൂക്ഷ്മമായ ഘടകങ്ങളെ അബോധപൂർവമായിത്തന്നെ ഉൾക്കൊണ്ടിട്ടുണ്ട്. ഇത്തരം മന്ത്രവാദങ്ങളിൽ നിന്നാകാം കലകൾ ഉത്ഭവിച്ചത്. അല്ലെങ്കിൽ കലയുടെ പ്രാകൃതരൂപം നമുക്കിവയിൽ ദർശിക്കാനാകും. ആധുനികകാലം ഇത്തരം ചിന്തകളെ എത്രമാത്രം തിരസ്കരിച്ചാലും ഇവയിൽ ഉൾക്കൊണ്ടിരിക്കുന്ന സാമൂഹികാംശത്തെ ഒരിക്കലും നിഷേധിക്കാനാവില്ല.

കല സാമൂഹികമായ അനിവാര്യതയും കൂട്ടായ നിർമിതിയുമാണെന്ന യാഥാർഥ്യം വിസ്മരിക്കാനാകില്ല. വ്യക്തിയുടെ ആശയാഭിലാഷങ്ങളുടെ ആവിഷ്കാരമാണെന്ന ചിന്ത പിൽക്കാലത്തു രൂപംകൊണ്ടതാണ്. മുതലാളിത്ത കാലഘട്ടത്തിലാണ് ഈ സങ്കൽപ്പം ഏറെ ശക്തമാകുന്നത്. കലയുടെ സാമൂഹികതയെ പ്രാചീനരും അർവാചീനരും ഒരുപോലെ ഊന്നിപ്പറയുന്നുണ്ട്. മനുഷ്യനെ വഴിതെറ്റിക്കുകയും അവനെ സാമൂഹികവിരുദ്ധനാക്കുകയും ചെയ്യുന്നുവെന്ന കാരണമാണ് കവികളെയും കലാകാരന്മാരെയും നിഷ്കാസനം ചെയ്യുന്നതിന് പ്ലേറ്റോ ചൂണ്ടിക്കാട്ടുന്നത്. വ്യക്തിവികാരങ്ങളെ സാമൂഹികാനുഭവമാക്കിമാറ്റുകയാണ് നാടകത്തിലൂടെ ചെയ്യുന്നതെന്ന് അഭിനവഗുപ്തനും മറ്റും പറയുന്നുണ്ട്. സാധാരണീകരണം എന്ന സങ്കൽപ്പം വളർത്തിയെടുത്തത് ഈ അവബോധത്തിന്റെ ഭാഗമായിട്ടാണ്. വൈയക്തികവികാരങ്ങൾ സാമൂഹികമായി മാറുമ്പോഴേ യഥാർഥ രസാസ്വാദനം സംഭവിക്കുന്നുള്ളൂവെന്ന് ഭാരതീയ ആചാര്യന്മാർ സിദ്ധാന്തിക്കുന്നുണ്ട്. വികാരം വൈയക്തികമായി മാത്രം നിലനിൽക്കുമ്പോൾ രസാസ്വാദനത്തിനു വിഘ്നം സംഭവിക്കും. എന്നാൽ പിൽക്കാലത്ത് കല ആത്മാവിഷ്കാരം മാത്രമാണെന്ന വാദത്തിലേക്ക് ചുരുങ്ങി.

കലയിലെ വൈയക്തികാംശത്തെ തീർത്തും നിരാകരിക്കുകയല്ല ഇവിടെ ചെയ്തത്. ഒരുപക്ഷേ, മറ്റേതു കർമമണ്ഡലത്തെക്കാളും വ്യക്തിയുടെ മാനസികവും ഭൗതികവുമായ ജീവിതം പ്രതിഫലിക്കുന്നത് കലയിലാണ്. എന്നാൽ, കല വ്യക്തിപരം മാത്രമല്ലെന്നും സാമൂഹികാംശംകൂടി ഉൾക്കൊള്ളുന്നതാണെന്നും സൂചിപ്പിക്കുകയാണ് ചെയ്തത്. സമൂഹത്തെ നിരാകരിച്ചുകൊണ്ട് ഒരിക്കലും കലയ്ക്ക് നിലനിൽക്കാനാകില്ല.

കലയെ നിർമിച്ചെടുത്ത ഘടകങ്ങളിൽ പ്രധാനമായവയാണ് അധ്വാനവും വിനോദവും. ആദ്യകാലത്ത് കല തൊഴിൽതന്നെയായിരുന്നു. തൊഴിലെടുക്കുമ്പോൾ പാടുന്ന പാട്ടുകളും തൊഴിലിനെ അനുകരിച്ചു ചെയ്യുന്ന നൃത്തങ്ങളും മാത്രമല്ല കലയുമായുള്ള തൊഴിലിന്റെ ബന്ധം നിർണയിക്കുന്നത്. പ്രാചീന മനുഷ്യന് കലതന്നെ തൊഴിലായിരുന്നു. തൊഴിലെടുക്കുമ്പോൾ പാടുന്ന പാട്ടുകൾ തൊഴിലിന്റെതന്നെ ഒരു ഭാഗമായിരുന്നു. വേട്ടക്കാരനും ഇരയുമായി അഭിനയിച്ചുകൊണ്ടുള്ള ചില

ഗോത്രവർഗകലകളെക്കുറിച്ചു വി എം കുട്ടിക്കൃഷ്ണമേനോനും മറ്റും പറയുന്നുണ്ട്. അന്ന് കാഴ്ചക്കാരനും കലാകാരനും തമ്മിൽ വേർതിരിവുണ്ടായിരുന്നില്ല. കലാകാരന്മാർതന്നെ കാഴ്ചക്കാരും കാഴ്ചക്കാർതന്നെ കലാകാരന്മാരുമായിരുന്നു. ഇതിൽനിന്ന് കാണിയും കലാകാരനും വേർതിരിയുന്നത് പിൽക്കാലത്താണ്.

നടന്മാരും കാണികളും അല്ലെങ്കിൽ കലാകാരനും ആസ്വാദകനും വേറെയാകുന്നത് സാമൂഹികപരിണാമത്തിന്റെ മറ്റൊരു ഘട്ടത്തിലാണ്. തൊഴിലെടുക്കുന്നവനും തൊഴിൽ എടുപ്പിക്കുന്നവനും അല്ലെങ്കിൽ തൊഴിൽ ചെയ്യുന്നവനും അതിന്റെ ഫലം അനുഭവിക്കുന്നവനും എന്ന വേർതിരിവുണ്ടായതോടെ കലയിലും അതുതന്നെ സംഭവിച്ചു. കല അവതരിപ്പിക്കുന്നവനും ആസ്വദിക്കുന്നവനും വേറിട്ടു. തൊഴിൽ കലയായിരുന്ന ആദ്യകാലത്തുനിന്നും വ്യത്യസ്തമായി കല തൊഴിലായി, കലാകാരൻ തൊഴിലാളിയായി. കല തൊഴിലായതോടെ ആസ്വാദകൻ ഉപഭോക്താവായി. ഇങ്ങനെയാണ് കലാകാരന്മാരുടെ വിഭാഗം സമൂഹത്തിൽ ഉണ്ടാകുന്നത്. ഇതോടെ സ്വന്തം തൊഴിലിനെ പരിഷ്കരിക്കുവാനും പുതുക്കുവാനും കലാകാരന്മാർ ശ്രമിച്ചുതുടങ്ങി. ഇങ്ങനെ കലകൾ പല രീതിയിൽ പരിണമിക്കുകയും പുതിയ ജന്യകലകൾ ഉണ്ടാകുകയും ചെയ്തു. ഇങ്ങനെയാണ് വ്യത്യസ്ത കലകൾ ജന്മംകൊള്ളുന്നത്. ഓരോ കല അവതരിപ്പിക്കുന്നതിനും ഓരോ കൂട്ടം ആളുകൾ ഉണ്ടായി. തൊഴിലിനനുസരിച്ച് സമൂഹത്തിൽ വേർതിരിവുകൾ ഉണ്ടായതുപോലെ വ്യത്യസ്ത കലകൾ അവതരിപ്പിക്കുന്നവർ വ്യത്യസ്ത വിഭാഗങ്ങളായി. കലകൾ സാമുദായികവും ജാതിപരവുമായി വേർതിരിയുന്നതിങ്ങനെയാണ്. കേരളത്തിന്റെ സവിശേഷാന്തരീക്ഷത്തിൽ സാമുദായികമായി കലകൾ വേർതിരിയുന്നുണ്ട്. ചെണ്ടയ്ക്കു മാരാർ, കൂത്തിനു ചാക്യാർ എന്നിങ്ങനെ കലകൾ ജാതീയമായി വേർതിരിക്കപ്പെട്ടു.

കലാകാരന്മാർക്ക് സ്വന്തമായ അസ്തിത്വം കൈവന്നതോടെ കലയെ പരിഷ്കരിക്കുവാനും ശുദ്ധീകരിക്കുവാനും ഓരോ കലാകാരനും ശ്രമിച്ചു. കലയിൽ പരീക്ഷണങ്ങളും പുതുമകളും ഉണ്ടാകുന്നതിങ്ങനെയാണ്. വേഷങ്ങളും മുഖംമൂടികളും മുഖത്തു തേപ്പുകളും കലയിലേക്ക് കടന്നുവന്നു. കലയിലെ ഏറ്റവും അടിസ്ഥാന ഘടകമായ വേഷപ്പകർച്ച എന്ന ആശയം ഉണ്ടാകുന്നതിങ്ങനെയാണ്. പ്രകൃതിയിലെ വസ്തുക്കൾ തന്നെ ഉപയോഗിച്ച് മുഖം മിനുക്കുവാനും ചായം തേക്കുവാനും ആരംഭിച്ചു. വ്യത്യസ്ത കഥാപാത്രങ്ങൾക്ക് വ്യത്യസ്ത വേഷങ്ങളും മുഖത്ത് തേപ്പുകളും ചായങ്ങളും വേണമെന്ന് ചിന്തിക്കാൻ തുടങ്ങി. തെയ്യം, മുടിയേറ്റ് തുടങ്ങിയ അനുഷ്ഠാനകലകളിലും കഥകളി മുതലായ ക്ലാസിക്കൽ കലകളിലും മുഖത്തുതേപ്പ് ഉണ്ടായത് ഇത്തരം സങ്കൽപ്പങ്ങളിലൂടെയാണ്. പിൽക്കാലത്ത് ആധുനികകലകളിലേക്കും ഇതു വ്യാപിച്ചു.

നിരർഥകമായ ശബ്ദങ്ങൾ ഈണത്തിൽ ചൊല്ലുകയും അതോടൊപ്പം ചുവടുകൾ വയ്ക്കുകയും ചെയ്തുകൊണ്ടായിരിക്കണം നൃത്തം ഉത്ഭവിച്ചത്.

ലേ ലേ ലോ ലേ ലേ ലേ ലോ......
ലേ ലേ ലേ ലേ ലോ.........

എന്നു പാടുകയും കാലുകൾ അകറ്റിയും ചേർത്തും വച്ച് കാളയുടെ നടത്തത്തെ അനുകരിച്ച് ചുമലിലെ തണ്ടിൽ ഉറപ്പിച്ച കാളയുമായി നീങ്ങുന്ന തെക്കേമലബാറിലെ കാളകളിക്കാർ തങ്ങളുടെ തൊഴിലിനെത്തന്നെ നൃത്തമാക്കി മാറ്റുകയായിരുന്നു. കുതിരകളുടെ രൂപത്തെ ചുമലിലേറ്റി അഭിമുഖമായിനിന്ന് കുതിര ചാടുന്നതിനെ ഓർമിപ്പിക്കുംവിധം ഉയർത്തിയും താഴ്ത്തിയും കുതിരവേലയിൽ പങ്കെടുക്കുന്നവർ പഴയ ആയോധന പാരമ്പര്യത്തെ ഓർമയിൽ ഉണർത്തിയെടുക്കുകയാണ്. ഓരോ കരക്കാരും വഞ്ചിയുടെ ആകൃതിയിൽനിന്ന് വഞ്ചിപ്പാട്ടുകൾ പാടി തുഴയുന്നതനുകരിക്കുമ്പോൾ തൊഴിൽതന്നെയാണ് കലയാകുന്നത്. പ്രതീകാത്മകമായി അങ്കംവെട്ടുന്നവരും നെല്ലുകുത്തുന്നത് അനുകരിച്ച് പാട്ടുപാടിക്കളിക്കുന്ന ഗ്രാമീണനർത്തകിമാരും അനുഷ്ഠിക്കുന്നത് മറ്റൊന്നല്ല. ഇങ്ങനെ ഓരോ തൊഴിൽ കൂട്ടായ്മയും തങ്ങളുടെ തൊഴിലുകളെ അനുകരിച്ചുകൊണ്ട് ചെയ്യുന്ന നൃത്തങ്ങളാണ് പ്രാചീന കലകളിലെല്ലാം ദൃശ്യമാകുന്നത്.

നിരർഥകമായ ശബ്ദങ്ങൾ അർഥസംയുക്തമായ വാക്കുകളുൾ ചേർത്തുവച്ച ഗീതങ്ങളായിത്തീർന്നത് സാമൂഹികവളർച്ചയുടെ മറ്റൊരു ഘട്ടത്തിലാണ്. വാക്കുകൾക്ക് അർഥം മാത്രമല്ല ഭാവം കൂടിയുണ്ടെന്നും ജീവിതസന്ദർഭങ്ങൾക്ക് വൈകാരികതലം കൂടിയുണ്ടെന്നും തിരിച്ചറിഞ്ഞതോടെ വാക്കുകൾക്കൊപ്പം ഭാവങ്ങളെക്കൂടി ആവിഷ്കരിക്കുവാനുള്ള ശ്രമമായി. ഇതോടെ ഭാവാത്മകങ്ങളായ നൃത്തങ്ങൾ ഉത്ഭവിച്ചു. ജീവിതത്തിന്റെ വ്യത്യസ്ത സന്ദർഭങ്ങളെ ആവിഷ്കരിച്ചുകൊണ്ട് പലതരം നൃത്തരൂപങ്ങൾ ഉണ്ടായി. സാമൂഹികവും പ്രാദേശികവുമായ വ്യതിയാനങ്ങൾ ഒട്ടധികം നൃത്തരൂപങ്ങൾക്ക് ജന്മംകൊടുത്തു. ഇങ്ങനെ നൃത്തകലയിൽ പ്രാദേശിക രൂപങ്ങളുണ്ടാകുകയും വളർന്നു വികസിക്കുകയും ചെയ്തു.

നൃത്തങ്ങൾക്ക് നിയതമായ ഘടനയും സ്വഭാവവും നൽകി ആവിഷ്കരിക്കുവാനുള്ള ശ്രമമാണ് പിന്നീടുണ്ടാകുന്നത്. നൃത്തരൂപങ്ങൾക്ക് 'ചിട്ട' കൈവരുന്നത് ഇതിന്റെ ഭാഗമാണ്. സൈദ്ധാന്തികമായ പരിപ്രേക്ഷ്യത്തിലൂടെ കലകൾ പരിഷ്കരിക്കപ്പെട്ടു. ഒരാശയത്തെയോ ഭാവത്തെയോ ആവിഷ്കരിക്കുവാനുള്ള മാർഗത്തെ പരീക്ഷണങ്ങളിലൂടെ വേർതിരിച്ചറിഞ്ഞ് പ്രയോജനപ്പെടുത്തിയതിന്റെ ഭാഗമായിട്ടാണ് കലകൾക്ക് ശാസ്ത്രീയത കൈവരുന്നത്. മനുഷ്യസ്വഭാവത്തെ അനുകരിക്കാൻ ശ്രമിച്ചതുകൊണ്ടുതന്നെയാണ് കലകൾ ശാസ്ത്രീയമായത്. ശാസ്ത്രീയകലകൾ ജീവിതത്തിൽനിന്ന് അകലുകയാണെന്ന മിഥ്യാധാരണ പലരും പ്രകടിപ്പിച്ചുകാണാറുണ്ട്. കലകൾ ശാസ്ത്രീയമാകുമ്പോൾ അവ യാഥാർഥ്യത്തെ കൃത്യമായി അനുകരിച്ചുകൊണ്ട് ജീവിതത്തോട് ഏറെ അടുക്കുകയാണ് ചെയ്യുന്നത്. ഉദാഹരണമായി ദുഃഖം എന്നത് ഒരു

ജീവിത യാഥാർഥ്യമാണ്. എന്നാൽ ഓരോരുത്തരും ദുഃഖം വ്യത്യസ്ത രീതിയിലായിരിക്കും പ്രകടമാക്കുന്നത്. ചിലർ പൊട്ടിക്കരയും. മറ്റുചിലർ കണ്ണീരൊലിപ്പിക്കും. വേറെചിലർ തേങ്ങിക്കരയും. വൈയക്തികമായ ഈ ഓരോ പ്രകടനത്തിലും ദുഃഖം എന്ന യാഥാർഥ്യമാണ് പ്രവർത്തിക്കുന്നത്. അതുകൊണ്ട് ഇവയ്ക്ക് ഒട്ടധികം സമാനതകൾ ഉണ്ടായിരിക്കും. ഈ സമാനതകളെ ഉൾച്ചേർത്ത് ദുഃഖം എന്ന വികാരത്തെ എങ്ങനെ പ്രകടമാക്കാമെന്നു കണ്ടെത്തി അവതരിപ്പിക്കുമ്പോൾ അതു ദുഃഖം എന്ന ഭാവത്തിന്റെ ശാസ്ത്രീയമായ അവതരണമാകുന്നു. ദുഃഖം എന്ന വികാരം വൈയക്തികമാകാതെ സാമാന്യമായി മാറുന്നു. അതോടെ വ്യക്ത്യനുഭവത്തിനപ്പുറം സാമാന്യാനുഭവമായിത്തീരുന്നു. ഇങ്ങനെയാണ് കലയിൽ ശൈലീവൽക്കരണമുണ്ടാകുന്നത്. ശൈലീവൽക്കരണം സമരൂപങ്ങളെ (ടൈപ്പുകൾ) സൃഷ്ടിക്കലല്ല. മറിച്ച് വൈയക്തികതയെ സാമൂഹികതയാക്കി മാറ്റിത്തീർക്കലാണ്. ദൃശ്യകലകളുടെ ആസ്വാദനം വായനയിലെ വ്യക്തിനിഷ്ഠം മാത്രമായ പ്രവൃത്തിയല്ല. ഒരുകൂട്ടമാളുകൾ ഒന്നിച്ചിരുന്ന് ആസ്വദിക്കുന്ന സാമൂഹികപ്രക്രിയയാണ്. അതുകൊണ്ട് ശാസ്ത്രീയകലകൾ സാമൂഹികതയെ നിരാകരിക്കുകയല്ല ചെയ്യുന്നത്. സാമൂഹികമായ സ്വരൂപം സ്വീകരിക്കുകയാണ്.

ഉദാഹരണമായി, കോപിച്ചുനിൽക്കുന്ന ഒരാളുടെ മുഖപേശികൾ വലിഞ്ഞുമുറുകുകയും കണ്ണുകൾ തുറന്ന് വൃത്താകാരമായി കൃഷ്ണമണികൾ പുറത്തേക്കു തള്ളി കണ്ണിന്റെ മധ്യത്തിൽ നിലയുറപ്പിക്കുകയും ചെയ്യുന്നു. ഇതു കോപത്തിന്റെ സാമാന്യസ്വഭാവമാണ്. കോപിച്ച് നോക്കുന്നതിനെ കണ്ണുരുട്ടിക്കാട്ടുകയെന്ന് സാമാന്യവ്യവഹാരത്തിൽ പറയാറുണ്ട്. ഈ കണ്ണുരുട്ടൽ രൗദ്രം എന്ന രസദൃഷ്ടിയുടെ അവതരണത്തിന്റെ ശാസ്ത്രീയമായ രീതിയാണ്. സാമാന്യതയാണ് പിന്നീട് ശാസ്ത്രീയമായി മാറുന്നത് എന്ന് ഇതു തന്നെ വ്യക്തമാക്കുന്നു. നൃത്തകലയിലെ ഒട്ടെല്ലാ ഘടകങ്ങളും ഇങ്ങനെ സാമാന്യരീതിയെ ശാസ്ത്രീയമാക്കി പരിണമിപ്പിക്കുകയാണ് ചെയ്യുന്നത്. ഒന്നുകൂടി വ്യക്തമാക്കിയാൽ സാമാന്യ ജീവിതത്തിൽ കാണുന്ന സമാന മാതൃകകളെ കണ്ടെത്തി അവതരിപ്പിക്കുകയാണ് നൃത്തത്തിൽ ചെയ്യുന്നത്. ഇവയെ ശൈലീകരിച്ചു പറയുമ്പോൾ അത് അഭിനയശാസ്ത്രമാകും.

3

നാട്യോൽപ്പത്തി

*നാട്യശാസ്ത്ര*ത്തിൽ നാട്യോൽപ്പത്തിയെക്കുറിച്ച് ഒരു കഥയുണ്ട്. ഒരിക്കൽ ഭരതമുനിയോട് ആത്രേയൻ തുടങ്ങിയ മഹർഷിമാർ നാട്യമെന്താണെന്ന് ചോദിച്ചു. ലോകർ സ്വധർമം വിട്ട് ഗ്രാമ്യധർമങ്ങളിൽ (അജ്ഞാനികളുടെ പ്രവൃത്തികളിൽ) മുഴുകിയപ്പോൾ സ്വർഗംപോലും ആക്രമിക്കപ്പെട്ടു. കാമം, ക്രോധം, അസൂയ തുടങ്ങിയ നിന്ദ്യവികാരങ്ങൾക്ക് ലോകർ അടിമപ്പെട്ടു. അപ്പോൾ ഇന്ദ്രനും മറ്റു ദേവന്മാരും ബ്രഹ്മാവിനെ സമീപിച്ച് ലോകത്തുള്ള എല്ലാവർക്കും പ്രയോജനപ്പെടുന്ന നാട്യവേദം നിർമിക്കാൻ ആവശ്യപ്പെട്ടു. വേദങ്ങൾ ബ്രാഹ്മണർക്കുമാത്രം അധികാരമുള്ളതാണല്ലോ. അതിനാൽ എല്ലാ മനുഷ്യർക്കും കാണാനും കേൾക്കാനും അറിയാനുമുള്ള അഞ്ചാമതൊരു വേദം നിർമിക്കുവാനാണ് ദേവന്മാർ ആവശ്യപ്പെട്ടത്. അങ്ങനെ ധർമാദി പുരുഷാർഥങ്ങളെ സാധിപ്പിക്കുന്നതും ആർക്കും അഭിഗമ്യവുമായ നാട്യവേദം ബ്രഹ്മാവ് നിർമിച്ചു. സാഹിത്യവും സംഗീതവും അഭിനയവും രസവും യഥാക്രമം ഋഗ്, യജുസ്സ്, സാമം, അഥർവം എന്നീ വേദങ്ങളിൽനിന്ന് സ്വീകരിച്ചാണ് പഞ്ചമവേദമായ നാട്യം ബ്രഹ്മാവ് സൃഷ്ടിച്ചത്. ആയുർവേദം, ധനുർവേദം എന്നിങ്ങനെ എല്ലാ ശാസ്ത്രങ്ങളും ഉൾച്ചേർത്താണ് നാട്യവേദം സൃഷ്ടിക്കപ്പെട്ടത്. നാട്യം നിർമിച്ച ബ്രഹ്മാവ് ഇന്ദ്രനോട് ദേവന്മാരെക്കൊണ്ട് പ്രയോഗിക്കുവാൻ ആവശ്യപ്പെട്ടു. എന്നാൽ ദേവന്മാർ പഠിച്ചുറപ്പിക്കാനും തത്വം മനസിലാക്കാനും രംഗത്തിൽ പ്രയോഗിക്കുവാനും യോഗ്യതയില്ലാത്തവരാണെന്ന് ബ്രഹ്മാവ് ഭരതമുനിയോട് പറഞ്ഞു. ബ്രഹ്മാവിൽനിന്ന് നാട്യവേദം പഠിച്ച ഭരതൻ അതു തന്റെ 105 പുത്രന്മാരെ പഠിപ്പിച്ചു (പുത്രന്മാരുടെ പേരുകൾ പലതും ദേശവുമായി ബന്ധപ്പെട്ടതാണ്. അതുകൊണ്ട് പല ദേശങ്ങളിലുമുള്ളവർ പഠിച്ചുവെന്നാണ് അർഥമാക്കുന്നതെന്നു കരു

താം. കൂട്ടത്തിൽ കേരളവുമുണ്ട്). സ്വർഗത്തിൽ ഇന്ദ്ര ധ്വജോത്സവം നടക്കുന്ന സമയത്ത് ആദ്യമായി നാട്യം അവതരിപ്പിച്ചു. ദേവന്മാർ നാട്യപ്രയോഗം കണ്ട് സന്തോഷിച്ച് ഓരോരോ സമ്മാനം നൽകി അനുഗ്രഹിച്ചു. നാട്യപ്രയോഗത്തിനു വേണ്ടതായവയെല്ലാം ദേവന്മാർ ദാനം ചെയ്തു. ചിലർക്കു വാക്ക്, ചിലർക്കു മനുഷ്യരുടെ സ്വഭാവങ്ങൾ, ചിലർക്കു മനുഷ്യരുടെ വിവിധ രൂപങ്ങൾ എന്നിങ്ങനെ. അങ്ങനെ ലോകത്തുള്ള വ്യത്യസ്ത മനുഷ്യരുടെ ഓരോ വ്യത്യസ്തതയും നാട്യത്തിൽ ചേർത്ത് നാട്യം അവതരിപ്പിച്ചു. ദേവന്മാർ അസുരന്മാരെ പരാജയപ്പെടുത്തുന്ന കഥയായിരുന്നു അവതരിപ്പിച്ചത്. എന്നാൽ അസുരന്മാർ ഇതുകണ്ട് കോപിച്ച് നാട്യത്തിനു മുടക്കംവരുത്തുവാൻ ശ്രമിച്ചു. ദേവേന്ദ്രൻ അവരെയെല്ലാം പരാജയപ്പെടുത്തി. നാട്യരക്ഷയ്ക്കായി ദേവശിൽപ്പി വിശ്വകർമാവ് നാട്യഗൃഹം നിർമിച്ചു. ബ്രഹ്മാവ് ദേവന്മാരുടെ ആവശ്യപ്രകാരം അസുരന്മാരെ അനുനയിപ്പിച്ചു. ഇതു ദേവന്മാരുടെ കഥയല്ലെന്നും ലോകവൃത്താന്തമാണ് നാട്യമെന്നും അവരെ ബോധ്യപ്പെടുത്തി. ദേവന്മാരുടെയും അസുരന്മാരുടെയും മനുഷ്യരുടെയും കഥയാണിതെന്ന് അസുരന്മാരെ അറിയിച്ചു. അങ്ങനെ നാട്യമണ്ഡപത്തിൽ രക്ഷയ്ക്കായി കാവൽനിർത്തി നാട്യം അവതരിപ്പിക്കപ്പെട്ടു.

നാട്യത്തെ സംബന്ധിച്ച് ഭരതന്റെ സങ്കൽപ്പം നാട്യം ലോകാനുകരണമാണെന്നും ലോകത്തിനു വേണ്ടിയാണെന്നും തന്നെയാണ്. ഇതു ഒരിടത്തല്ല പല സ്ഥലങ്ങളിൽ പലതവണയായി ആവർത്തിക്കുന്നുണ്ട്.

1. ദേവന്മാർക്കും അസുരന്മാർക്കും മനുഷ്യർക്കും എന്നല്ല എല്ലാ വിഭാഗത്തിൽപ്പെട്ടവർക്കും ശുഭാശുഭങ്ങളെ വേർതിരിച്ചു കാണുവാനാണ് നാട്യം നിർമിച്ചത്.
2. നാട്യത്തിൽ അസുരന്മാർക്കും ദേവന്മാർക്കും അനുഭൂതിയുണ്ടാക്കുക എന്നതല്ല ലക്ഷ്യം. മൂന്നുലോകത്തിലുമുള്ള എല്ലാവരുടെയും സ്വഭാവം വർണിച്ച് രസാസ്വാദനമുണ്ടാക്കുക എന്നതാണ്.
3. മൂന്നുലോകത്തിന്റെയും അവസ്ഥാവിശേഷങ്ങളാണ് നാട്യത്തിലുള്ളത്. ചിലയിടത്ത് ധർമം, ചിലയിടത്ത് കളി, ചിലയിടത്ത് പണം, ചിലയിടത്ത് ശമം, ചിലയിടത്ത് ഹാസ്യം, ചിലയിടത്ത് യുദ്ധം, ചിലയിടത്ത് കാമം, ചിലയിടത്ത് വധം എന്നിങ്ങനെയാണ് നാട്യത്തിന്റെ സ്വഭാവം.

എല്ലാവിഭാഗത്തിലുംപെട്ടവർക്ക് ഹിതോപദേശം നൽകലാണ് നാട്യത്തിന്റെ ലക്ഷ്യമെന്നും ഭരതൻ പറയുന്നുണ്ട്. എല്ലാ വിജ്ഞാനങ്ങളും ഉൾച്ചേർന്നതാണ് നാട്യം. നാട്യത്തിന്റെ സവിശേഷതയെന്തെന്ന് പറയുന്നിടത്ത് അതിന്റെ സ്വഭാവത്തെ നിർണയിക്കുന്നുണ്ട്.

'സുഖദുഃഖങ്ങൾ ഇടകലർന്ന ലോകസ്വഭാവം ആംഗികാഭിനയങ്ങളോടു കൂടിച്ചേരുമ്പോൾ നാട്യമെന്നു പറയപ്പെടുന്നു' എന്നാണ് നിർവചനം. ഇവിടെയെല്ലാം നാട്യം ലോകാനുകരണമാണെന്ന് *നാട്യശാസ്ത്ര*കാരൻ സ്ഥാപിക്കുന്നുണ്ട്. ഒപ്പം ലോകോപകാരാർഥമാണെന്നും.

നാട്യസ്വരൂപം

'നട' എന്ന ധാതുവിനോട് 'ണ്യ' പ്രത്യയം ചേർത്തു സൃഷ്ടിച്ചതാണ് നാട്യം എന്ന പദം. നാട്യം അഭിനയം തന്നെയാണ്. 'നീഞ്' ധാതുവിനോട് 'അഭി' എന്ന പുരപ്രത്യയം ചേർന്ന് (ഉപസർഗം) ഉണ്ടായതാണ് അഭിനയം. 'മുന്നോട്ടു നയിക്കുക' എന്നർഥം. പദാർഥങ്ങളെയും ഭാവങ്ങളെയും അഭിവ്യഞ്ജിപ്പിക്കുന്ന പ്രവൃത്തിയെ അഭിനയം എന്നുപറയാം. അഭിനയം നാലുതരത്തിലുള്ളതായി ഭാരതീയർ പറയുന്നു. ആംഗികം, വാചികം, സാത്വികം, ആഹാര്യം എന്നിവയാണ് നാലുവിധം അഭിനയങ്ങൾ. പഞ്ചാംഗമാണ് നാട്യം എന്നു അഭിനവഗുപ്തൻ പറയുന്നു. ആംഗികവാചികസാത്വികാഭിനയവും ഗീതം, മേളം (ആതോദ്യം) എന്നിവയുമാണ് നാട്യത്തിലെ അഞ്ചംഗങ്ങൾ. അംഗങ്ങൾ കൊണ്ടുചെയ്യുന്നതാണ് ആംഗികം. *നാട്യശാസ്ത്ര*മനുസരിച്ച് അംഗങ്ങൾ മൂന്നുവിധത്തിൽപ്പെടുന്നു. തല ഉത്തമാംഗമാണ്. തലകൊണ്ടുചെയ്യുന്ന വിവിധ ചലനങ്ങൾ ഉത്തമാംഗാഭിനയമാണ്. ഉരസ്സ്, ജഠരം തുടങ്ങിയവ ശരീരമാണ്. അവ കൊണ്ടുചെയ്യുന്നത് ശരീരാഭിനയം. ഊരു, ജംഘ, പാദം എന്നിവ കൊണ്ടുചെയ്യുന്നത് ചാരി.

ഭാഷയിലൂടെയുള്ള അഭിനയമാണ് വാചികം. മനസിന്റെ മുഖത്തിലൂടെയുള്ള പ്രകാശനമാണ് സാത്വികം. സ്തംഭം, പ്രളയം, രോമാഞ്ചം, സ്വേദം, വൈവർണ്യം, വേപഥു, അശ്രു, വൈസ്വര്യം എന്നിങ്ങനെ എട്ടു സാത്വികഭാവങ്ങളുണ്ടെന്നാണ് *നാട്യശാസ്ത്രം* പറയുന്നത്. നാട്യത്തിന്റെ ത്രിത്വഘടനയാണ് അതിനെ വേർതിരിച്ചുനിർത്തുന്നത്. കവി (നാടകകൃത്ത്) നടന്മാർ, ആസ്വാദകർ എന്നിവയാണ് ഈ മൂന്നുഘടകങ്ങൾ. ലോകവൃത്താന്തത്തെ നാടകകൃത്ത് നാടകമാക്കി അവതരിപ്പിക്കുകയും കവി സൃഷ്ടിച്ച കഥാപാത്രങ്ങളെ നടന്മാർ ആസ്വാദകർക്കുമുമ്പിൽ അവതരിപ്പിക്കുകയും ചെയ്യുന്നു. ഇങ്ങനെ സാഹിത്യകാരൻ, അരങ്ങ്, പ്രേക്ഷകൻ എന്നീ മൂന്നവസ്ഥകളിലൂടെ പൂർണത പ്രാപിക്കുന്നതാണ് ഒരു ദൃശ്യകല. ഈ മൂന്നവസ്ഥകളിൽ ഒന്നിന്റെ അഭാവം നാട്യത്തെ അതല്ലാതാക്കി മാറ്റുന്നു.

നാട്യം രസാത്മകമാണ്. രസനിരപേക്ഷമായി നാട്യത്തിൽ ഒന്നും തന്നെയില്ല. 'നഹിരസാദൃതേ കശ്ചിദർത്ഥഃ പ്രവർത്തതേ' എന്നു ഭരതൻ രസത്തിന്റെ പ്രാധാന്യത്തെ ഓർമിപ്പിക്കുന്നുണ്ട്. 'വിഭാവാനുഭാവവ്യഭിചാരീസംയോഗാദ് രസനിഷ്പത്തി' എന്ന് അദ്ദേഹം രസത്തെ നിർവചിക്കുന്നു. നാൽപ്പത്തിരണ്ടു ഭാവങ്ങൾ മനുഷ്യമനസിൽ അങ്കുരിക്കുന്നുണ്ട്. എന്നാൽ അവയിൽ ഒമ്പതെണ്ണം മാത്രമേ സ്ഥായിയായി നിലനിൽക്കുന്നുള്ളൂ. ഇവയെ സ്ഥായീഭാവങ്ങൾ എന്നുപറയുന്നു. മറ്റുള്ളവ അസ്ഥിരങ്ങളാണ്. പ്രത്യേക സാഹചര്യങ്ങളിൽ മനസിൽ ഉദ്ഭൂതമാകുകയും സാഹചര്യങ്ങൾ ഇല്ലാതാകുമ്പോൾ ഇവ മനസിൽനിന്ന് അപ്രത്യക്ഷമാകുകയും ചെയ്യും. രസം ആവിഷ്കരിക്കുന്നതിനുള്ള മാർഗങ്ങൾ തന്നെയാണ് അനുഭാവങ്ങൾ. വ്യത്യസ്ത അഭിനയരീതികൾതന്നെയാണ് അനു

ഭാവം. വിഭാവംകൊണ്ട് സമാഹൃതമായ രതി മുതലായ സ്ഥായീഭാവങ്ങളെ പ്രേക്ഷകരിലേക്ക് എത്തിക്കുകയാണ് അനുഭാവം എന്നതുകൊണ്ടർഥമാക്കുന്നത്. വിഭാവേനാഹൃതം കാര്യം അനുഭാവേന നീയതേ (ഭരതൻ, *നാട്യശാസ്ത്രം*).

വാദ്യം, ഗീതം, അഭിനയം എന്നിങ്ങനെ ഒട്ടേറെ അംശങ്ങൾ ഉൾച്ചേർന്നിരിക്കുന്ന ഒരു ദൃശ്യകലയിലെ പ്രധാനാംശം നടനെ കേന്ദ്രീകരിച്ചു നിൽക്കുന്ന അഭിനയമാണ്. സ്റ്റേജിന്റെ ആകാര പരിധിക്കുള്ളിൽ നിന്നുകൊണ്ട് നടൻ അല്ലെങ്കിൽ നടി എങ്ങനെയെല്ലാം പ്രവർത്തിക്കുന്നു, എന്തെല്ലാം പ്രവർത്തിക്കുന്നു എന്നതാണ് ഭാവപ്രകാശനത്തെ സാധ്യമാക്കിത്തീർക്കുന്നത്. അരങ്ങിന്റെ ഭൂപരിധിക്കുള്ളിൽ മുന്നോട്ടും പിന്നോട്ടും വശങ്ങളിലേക്കും ചലിച്ചുകൊണ്ട് നടൻ ആ പ്രദേശത്തെ നിയതമായ രംഗസ്ഥലിയാക്കി മാറ്റുന്നു. അങ്ങനെ പാലക്കാട്ടെ ഒരു ഗ്രാമപ്രദേശം സ്വർഗമോ പാതാളമോ ഹസ്തിനപുരമോ ആയി മാറുന്നു. ഇങ്ങനെ ഒരു യഥാർഥ ലോകത്ത് മറ്റൊരു സാങ്കൽപ്പികലോകത്തെ ആവാഹിച്ചുകൊണ്ടാണ് നടൻ തന്റെ നടനം ആരംഭിക്കുന്നത്. ആധുനിക നാടകവേദിയിലെ അരങ്ങൊരുക്കങ്ങളൊന്നും കേരളീയ ദൃശ്യവേദിയിലില്ല. നടന്റെ ചലനങ്ങൾ രൂപംകൊടുക്കുന്ന സാങ്കൽപ്പികമായ ഇടമാണ് അരങ്ങിൽ സൃഷ്ടിക്കപ്പെടുന്നത്. കാടും പർവതവും ഉദ്യാനവും നഗരങ്ങളും ഗ്രാമങ്ങളുമെല്ലാം ഈവിധം ചലനങ്ങളിലൂടെയാണ് നിർമിക്കുന്നത്. ഗോകുലം എന്ന പ്രദേശത്തെ അരങ്ങിൽ സൃഷ്ടിക്കുന്ന നടൻ പശുക്കൾ, പശുക്കുട്ടികൾ, ഗോപാലന്മാർ, ഗോപസ്ത്രീകൾ, ഗോപാല ബാലന്മാർ എന്നിവരെ വേറെ വേറെ നിർമിക്കുന്നു. പശുവിനെ കറക്കുന്നവരും തൈര് കടയുന്നവരും തൈരിൽനിന്നുയരുന്ന ഗന്ധവും എല്ലാം ചേർന്ന ഒരു സമഗ്രതയാണ് ഗോകുലം എന്ന ആശയത്തെ ആസ്വാദകനിലേക്ക് പ്രക്ഷേപിക്കുന്നത്.

നടൻ നിർമിക്കുന്ന സ്റ്റേജിന്റെ ആകാരപരിധിക്കുള്ളിൽ മുന്നോട്ടും പിന്നോട്ടുമെല്ലാം തന്റെ ശരീരം ചലിപ്പിക്കുന്നതോടൊപ്പംതന്നെ തന്റെ ശരീരത്തെ ഭൂപരിധിക്കുമുകളിലുള്ള ശൂന്യതയിലേക്ക് വിന്യസിക്കുന്ന മറ്റൊരുവിധ ചലനവും സംഭവിക്കുന്നുണ്ട്. നടൻ ചലിക്കുമ്പോഴും ആ ചലനത്തിനു വിപരീതമായോ സമാന്തരമായോ ശരീരാവയവങ്ങളെ ചലിപ്പിക്കുന്ന പ്രക്രിയയാണിത്. മുന്നോട്ടു കുനിയുക പിന്നിലേക്കും വശങ്ങളിലേക്കും വളയുക എന്നിവയിലൂടെയാണ് ഇത്തരം ചലനം നിർവഹിക്കപ്പെടുന്നത്. ഇങ്ങനെ കാല്, ശരീരം, ശിരസ്സ് എന്നിവ ഭൂമിക്കു മുകളിലുള്ള ശൂന്യതയെ മൂന്നു ഖണ്ഡങ്ങളായി തിരിച്ച് ഓരോ പ്രദേശത്തേക്കും വ്യാപരിപ്പിക്കുകയാണ് ഇതിലൂടെ ചെയ്യുന്നത്. ഇങ്ങനെ ഭൂമിയും മുകളിലുള്ള ശൂന്യപ്രദേശങ്ങളും ഉപയോഗിച്ചുകൊണ്ടാണ് നടൻ ചലനങ്ങളെ സാധ്യമാക്കുന്നത്. ഈ ചലനങ്ങളിലൂടെയാണ് നടൻ രൂപംകൊടുക്കുന്ന ശരീരഭാഷ സൃഷ്ടിക്കപ്പെടുന്നത്. ഇങ്ങനെ നടൻ ആശയങ്ങളെ ആവിഷ്കരിക്കാൻ ഉതകുന്ന ഒരു ശരീരഭാഷയ്ക്ക് സ്വയം രൂപംകൊടുക്കുകയും അതി

ലൂടെ ആശയങ്ങളെ പ്രേക്ഷകരിലേക്ക് പ്രക്ഷേപിക്കുകയും ചെയ്യുന്ന പ്രക്രിയയാണ് നൃത്തം അല്ലെങ്കിൽ നാട്യം എന്നുപറയുന്നത്. കേരളീയ രംഗകലകളെ സംബന്ധിച്ചിടത്തോളം ഭൗതികവസ്തുക്കളുടെയൊന്നും സഹായമില്ലാതെ നടൻ സൃഷ്ടിച്ചെടുക്കേണ്ടതാണ് അരങ്ങൊരുക്കമടക്കമുള്ളതെല്ലാം.

ഭാവം ഒരു മാനസിക പ്രക്രിയയാണെങ്കിൽപ്പോലും അതിന് ശാരീരികമായ ഒരു അവസ്ഥാന്തരംകൂടി സംഭവിക്കുന്നുണ്ട്. ദുഃഖമേറുമ്പോൾ ബോധക്ഷയം വരുന്നതും സന്തോഷിക്കുമ്പോൾ തുള്ളിച്ചാടുന്നതും ഭയക്കുമ്പോൾ പതുങ്ങുന്നതും ഇത്തരം ശാരീരിക പ്രവർത്തനങ്ങളാണ്. ഭാവത്തെ പ്രകടമാക്കുന്ന ഇത്തരം ശാരീരികപ്രവർത്തനങ്ങളാണ് നടന്റെ പാത്രാവിഷ്കാരത്തെ ഏറ്റവും കൂടുതൽ സഹായിക്കുന്നത്. കേരളീയ നൃത്തങ്ങൾ പിന്തുടരുന്ന കലാശങ്ങൾ, ചുഴിപ്പുകൾ, പലതരം അടവുകൾ എന്നിവയിലൂടെ നിഷ്കൃഷ്ടമായ ബാഹ്യചലനങ്ങളാണ് നടൻ ഭാവപ്രകാശനത്തിനും പാത്രാവതരണത്തിനും മുഖ്യമായി അവലംബമാക്കുന്നത്. ഒരു ബിന്ദുവിൽനിന്ന് അനുക്രമം വികസിക്കുന്ന ചലനപ്രക്രിയ അരങ്ങുമുഴുവൻ വ്യാപിക്കുന്നു. കലാശങ്ങൾക്കും ചുവടുകൾക്കും നൃത്തത്തിൽ പ്രാധാന്യം വരുന്നതിങ്ങനെയാണ്. 'കാന്താ' എന്ന സ്നേഹമസൃണമായ വാക്കിനെ ആവിഷ്കരിക്കുന്ന നടി അനുകൂലമായ ചലനങ്ങളിലൂടെ സ്നേഹം എന്ന ആശയത്തെയും അതുൾക്കൊള്ളുന്ന വികാരത്തെയും ബാഹ്യവൽക്കരിക്കുന്നു. ചലനങ്ങളിലൂടെ പ്രസരിക്കപ്പെടുന്ന ഭാവം ആസ്വാദകനിലേക്ക് പകരുക എന്ന പ്രക്രിയ നടന്നു കഴിയുമ്പോഴാണ് അഭിനയം എന്ന ധർമം പൂർണമാകുന്നത്. ഇതാണ് നൃത്തം ഭാവാവിഷ്കാരം നിർവഹിക്കുന്ന രീതി.

അഭിനയം രണ്ടുതരത്തിലുണ്ട്. ശാസ്ത്രീയമായിട്ടല്ലാതെ അനുവർത്തിക്കുന്നരീതി ലോകധർമിയും ശാസ്ത്രീയമായി നിർണയിക്കപ്പെട്ട രീതി നാട്യധർമിയുമാണ്. നാട്യധർമികൊണ്ടുമാത്രം പലപ്പോഴും അഭിനയം പൂർണമാകണമെന്നില്ല. ഇത്തരം സന്ദർഭങ്ങളിൽ ലോകധർമി ഉപയോഗിക്കുന്നു.

കഥാപാത്രങ്ങളെയും അവയിൽ സ്ഥായീഭാവത്തെ വളർത്തി പുഷ്ടിപ്പെടുത്തുന്ന സാഹചര്യങ്ങളെയുമാണ് വിഭാവം എന്നതുകൊണ്ടുദ്ദേശിക്കുന്നത്. സ്ഥായീഭാവം എന്തിനെ അവലംബിച്ചാണോ വളരുന്നത് അത് ആലമ്പനവിഭാവം. നളനിൽ രതിഭാവം വളരുന്നതിനുള്ള ആലമ്പനവിഭാവം ദമയന്തിയാണ്. ദമയന്തിയുടെ ആലമ്പനവിഭാവം നളനും. അതിനാൽ നളദമയന്തിമാർ പരസ്പരം ആലമ്പനവിഭാവങ്ങളാണ്. സ്ഥായീഭാവത്തെ വളർത്തുന്നത് ഉചിതമായ സാഹചര്യങ്ങളാണ്. നട്ടുച്ചയ്ക്ക് ചുട്ടുപൊള്ളുന്ന വെയിലിൽ രതിഭാവം ഒരിക്കലും വളരുകയില്ലല്ലോ? അതിനനുകൂലമായ സാഹചര്യം വേണം.

'പൂത്തും തളിർത്തുമല്ലാതെ ഭൂരുഹങ്ങളിൽ
പേർത്തും ഒന്നില്ലിവിടെ കാണ്മാൻ

ആർത്തുനടക്കും വണ്ടിൻ ചാർത്തും കുയിൽക്കുലവും'

ദമയന്തിയുടെ മനസിൽ അങ്കുരിച്ച പ്രണയത്തെ ഉദ്ദീപ്തമാക്കുന്ന സാഹചര്യങ്ങളിവയാണ്. രതി എന്ന സ്ഥായീഭാവത്തിന്റെ ഉദ്ദീപന വിഭാവങ്ങളാണിവ. നിർവികാരത (നിർവേദം) ഗ്ലാനി തുടങ്ങിയ അസ്ഥിരങ്ങളായ ഭാവങ്ങൾ ചിലപ്പോൾ മനസിൽ ഉണർന്നു എന്നുവരാം. ദമയന്തിയെക്കുറിച്ചു കേട്ട നളൻ അലസനായി രാജ്യഭാരം മന്ത്രിമാരെ ഏൽപ്പിച്ച് ഉദ്യാനത്തിൽ ചെന്നിരുന്നുവെന്ന് കവി സൂചിപ്പിക്കുന്നുണ്ട്. ഈ നിർമമത്വമാണ് നിർവേദം. ഇതു സ്ഥിരമല്ല. ചില അനുകൂലസാഹചര്യങ്ങളിൽ അങ്കുരിക്കുന്നുവെന്നുമാത്രം. ഇത്തരം അസ്ഥിരഭാവങ്ങളാണ് വ്യഭിചാരികൾ.

ഇങ്ങനെ, കഥാപാത്രങ്ങളെ അനുകരിക്കുന്ന നടൻ അവയുടെ മനോവികാരങ്ങളെ അനുകൂലമായ സാഹചര്യങ്ങളിൽ വളർത്തി മുഖം, മറ്റവയവങ്ങൾ എന്നിവകൊണ്ട് പ്രകടമാക്കി അവതരിപ്പിക്കുകയും അതിലൂടെ ആസ്വാദകമനസിൽ പ്രതിഫലിക്കുകയും ചെയ്യുന്ന വൈകാരികാനുഭൂതിയാണ് രസം എന്നുപറയാം. ഒമ്പതു സ്ഥായീഭാവങ്ങളാണ് നവരസങ്ങളായി പരിണമിക്കുന്നത്. രതി, ഹാസം, ശോകം, ക്രോധം, ഉത്സാഹം, ഭയം, ജുഗുപ്സ, വിസ്മയം, നിർവേദം എന്നിവയാണ് ഒമ്പതു സ്ഥായീഭാവങ്ങൾ. ഇവ യഥാക്രമം ശൃംഗാരം, ഹാസ്യം, കരുണം, രൗദ്രം, വീരം, ഭയാനകം, ബീഭത്സം, അത്ഭുതം, ശാന്തം എന്നീ നവരസങ്ങളായി പരിണമിക്കുന്നു. ഇവയെ ഒമ്പതു ദൃഷ്ടികൾ ഉപയോഗിച്ചാണ് പ്രത്യക്ഷമാക്കുന്നത്. നവരസാഭിനയം എന്നു പറയപ്പെടുന്ന ഈ ഒമ്പതു ദൃഷ്ടികൾ:-

1. ശൃംഗാരം

കണ്ണും മുഖവും പ്രസന്നമാക്കി പുഞ്ചിരിച്ചു മധുരമായി അംഗവിന്യാസം ചെയ്തുകൊണ്ട് ശൃംഗാരം അഭിനയിക്കണമെന്നാണു നിയമം. കണ്ണിന്റെ മധ്യം വിടർന്ന്, അറ്റം ചുരുക്കി കൃഷ്ണമണികൾകൊണ്ട് മന്ദഹാസത്തെ ദ്യോതിപ്പിച്ച് പുരികം അൽപ്പം ഇളക്കിവേണം ശൃംഗാരം അഭിനയിക്കുവാൻ. ശൃംഗാരം സംഭോഗമെന്നും വിപ്രലംഭമെന്നും രണ്ടുതരത്തിലുണ്ട്. നായികാനായകന്മാരുടെ പരസ്പരസാമീപ്യം മൂലമുണ്ടാകുന്നത് സംഭോഗം. അവരുടെ വിരഹാവസ്ഥയിലുള്ളത് വിപ്രലംഭം.

2. ഹാസ്യം

കൺപോളകൾ ചുരുക്കി ഇളകാതെ നിർത്തി കൃഷ്ണമണികൾ പുറകിലേക്ക് വലിച്ചു സന്തോഷത്തോടെ നിർത്തിയാൽ ഹാസ്യമാകും.

3. കരുണം

കണ്ണിന്റെ മേൽപ്പോളകൾ ബലമില്ലാതെ കീഴ്പ്പോട്ടു വീഴ്ത്തിയും കണ്ണിൽ വെള്ളം നിറച്ചും നാസികാഗ്രത്തിനുനേരെ മുമ്പിലേക്കായി ദുഃഖ

ത്തോടെ നോക്കുന്നത് കരുണദൃഷ്ടി. കൃഷ്ണമണികൾ ഉറപ്പിച്ചു നിർത്തണമെന്നും പതുക്കെ ചലിപ്പിക്കണമെന്നും രണ്ടഭിപ്രായമുണ്ട്.

4. രൗദ്രം

കണ്ണിന്റെ രണ്ടുപോളകളും തുറന്ന് വൃത്താകാരമാക്കി കണ്ണുകളെ നിർത്തി കൃഷ്ണമണികൾ ഇളക്കാതെ പുരികം വളച്ചുകാണിച്ചാൽ രൗദ്രദൃഷ്ടിയാകും. കൃഷ്ണമണിയിൽ വായുകൊടുത്ത് (ഊർജം പ്രസരിപ്പിച്ചുനിർത്തി) ദൂരേക്ക് ശത്രുവിനെ നോക്കുന്നമട്ടിൽ ഉള്ള ക്രൂരമായ ദൃഷ്ടിയാണ് രൗദ്രം.

5. വീരം

കണ്ണിന്റെ പോളകൾ വിടർത്തി കണ്ണിന്റെ വെളുത്തഭാഗം മുകളിലും താഴെയും കാണിക്കുംവിധം തുറന്നുപിടിച്ച് കൃഷ്ണമണികൾ കണ്ണിന്റെ നടുവിൽ ഉറപ്പിച്ച് ഉത്സാഹം തോന്നിപ്പിക്കുന്ന രീതിയിൽ കാട്ടുന്നത് വീരരസദൃഷ്ടി.

6. ഭയാനകം

കണ്ണുകൾ നല്ലപോലെ തുറന്ന് ഇമവെട്ടാതെ നിർത്തി കണ്ണിന്റെ മധ്യഭാഗം അൽപ്പം പുറത്തേക്ക് തള്ളിപ്പിടിച്ചും കൃഷ്ണമണികൾ ഇടത്തോട്ടും വലത്തോട്ടും വേഗത്തിൽ ഇളക്കിയും ഭയപ്പെടുന്ന വസ്തുവിനെ കാണുന്നപോലെ നോക്കി അഭിനയിച്ചാൽ ഭയാനക ദൃഷ്ടിയാകും.

7. ബീഭത്സം

കൺപോളകൾ ചുരുക്കി അൽപ്പം മുകളിലേക്ക് ഇമകൾക്കിടയിലൂടെ നോക്കി കൃഷ്ണമണി ദുർബലമാക്കി തടങ്ങൾ ചുരുക്കി കാണിക്കുമ്പോൾ ബീഭത്സദൃഷ്ടിയാകും.

8. അത്ഭുതം

കണ്ണിന്റെ മുകൾഭാഗം കാണുംവിധം കൺപോളകൾ വിടർത്തി ഇളക്കമില്ലാതെ ഉരുട്ടിമിഴിച്ചുനോക്കിയാൽ അത്ഭുതമായി.

9. ശാന്തം

കണ്ണുതുറിക്കാതെ കൃഷ്ണമണി അനായാസമായി കണ്ണിന്റെ മാധ്യഭാഗത്തു നിർത്തി മറ്റൊരു ഭാവവും പ്രകടമാകാത്തവിധം ചിന്താസമന്വിതമായി പിടിച്ചാൽ ശാന്തരസ ദൃഷ്ടിയാകും.

സ്ഥായീഭാവം ശരീരംകൊണ്ട് പ്രകടമാക്കുന്നതാണ് അനുഭാവം. നോട്ടം, പുരികംവെട്ടിക്കൽ തുടങ്ങിയ ബാഹ്യപ്രകടനങ്ങളാണ് അനുഭാവം എന്നതുകൊണ്ട് അർഥമാക്കുന്നത്.

സാത്വികഭാവങ്ങൾ എട്ടുവിധമുണ്ട്. വികാരങ്ങൾ ശരീരത്തിനുണ്ടാക്കുന്ന വ്യതിയാനങ്ങളാണ് സാത്വികഭാവങ്ങൾ. സത്വത്തെ സംബന്ധിച്ചവയാണ് സാത്വികം. സത്വമെന്നാൽ മനസിന്റെ പ്രഭാവംതന്നെ. സ്തംഭം, പ്രളയം, രോമാഞ്ചം, സ്വേദം, വൈവർണ്യം, വേപഥു, അശ്രു, വൈസ്വര്യം (സ്വരസാദം) എന്നിങ്ങനെയാണ് എട്ടുസാത്വികഭാവങ്ങൾ. രതി മുതലായ ഭാവങ്ങൾ ശരീരത്തിൽ വ്യാപിക്കുമ്പോഴാണ് സ്തംഭം, പ്രളയം എന്നിവയുണ്ടാകുന്നത്.

സ്തംഭം - ഭയം മുതലായ വികാരങ്ങൾ ശരീരത്തിനുണ്ടാക്കുന്ന നിശ്ചേഷ്ടമായ അവസ്ഥയാണ് സ്തംഭം.
പ്രളയം - വികാരാധിക്യംമൂലം ഇന്ദ്രിയങ്ങൾ പ്രവർത്തിക്കാതെ വരുന്ന അവസ്ഥയാണ് പ്രളയം.
രോമാഞ്ചം - വികാരങ്ങൾകൊണ്ട് രോമം എഴുന്നുനിൽക്കുന്നതാണ് രോമാഞ്ചം.
സ്വേദം - വിയർപ്പുണ്ടാക്കുന്നത് സ്വേദം.
വൈവർണ്യം - മുഖം തുടുക്കുക, വിളറുക എന്നിങ്ങനെ ശരീരത്തിന്റെ നിറംമാറുന്നത് വൈവർണ്യം.
വേപഥു - ശരീരം വിറപ്പിക്കുന്നത് വേപഥു.
അശ്രു - കണ്ണുനീർ ഉണ്ടാകുന്നത് അശ്രു.
വൈസ്വര്യം - വാക്കുകൾ ഇടറുന്ന അവസ്ഥ വൈസ്വര്യം.

ഒമ്പതു സ്ഥായീഭാവങ്ങളും മുപ്പത്തിമൂന്ന് വ്യഭിചാരീഭാവങ്ങളുമാണ് മനുഷ്യമനസിൽ ഉണർന്നു പ്രവൃത്തിക്കുന്നത്. ഇവയിൽ സ്ഥായീഭാവം മാത്രമേ സ്ഥിരമായിട്ടുള്ളൂ. മറ്റുള്ളവ അസ്ഥിരങ്ങളാണ്. അനുകൂലമായ സാഹചര്യങ്ങളിൽ മാത്രം ഉണരുകയും സാഹചര്യങ്ങൾ ഇല്ലാതാകുമ്പോൾ ഇല്ലാതാകുകയും ചെയ്യുന്നവയാണ് സഞ്ചാരീഭാവങ്ങൾ. 33 സഞ്ചാരീഭാവങ്ങളും അവ ഉണർത്തപ്പെടുന്ന ചില സന്ദർഭങ്ങളും.

1. നിർവേദം - മനസു മടുത്ത അവസ്ഥ.
2. ഗ്ലാനി - ശരീരത്തിന്റെ തളർച്ച.
3. ആശങ്ക - അഹിതമായി സംഭവിക്കാൻ പോകുന്ന കാര്യങ്ങളെക്കുറിച്ചുള്ള സംശയം.
4. അസൂയ - മറ്റുള്ളവരുടെ ഉന്നതിയിൽ അസഹ്യത.
5. മദം - മദ്യം മുതലായി സന്തോഷം നൽകുന്ന വസ്തുക്കൾ ഉപയോഗിക്കുമ്പോഴുണ്ടാകുന്ന അവസ്ഥ.
6. ശ്രമം - പ്രവൃത്തിചെയ്തതുകൊണ്ടുള്ള ക്ഷീണം.
7. ആലസ്യം - പ്രവൃത്തി ചെയ്യുവാനുള്ള മടി.
8. ദൈന്യം - അശക്തികാരണമുണ്ടാകുന്ന ക്ഷീണം.
9. ചിന്ത - ഒരു കാര്യത്തെക്കുറിച്ചുള്ള ആലോചന.
10. ധൃതി - ഒന്നു ചെയ്യുവാനുള്ള ധൈര്യം.

11. സ്മൃതി - മുമ്പുചെയ്ത കാര്യങ്ങൾ ഓർക്കൽ.
12. മോഹം - അഹിതമായത് സംഭവിക്കുമെന്ന ശങ്ക.
13. വ്രീള - പ്രശംസ കേൾക്കുമ്പോൾ തോന്നുന്നത്.
14. ചപലത - വൈകാരികമായ ചാപല്യം മൂലമുണ്ടാകുന്നത്.
15. ഹർഷം - നല്ലതുകാണാനുള്ള മോഹം.
16. ആവേഗം - മനസിനുണ്ടാകുന്ന പരിഭ്രമം.
17. ജഡത - ജഡമാകുന്ന അവസ്ഥ.
18. ഗർവം - ആത്മോൽക്കർഷത്തെക്കുറിച്ചുള്ള ധിക്കാരം.
19. വിഷാദം - ദുഃഖം വരുമ്പോഴുണ്ടാകുന്നത്.
20. ഔത്സുക്യം - കാര്യം സാധിക്കണമെന്ന മോഹം.
21. നിദ്ര - ബോധംകെടുന്ന അവസ്ഥ.
22. അപസ്മാരം - ദുഃഖം മുതലായവ കൊണ്ടുണ്ടാകുന്ന ചൂട്.
23. സുപ്തി - ഉറക്കത്തിന്റെ അവസ്ഥ.
24. വിബോധം - കണ്ണുകൾ തിരുമ്മി ഉറക്കമുണരുന്ന അവസ്ഥ
25. അമർഷം - ശത്രുവിനോടുള്ള മാനസികാവസ്ഥ.
26. അവഹിതം - ഭാവങ്ങളെ നിഗൂഢമാക്കി വയ്ക്കൽ.
27. ഉഗ്രത - കുറ്റം ചെയ്യുമ്പോഴുള്ള അവസ്ഥ.
28. മതി - മനസിന്റെ ശാന്ത പ്രതീതി.
29. വ്യാധി - മനഃസ്താപംകൊണ്ടുള്ള ജ്വരം.
30. ഉന്മാദം - ഭ്രാന്തിന്റെ അവസ്ഥ.
31. മരണം - മരിക്കാനുള്ള തയാറെടുപ്പ്.
32. ത്രാസം - ഭയംകൊണ്ടുള്ള സ്തോഭം.
33. സംശയം - വിതർക്കം.

മുദ്രാഭിനയം

അസാധാരണമായ ഉയരവും തടിയുമുള്ള ഒരാളെ കണ്ട കാര്യം മറ്റൊരാൾ സുഹൃത്തിനു വിവരിച്ചു കൊടുക്കുന്ന സന്ദർഭം ഒന്നോർത്തു നോക്കുക. ഇരു കൈപ്പടങ്ങളും നിവർത്തി ചെരിച്ച് പരസ്പരം അഭിമുഖ മായി പിടിച്ച് മുകളിലേക്ക് ഉയർത്തിക്കാണിച്ച് വലുപ്പം പ്രത്യക്ഷമാക്കി ക്കൊണ്ടാണ് അയാൾ വിവരിക്കുക. ഭാഷണത്തോടൊപ്പം ആംഗ്യവും കാട്ടുകയെന്നത് മനുഷ്യസഹജമാണ്. വലിയ, ചെറിയ, വരിക, പോകുക, നീ, അവിടെ എന്നിങ്ങനെയുള്ള വാക്കുകൾ ഉച്ചരിക്കുമ്പോൾ ആംഗ്യ ത്തോടെ കേൾവിക്കാരന് വ്യക്തമാക്കിക്കൊടുക്കുവാൻ എല്ലാവരും ശ്രമി ക്കാറുണ്ട്. ഇങ്ങനെയുള്ള ആംഗ്യങ്ങൾ ആവിഷ്കാരസൗന്ദര്യം നൽകി ശൈലീകരിച്ച് അവതരിപ്പിക്കുമ്പോൾ അവ മുദ്രകളാകും. ഇരുപത്തി നാല് അടിസ്ഥാനമുദ്രകൾ ഭരതൻ *നാട്യശാസ്ത്ര*ത്തിൽ വിവരിക്കുന്നുണ്ട്. എന്നാൽ കേരളീയകലകൾ *ഹസ്തലക്ഷണ ദീപിക*യെന്ന അജ്ഞാത കർതൃകമായ കൃതിയാണ് പിന്തുടരുന്നത്. ഇരുപത്തിനാല് അടിസ്ഥാന മുദ്രകളും അവയുപയോഗിച്ച് രൂപംകൊടുത്ത നാനൂറിലധികം മുദ്രാ

പ്രയോഗങ്ങളും *ഹസ്തലക്ഷണദീപിക* വിവരിക്കുന്നുണ്ട്. ഇതിനുപുറമേ *നാട്യശാസ്ത്ര*മടക്കം മറ്റുകൃതികളിൽനിന്ന് ആവശ്യാനുസരണം ആചാര്യന്മാർ മുദ്രകൾ സ്വീകരിച്ചിട്ടുമുണ്ട്. മുദ്രയില്ലാത്ത വാക്കുകൾക്ക് പുതിയ മുദ്രകൾ സൃഷ്ടിച്ചിരിക്കുന്നതും അപൂർവമായിട്ടുണ്ട്.

മുദ്രകൾ ഒരു കൈകൊണ്ടു മാത്രമായോ ഇരുകൈ കൊണ്ടുമോ കാണിക്കാം. ഒരേമുദ്ര രണ്ടു കൈയിലും പിടിച്ചാൽ അതിനെ സംയുത ഹസ്തമെന്നും ഒരു കൈകൊണ്ട് കാണിച്ചാൽ അസംയുതമെന്നും പറയും. രണ്ടു കൈയിൽ വ്യത്യസ്ത മുദ്രകൾ പിടിച്ചാൽ മിശ്രമാകും. ഉദാഹരണത്തിന് പെരുവിരൽ വളച്ച് അതിന്മേൽ ചൂണ്ടാണിവിരൽ മടക്കിത്തൊടുവിച്ചാൽ മുദ്രാഖ്യമുദ്രയാകും. ഒരുകൈകൊണ്ട് നെഞ്ചിനുതാഴെ ഇതു കമഴ്ത്തി കീഴ്പോട്ടാക്കിപ്പിടിച്ചാൽ മനസ്സ് എന്നർഥമാണ്. ഇരുകൈകളിലും മുദ്രാഖ്യ പിടിച്ച് മുട്ടുനിവർത്തി മുന്നിലേക്ക് നീട്ടിപ്പിടിച്ചാൽ വരിക എന്നാകും. ഇതു മുന്നിലൂടെ അർധവൃത്താകൃതിയിൽ ചലിപ്പിച്ചാൽ എല്ലാമെന്നാകും.

ഇരുകൈയിലും ഓരോതരം മുദ്രപിടിച്ചു കാണിക്കുമ്പോഴാണ് അതു മിശ്രമാകുന്നത്. ഹംസപക്ഷവും മൃഗശീർഷവും പിടിച്ചുകൊണ്ടാണ് ശിവൻ എന്ന മുദ്ര കാണിക്കേണ്ടത്. വിരലുകൾ എല്ലാം നിവർത്തിപ്പിടിക്കുന്നതാണ് ഹംസപക്ഷം. കുനിച്ച നടുവിരലിന്റെയും മോതിരവിരലിന്റെയും താഴെ പെരുവിരൽതൊടുവിച്ചാൽ മൃഗശീർഷമാകും. ഈരണ്ടു മുദ്രകളും ചേർന്നാണ് ശിവൻ എന്നർഥം ഉണ്ടാക്കുന്നത്. രണ്ടുവാക്കുകൾ ചേർത്ത് ഒരർഥം ഉണ്ടാക്കുന്ന സമസ്ത പദങ്ങൾ ഭാഷയിൽ പ്രവർത്തിക്കുന്നതുപോലെ മിശ്രമുദ്രകൾ പ്രയോഗിച്ച് പുതിയ അർഥം സൃഷ്ടിക്കുന്ന രീതി തന്നെയാണ് മുദ്രാഭാഷയിലും. സ്ത്രീ എന്നത് കടകം എന്ന അടിസ്ഥാനമുദ്ര ഉപയോഗിച്ചാണ് കാണിക്കേണ്ടത്. ശിവൻ എന്ന മുദ്ര ഒരു കൈയിൽ മൃഗശീർഷം പിടിച്ചുകൊണ്ടാണ്. അതിനാൽ പാർവതി എന്ന മുദ്ര സൃഷ്ടിച്ചത് ഒരു കൈയിൽ കടകവും മറുകൈയിൽ മൃഗശീർഷവുമായാണ്. അപ്പോൾ ശിവാ ശിവന്റെ ഭാര്യ എന്ന് അർഥം ലഭിക്കും ഇന്ദ്രൻ, വിമാനം തുടങ്ങിയവയെല്ലാം ഇങ്ങനെ സൃഷ്ടിക്കുന്നവയാണ്.

ഭാവാത്മകമായി മുദ്ര പിടിച്ചാൽ മാത്രമേ അർഥം സംവേദനം ചെയ്യപ്പെടുകയുള്ളൂ. ദുഃഖം എന്ന മുദ്രപിടിക്കുമ്പോൾ മുഖത്തു ശോകം വേണം. മുഖം മാത്രമല്ല ശരീരം മുഴുവൻ ഭാവത്തോട് അലിഞ്ഞു ചേർന്നുനിൽക്കണം. അതുകൊണ്ട് മുദ്ര മാത്രമാണ് അർഥസംവേദനോപാധി എന്നു കരുതരുത്. അംഗോപാംഗങ്ങളെല്ലാം ഒരുപോലെ പങ്കുചേർന്നാൽ മാത്രമേ സഫലമായ ആവിഷ്കാരം സാധ്യമാകൂ.

ഒരർഥത്തിന് ഒരു മുദ്ര എന്നതു നിശ്ചിതമാണെങ്കിലും നാട്യത്തിലായാലും നൃത്തത്തിലായാലും അർഥത്തെ വ്യാഖ്യാനിച്ച് വിപുലീകരിച്ച് ആവിഷ്കരിക്കാറുണ്ട്. ഉദ്യാനം എന്നതിനു കൃത്യമായ മുദ്രയുണ്ട്. എന്നാൽ, ഉദ്യാനത്തിലെ ഓരോ കാഴ്ചയും പ്രത്യേകമായെടുത്ത് കാണി

ക്കുന്ന രീതിയും സാധാരണമാണ്. അങ്ങനെ ഉദ്യാനം വിസ്തരിക്കുമ്പോൾ വള്ളിക്കുടിലുകൾ, കുന്നുകൾ, സരസ്സ്, താമര, വണ്ടുകൾ, ഹംസങ്ങൾ, മയിലുകൾ, ഇളംകാറ്റ് എന്നിങ്ങനെ ഉദ്യാനത്തിലെ ഓരോ കാഴ്ചയും വർണിക്കുന്നു. ഒരു വസ്തു എന്നതിനപ്പുറം അനുഭവമാക്കി പകർന്നുതരികയെന്നതാണ് ഇത്തരം ആവിഷ്കാരരീതികൾകൊണ്ട് ഉദ്ദേശിക്കുന്നത്. സുമശരൻ എന്നതിനു കാമദേവൻ എന്നാണർഥമെങ്കിലും കാമദേവന്റെ അഞ്ചമ്പുകൾ കൊള്ളുന്നതും അപ്പോഴുള്ള സുഖകരമായ വേദന, പുളകം എന്നിവ അനുഭവിക്കുന്നതും കാണിക്കാറുണ്ട്. അർഥത്തെ വിപുലമാക്കുന്നതിലൂടെ ഭാവസംവേദനമാണ് ഉദ്ദേശിക്കുന്നത്.

ചില വാക്കുകളും ആശയങ്ങളും അഭിനയിക്കേണ്ടിവരുമ്പോൾ സവിശേഷമായ നൃത്തത്തോടെയോ ചലനത്തോടെയോ പതിവുണ്ട്. താരാട്ടുക, നീന്തുക, നൃത്തം ചെയ്യുക എന്നിവ നൃത്തത്തോടെയാണ് ആവിഷ്കരിക്കുക, ബന്ധിക്കുക തുടങ്ങിയ ആശയങ്ങൾക്ക് സവിശേഷമായ ചലനം വേണം. ബന്ധനം എന്നതിന്റെ അർഥം മുഴുവനായും വെളിപ്പെടുത്തുന്നതിനാണ് ഇത്.

ദൃഷ്ടിപ്രയോഗങ്ങൾ

എവിടെ കൈയുണ്ടോ അവിടെ കണ്ണ്-യതോ ഹസ്തസ്തതോ ദൃഷ്ടിഃ - എന്നാണ് ഭാരതീയ *നാട്യശാസ്ത്രം* അനുശാസിക്കുന്നത്. കൈയിനൊപ്പം കണ്ണും ചലിക്കണം. ഇങ്ങനെ കണ്ണുകൾ പലവിധത്തിൽ ചലിപ്പിക്കുന്നു. 21വിധം കണ്ണുകൾ ചലിപ്പിക്കണമെന്നാണ് ശാസ്ത്രവിധി. ഏഴോ എട്ടോ വിധത്തിലേ ഇന്നു പതിവുള്ളൂ.

വൃത്താകാരത്തിൽ കൃഷ്ണമണി ചലിപ്പിക്കുക - കൈകൾ വട്ടത്തിൽ ചുഴിച്ചെടുത്തു കാണിക്കുന്ന മുദ്രകൾക്കാണ് ഇത്തരം ചലനം. പൂർണചന്ദ്രൻ, കഷ്ടം തുടങ്ങിയ മുദ്രകൾ ഉദാഹരിക്കാം.

ഇടത്തോട്ടും വലത്തോട്ടും ചലിപ്പിക്കുക - ഭയം മുതലായ വികാരങ്ങൾ ആവിഷ്കരിക്കുമ്പോൾ ഈ ചലനമാണ്.

മുകളിലേക്കും താഴേക്കും പന്തുകളിയുടെയും മറ്റും സന്ദർഭങ്ങളിൽ പന്ത് ഉയരുകയും താഴുകയും ചെയ്യുന്നതിനനുസരിച്ച് കണ്ണുകൾ മുകളിലേക്കും താഴേക്കും ചലിപ്പിക്കണം.

ഗ എന്നെഴുതുന്നതുപോലെ - തിരമാല തുടങ്ങിയ മുദ്രകൾക്ക് കണ്ണുകൾ ഇപ്രകാരം ചലിപ്പിക്കും.

8 എന്നെഴുതുന്നതുപോലെ ഇതു ലംബമാനമായും തിരശ്ചീനമായും ചെയ്യാറുണ്ട്.

കോണോടുകോൺ ചലിപ്പിച്ചതും അഭ്യസിപ്പിക്കാറുണ്ട്.

കൃത്യമായി കണ്ണുസാധകം ചെയ്തു മാത്രമേ കണ്ണുകൾ ആവശ്യാനുസരണം ചലിപ്പിക്കാൻ കഴിയൂ. രാവിലെ ശുദ്ധമായ പശുവിൻ നെയ്യ് കണ്ണിലെഴുതി വിരലുകൾകൊണ്ട് കണ്ണിന്റെ പോളകൾ തുറന്നു പിടിച്ചാണ് കണ്ണുസാധകം ചെയ്യേണ്ടത്. ഗുരുനാഥന്റെ സാന്നിധ്യത്തിൽ

മാത്രമേ കണ്ണുസാധകം ചെയ്യാവൂ എന്ന് ആചാര്യന്മാർ നിഷ്കർഷിച്ചിട്ടുണ്ട്. ഇല്ലെങ്കിൽ കണ്ണുകൾക്ക് സർപ്പദൃഷ്ടി പോലുള്ള ദോഷങ്ങൾ വരും. ഇതു കണ്ണുകൊണ്ടുള്ള പ്രവൃത്തികളെ ബാധിക്കും.

മെയ് സാധകം

നൃത്തങ്ങൾക്ക് ആവശ്യമായ വിധത്തിൽ മെയ് സാധകം ചെയ്താൽ മാത്രമേ സുകരമായി പ്രവർത്തിക്കാൻ കഴിയൂ. കാൽസാധകം, കൈയിന്റെ വ്യത്യസ്ത രീതിയിലുള്ള സാധകങ്ങൾ, മുഖപേശികൾ ഇളക്കിക്കൊണ്ടുള്ള അഭ്യാസങ്ങൾ, പുരികമിളക്കൽ എന്നിവയെല്ലാംകൊണ്ടേ നൃത്തത്തിൽ ചുവടുകളും അംഗചലനങ്ങളും ആകർഷകമായും താളാനുസാരിയായും വിന്യസിക്കാൻ കഴിയൂ. കഥകളിയിൽ പാദങ്ങൾ വക്കു ചരിച്ചുവച്ചാണ് ചവിട്ടേണ്ടത്. നേരെ ചവിട്ടുമ്പോൾ ഉണ്ടാകാവുന്ന ശരീരത്തിന്റെ കമ്പനം ഒഴിവാക്കാനാണിത്. താഴ്ന്നുനിന്ന് അരക്കെട്ട് ബലമായി ഉറപ്പിച്ചുനിർത്തിയാണ് കാൽസാധകം ചെയ്യേണ്ടത്. എങ്കിൽ മാത്രമേ ശരീരത്തിന്റെ ചലനം അനായാസമാകൂ. കാലുറപ്പിച്ച് ശരീരം വളച്ചെടുക്കേണ്ട ചുഴിപ്പുകൾക്കും മറ്റും ഇത് ആവശ്യമാണ്. ശരീരം ഇളക്കുമ്പോൾ കാലുകൾക്കോ കാലുകൾകൊണ്ട് ചവിട്ടുമ്പോൾ ശരീരത്തിനോ ഇളക്കം സംഭവിക്കരുത്. കാലുകൊണ്ട് ചവിട്ടുമ്പോൾ ശരീരമാകെ കുലുങ്ങുന്നത് ശാസ്ത്രീയമായി കാൽ സാധകം ചെയ്ത് പരിശീലിക്കാത്തതുകൊണ്ടാണ്. ഒരു പൂച്ചെടി ഇളംകാറ്റിൽ ആടുന്നതുപോലെ സ്വാഭാവികമായിരിക്കണം അംഗചലനങ്ങൾ. സാധകം ചെയ്തുറയ്ക്കാത്ത ശരീരംകൊണ്ടുള്ള ചലനങ്ങൾ ഭാവാവിഷ്കാരത്തെ പ്രതികൂലമായിത്തന്നെ ബാധിക്കും.

പാത്രാവിഷ്കൃതിയുടെ സൈദ്ധാന്തികതലം

നടൻ കഥാപാത്രമായി പരിണമിക്കുന്നുവെന്ന സങ്കൽപ്പം കേരളത്തിലെ ദൃശ്യകലകളെ സംബന്ധിച്ചിടത്തോളം അർധസത്യമേ ആകുന്നുള്ളൂ. ഏതോ അദൃശ്യമോ സാങ്കൽപ്പികമോ ആയ രൂപത്തെ ചലനങ്ങളിലൂടെ സൃഷ്ടിച്ചെടുക്കുകയാണ് നടൻ ചെയ്യുന്നത്. ശ്രീകൃഷ്ണനെ കാമുകനായിക്കരുതുന്ന ഒരു ഗോപികയെ ആവിഷ്കരിക്കുന്ന നടി ഒരിക്കൽപ്പോലും ആ കഥാപാത്രത്തെ കാണുകയോ പരിചയപ്പെടുകയോ ചെയ്യുന്നില്ല. കളരിയിൽനിന്നും ലോകാനുഭവങ്ങളിൽനിന്നും സമാഹരിച്ചെടുത്ത സങ്കൽപ്പങ്ങളാണ് നടി കഥാപാത്രത്തിൽ ദർശിക്കുന്നതും കഥാപാത്രത്തെ ആവിഷ്കരിക്കുമ്പോൾ പ്രകടിപ്പിക്കുന്നതും. അതുകൊണ്ടൊരിക്കലും ആ കഥാപാത്രമായി മാറുകയെന്നത് സാധ്യമല്ല. കഥാപാത്രം ഒരു ഭാവത്തിന്റെയോ ആശയത്തിന്റെയോ പ്രതിനിധിയായി തിരിച്ചറിയുകയും ആ ഭാവത്തെയോ ആശയത്തെയോ പ്രത്യക്ഷമാക്കുകയും ചെയ്തുകൊണ്ടാണ് നടി അഭിനയം നിർവഹിക്കുന്നത്. കഥാപാത്രത്തിന്റെ അപരിചിതലോകത്തെ ആശയങ്ങളുടെയും ഭാവങ്ങളുടെയും

പരിചിതലോകമായി ബന്ധിപ്പിക്കുകയോ അതായി മാറ്റിയെടുക്കുകയോ ചെയ്തുകൊണ്ടാണ് അഭിനയിക്കുന്നത്. അതുകൊണ്ട് നടൻ ആശയത്തെയോ ഭാവത്തെയോ ആണ് പ്രകടമാക്കുന്നത്; പാത്രത്തെയല്ല എന്നു പറയാം. അഥവാ നടൻ കേട്ടതോ അറിഞ്ഞതോ ആയ ആശയങ്ങളുടെ മൂർത്തരൂപമായി കഥാപാത്രത്തെ സൃഷ്ടിക്കുകയാണ്.

നടന്റെ ചലനങ്ങൾക്ക് സ്ഥലപരിധി മാത്രമല്ല കാലപരിധിയും നിർണയിക്കപ്പെട്ടിട്ടുണ്ട്. ഒരിടത്തുനിന്നു മറ്റൊരിടത്തേക്ക് ഭൂമിയിലോ ശൂന്യതയിലോ ശരീരത്തെ വിന്യസിക്കുന്ന നടന് കാലം പ്രധാനമായ ഒരു ഘടകമായിത്തീരുന്നു. നിശ്ചിതസമയപരിധിക്കുള്ളിൽ നിശ്ചിതമായ ചലനം നിർവഹിക്കണമെന്ന സങ്കൽപ്പമാണ് താളത്തെ നിർമിച്ചെടുത്തത്. ഒരിടത്തുനിന്നും മറ്റൊരിടത്തേക്കു നീങ്ങാൻ വേണ്ട സമയമാണ് കാലം. ആ കാലത്തിനനുസരിച്ചു പ്രവർത്തിക്കുന്നതാണ് താളം. ഇങ്ങനെ നൃത്തത്തിലെ സ്ഥലകാല ബന്ധങ്ങൾ സൃഷ്ടിച്ചെടുത്തതാണ് താളം. പ്രത്യക്ഷമായ സമയസങ്കൽപ്പത്തിനു സമാനമായി സൃഷ്ടിച്ച നൃത്തത്തിലെ സാങ്കൽപ്പിക സമയമാണ് താളത്തെ നിർണയിക്കുന്നത്. അതുകൊണ്ട് താളത്തിൽനിന്നു വേറിട്ട് നൃത്തത്തിലെ ചലനത്തിന് അസ്തിത്വമില്ല.

സമയത്തെ മണിക്കൂറും മിനിറ്റുകളുമായി വിഭജിക്കുന്നതുപോലെ നൃത്തത്തിലെ കാലത്തെ മാത്രകളായിട്ടാണ് വിഭജിക്കുന്നത്. ഇത്ര മാത്രകൾ ചേർന്നാൽ ഇന്ന താളം എന്നു നിശ്ചയിച്ചിരിക്കുന്നത് ഈയടിസ്ഥാനത്തിലാണ്. ആദിതാളത്തിന് എട്ടുമാത്രയാണ്. കേരളീയ താളപദ്ധതിയനുസരിച്ച് അതു ചെമ്പടയാണ്. അടന്ത, ചമ്പ എന്നിങ്ങനെ ഓരോ താളവും വ്യത്യസ്ത മാത്രകളെ ഉൾക്കൊണ്ടാണ് നിലനിൽക്കുന്നത്. അതുകൊണ്ട് കാലവും ചലനവും തമ്മിലുള്ള ബന്ധം മാത്രയുടെ അടിസ്ഥാനത്തിലാണ് നിബന്ധിക്കപ്പെട്ടിട്ടുള്ളത്. നിശ്ചിതമായ ചലനത്തിന് നിശ്ചിതമായ മാത്രയെന്നതുതന്നെയാണ് നിയമം.

നടനും നടിയും ശരീരവും അവയവങ്ങളും കർക്കശമായ അഭ്യാസം കൊണ്ട് രൂപപ്പെടുത്തി സ്വാധീനമാക്കിയെടുത്താൽ മാത്രമേ നൃത്തം ആകർഷകവും സംവേദനക്ഷമവുമാകുകയുള്ളൂ. കഥകളിയിൽ എണ്ണയിട്ടു ചവിട്ടിയുഴിഞ്ഞ് ശരീരം പാകപ്പെടുത്തിയെടുക്കാറുണ്ട്. അതുകൊണ്ട് ക്ലാസിക്കൽ കലകളിൽ കളരിയാണ് പ്രധാനം. കളരിയിൽ പഠിച്ചുറച്ചേ അരങ്ങത്തു ശോഭിക്കാൻ കഴിയൂ.

ആസ്വാദകനും ഇതു ബാധകമാണ്. നൃത്തത്തിലെ ഓരോ ചലനവും സൂക്ഷ്മമായി കണ്ടറിഞ്ഞ് ആസ്വദിക്കാൻ നിരന്തരമായ പരിചയം തന്നെ വേണം. ഒരു കഥകളി കണ്ട് ആസ്വാദകനാകാം എന്നു കരുതുന്നത് ഭോഷത്തമാണ്. അനേകം അരങ്ങുകൾ പലരുടെയും കണ്ട് പാകതവന്ന മനസിനേ നൃത്തം അറിഞ്ഞാസ്വദിക്കാൻ കഴിയൂ. പുസ്തകം വായിച്ച് ആസ്വാദകനാകാൻ ശ്രമിക്കുന്നത് നീന്തൽ തപാലിൽ പഠിക്കാൻ ശ്രമിക്കുന്നതുപോലെ വ്യർഥമാണ്. ആസ്വാദകൻ നടനോടൊപ്പം മനസുകൊണ്ട് സഞ്ചരിക്കണം. അതിനു നടനോളമോ അതിലധികമോ

ജ്ഞാനം നേടുകയും വേണം. യഥാർഥ ആസ്വാദകൻ ഉള്ളിടത്തേ കല ജനിക്കുകയും വളരുകയും നിലനിൽക്കുകയും ചെയ്യുകയുള്ളൂ. ആസ്വാദകൻ മരിക്കുമ്പോൾ കലയും മരിക്കും. നമ്മുടെ കലകളെ മരിക്കാതെ സംരക്ഷിക്കുക എന്നത് നമ്മുടെ ആവശ്യമാണ്. എന്നാൽ ഇവയെ അപ്രസക്തമാക്കുന്ന പ്രവണതകൾ ഇന്ന് ഏറിയേറിവരികയാണ്. മൂലധനാധിഷ്ഠിതമായി എന്തിനെയും സമീപിക്കുവാനും എന്തും നിർവഹിക്കുവാനുമുള്ള ശ്രമമാണിന്ന് നടന്നുകൊണ്ടിരിക്കുന്നത്. മനുഷ്യന്റെ ബൗദ്ധികവും മാനസികവുമായ എല്ലാ പ്രവർത്തനങ്ങളും ഇത്തരത്തിൽ മാറുകയോ മാറ്റുകയോ ചെയ്തുകൊണ്ടിരിക്കുകയാണിന്ന്. ആഗോളശക്തികൾ എല്ലാ സാംസ്കാരികവൈവിധ്യങ്ങളെയും ഇല്ലായ്മ ചെയ്ത് ഏകമുഖവും ഏകീകൃതവുമാക്കിത്തീർക്കാൻ തുടങ്ങുന്ന ഒരു കാലഘട്ടമാണിത്. ഇതു നമ്മുടെ സംസ്കാരത്തിന് ഏതുതരത്തിൽ ഭീഷണിയാകുന്നുവെന്ന് പറഞ്ഞറിയിക്കേണ്ടതില്ല. ജൈവസമ്പത്തും ബൗദ്ധികശേഷിയും സാംസ്കാരികവിനിമയങ്ങളും സാമ്രാജ്യത്വം കീഴടക്കിക്കൊണ്ടിരിക്കുകയാണ്. പ്രാദേശിക ശക്തിസ്രോതസുകളെ ഇല്ലാതാക്കുന്നു. പ്രാദേശിക സംസ്കൃതിയെ പാർശ്വവൽക്കരിക്കുകയോ കീഴടക്കുകയോ ചെയ്യുന്നു. ഇതോടെ പ്രാദേശിക സംസ്കാരങ്ങളുടെ കൂട്ടായ്മകളും പ്രാദേശികകലകളും നിർമൂലമാക്കപ്പെടുന്നു. ആധുനിക യന്ത്രസജ്ജീകരണങ്ങൾ ഉപയോഗിച്ച് നാടൻപാട്ടുകൾ പാടുകയും അത്തരം പാട്ടുകളെ വലിയ കച്ചവടസ്ഥാപനങ്ങൾ സ്പോൺസർ ചെയ്യുകയും ചെയ്യുന്നത് കലയെ വളർത്തുക എന്ന ലക്ഷ്യത്തോടെയല്ലെന്നു വ്യക്തമാണ്. നാടൻപാട്ടുകളുടെ ലാളിത്യവും ജനപ്രിയതയുമാണ് അവയെ കച്ചവടം ചെയ്യുന്നതിന് ഏറെ സഹായകമാക്കുന്നത്. കഥകളിയെയുമൊക്കെ ചാനലുകൾ പുറന്തള്ളുന്നതും ഇതുകൊണ്ടുതന്നെ. 15 കൊല്ലം മുമ്പു കാണിച്ചത് ഇന്നും ആവർത്തിക്കുകയാണ് ഒരു ചാനൽ. അതും മനുഷ്യരാരും കാണാത്ത നേരത്ത്.

ആധുനികതയുടെ കടന്നുവരവോടെയുണ്ടായ മുതലാളിത്തത്തിന്റെ വ്യാപനം കലയെ മൂലധനാധിഷ്ഠിതമാക്കി മാറ്റുവാൻ സഹായിച്ചു. പത്രം, സിനിമ, ടെലിവിഷൻ, റേഡിയോ എന്നിവയെല്ലാം ഇതിന്റെ ഭാഗമായി പ്രവർത്തിക്കുന്ന സ്ഥാപനങ്ങളായി മാറി. സംസ്കാരവ്യവസായമെന്നു വിശേഷിപ്പിക്കുന്ന ഈ പ്രവണതയ്ക്ക് അനുകൂലമായ ഒരു കമ്പോളം ലോകമെമ്പാടും രൂപംകൊണ്ടിട്ടുണ്ട്. ലോകത്തെല്ലാം ഇതിന്റെ പ്രവർത്തനം ഏകീഭൂതവും സമാനവുമാണ്. പാശ്ചാത്യ ടി വി ചാനലുകൾ സംഘടിപ്പിക്കുന്ന പരിപാടികൾതന്നെ ഇന്ത്യയിലെയും ചാനലുകൾ ആവർത്തിക്കുന്നു. ക്വിസിനും സംഗീതനൃത്തപരിപാടികൾക്കും കോടികൾ വാഗ്ദാനം ചെയ്യാൻ സന്നദ്ധരായി കച്ചവട/വ്യവസായ സ്ഥാപനങ്ങൾ മുന്നോട്ടുവരുന്നു. ഇന്ത്യൻ സാംസ്കാരികരംഗം ആകെത്തന്നെ മലിനമാക്കപ്പെടുന്ന ഒരു സാഹചര്യമാണ് ഇതു സൃഷ്ടിക്കുന്നത്. ഈ സാഹചര്യമുണ്ടാക്കുന്ന പ്രത്യാഘാതങ്ങൾ ഇവ മാത്രമല്ല. രാഷ്ട്രീയവും സാമൂഹികവുമായ എല്ലാ ഉത്തരവാദിത്വങ്ങളും മറന്ന് നിഴൽരൂപങ്ങളിൽ

അഭിരമിച്ച് ഏകാന്തമായ ഒരു ജീവിതത്തിലേക്ക് സമൂഹമാകെ കൂപ്പുകുത്തി വീഴുന്നതാണ് ഇതുണ്ടാക്കുന്ന ഏറ്റവും വലിയ രാഷ്ട്രീയ സാമൂഹിക പ്രതിസന്ധി രാഷ്ട്രീയ അസ്തിത്വമില്ലാത്ത ജനത സാമൂഹികമായ ഷണ്ഡത്വത്തെയാണ് പ്രതിനിധാനം ചെയ്യുന്നത്. സർഗാത്മകമായ യാതൊരു സൃഷ്ടികളും ഈ ജനതയിൽനിന്ന് പ്രതീക്ഷിക്കാനാകുകയില്ല. അടിയന്തിരാവസ്ഥയ്ക്കുശേഷം ഇന്ത്യയിൽ സംഭവിച്ച ഏറ്റവും വലിയ മാറ്റം രാഷ്ട്രീയാസ്തിത്വം ഇല്ലാതാകുകയും സർഗാത്മകത വറ്റിവരളുകയും സൗന്ദര്യബോധം വികലമാകുകയും വിദ്യാഭ്യാസത്തെയും കലയെയും ലാഭേച്ഛയ്ക്കുവേണ്ടി വിനിയോഗിക്കുകയും ചെയ്യുന്ന ഒരു ജനത രൂപംകൊണ്ടതാണ്.

ഒരുകാലത്ത് കേരളത്തിന്റെ സാമൂഹികപ്രശ്നങ്ങളെ വിഷയമാക്കുന്ന ശക്തമായൊരു മാധ്യമമെന്ന നിലയിലാണ് സിനിമ കടന്നുവന്നത്. സാമൂഹികപ്രശ്നങ്ങളെ അർഹിക്കുന്ന ഗൗരവത്തോടെയോ ഉന്നതമായ കാഴ്ചപ്പാടുകളിലൂടെയോ അല്ലെങ്കിൽപ്പോലും, അവതരിപ്പിക്കാൻ സിനിമയ്ക്കു കഴിഞ്ഞു. എന്നാൽ, ഇരുപത്തഞ്ചുവർഷത്തെ മലയാളസിനിമയുടെ ചരിത്രം മറ്റൊന്നാണ്. അരാഷ്ട്രീയബോധവും നാടുവാഴിത്തസംസ്കാരവും പ്രചരിപ്പിക്കുവാനും അവയെ ആദരിക്കുന്ന ഒരു പൗരസമൂഹത്തെ വാർത്തെടുക്കുവാനുമുതകുന്ന സമീപനമാണ് ഇക്കാലത്ത് സിനിമകൾ അനുവർത്തിച്ചുവരുന്നത്. കോമഡികൾ നിറച്ചുവച്ച പരിപാടികൾ എല്ലാ ചാനലുകളും സംപ്രേഷണം ചെയ്യുന്നുണ്ട്. രാഷ്ട്രീയവും സാമൂഹികവുമായ മാനങ്ങൾ നൽകി കുഞ്ചൻനമ്പ്യാർ മുതൽ വി കെ എൻ വരെയുള്ളവർ ആവിഷ്കരിച്ച ഹാസ്യത്തിൽനിന്നു ഭിന്നമാണിത്. വെറും ഫലിതങ്ങൾ എന്ന നിലയിൽ അൽപ്പനേരത്തെ ചിരിക്കുമാത്രം വകനൽകി മായുകയാണിവ. നൈമിഷികമായ ചിരികളുടെ ശ്രേണികളിലൂടെ മനുഷ്യനെ ഗൗരവമായി ചിന്തിക്കാനോ പ്രവർത്തിക്കാനോ സാധ്യമാക്കാതെ ആലസ്യത്തിന്റെ ലോകത്തേക്ക് സ്വാഗതം ചെയ്യുകയാണിവ ചെയ്യുന്നത്.

കലയെ ഗൗരവമായി കാണാനുള്ള മാനസികാവസ്ഥയാണ് സമൂഹത്തിനുണ്ടാകേണ്ടത്. നൈമിഷികമല്ല കലയുടെ ഫലം. അതു മനുഷ്യനെ സാംസ്കാരികമായി ഉത്തേജിപ്പിക്കുകയും പ്രവൃത്തികളിലേക്ക് നയിക്കുകയും ചെയ്യണം. സാംസ്കാരികാവബോധംകൊണ്ടേ ഇതു സാധ്യമാകൂ. നമ്മുടെ സംസ്കാരത്തെ തിരിച്ചുപിടിക്കുകയും ജീവിതചര്യകളെ പുനരാവിഷ്കരിക്കുകയുമാണ് ഈ കാലഘട്ടത്തിൽ ചെയ്യേണ്ടത്. പാരമ്പര്യകലകൾ ഇങ്ങനെയാണ് നമ്മുടെ സാംസ്കാരികജീവിതത്തിൽ പ്രവർത്തിക്കുന്നത്. ഇന്നത്തെ സാംസ്കാരിക പ്രതിസന്ധികളെ പ്രതിരോധിക്കാൻ ഈ കലകളെയാണ് നാം പ്രയോജനപ്പെടുത്തേണ്ടത്. അതുകൊണ്ടുതന്നെ അവയെ നിലനിർത്തുകയും വളർത്തുകയും ചെയ്യേണ്ടത് നമ്മുടെ ബാധ്യതയാണ്.

4

കഥകളി

കേരളത്തിന്റെ തനതുകലയാണ് കഥകളി. തനതുകല എന്നുപറഞ്ഞാൽ അകേരളീയമായ ഒരംശവും ഇഴുകിച്ചേരാത്തതാണെന്ന് അർഥമാക്കുന്നില്ല. കാരണം, കേരളത്തിന്റെ സാമൂഹികജീവിതത്തെ കരുപിടിപ്പിച്ചെടുത്ത സാഹചര്യങ്ങളിലൂടെയെല്ലാം ഉൽപ്പത്തികാലം മുതൽ അതു കടന്നുപോയിട്ടുണ്ട്. ആ സാഹചര്യങ്ങളുടെയെല്ലാം സാധ്യതകളും സ്വാധീനങ്ങളും വേണ്ടപോലെ പ്രയോജനപ്പെടുത്തുകയും ചെയ്തിട്ടുണ്ട്. അതുകൊണ്ടുതന്നെ കേരളീയവും അകേരളീയവുമായ ഒട്ടേറെ അംശങ്ങൾ കഥകളിയിൽ കൂടിച്ചേർന്നു കിടപ്പുണ്ട്. എന്നാൽ, തനതുകല എന്ന വിശേഷണത്തിനത് അർഹമാകുന്നത് മറ്റുചില കാരണങ്ങൾകൊണ്ടാണ്. തികച്ചും കേരളീയമായ ആവിഷ്കാരസമ്പ്രദായം എന്ന നിലയ്ക്കാണ് ഇത് ഉത്ഭവിച്ചത്. കേരളത്തിന് പുറത്ത് കഥകളിയോട് സാദൃശ്യപ്പെടുത്താവുന്ന ഒരു കലാരൂപമില്ല. മാത്രമല്ല, പ്രാദേശികവും സാമ്പ്രദായികവുമായ ചില വ്യത്യാസങ്ങൾ ഉണ്ടെങ്കിൽപ്പോലും കേരളത്തിന്റെ ഒരറ്റം മുതൽ മറ്റേയറ്റംവരെ ഏതാണ്ടൊരേ ഘടനയിലും സ്വഭാവത്തിലും ഇത് ഉത്ഭവിക്കുകയും വളരുകയും ചെയ്തു. കൊട്ടാരക്കരത്തമ്പുരാൻ രൂപം കൊടുത്ത രാമനാട്ടം കണ്ണൂർവരെ അതിവേഗം പ്രചരിച്ചു. കോട്ടയം കൃതികൾ തിരുവനന്തപുരത്തും തിരുവിതാംകൂർ രാജാക്കന്മാരുടെ കൃതികൾ വടക്കും അഭ്യസിക്കുകയും അഭിനയിക്കുകയും ചെയ്തു. ഇതുകൊണ്ടുതന്നെ കേരളത്തിന്റേതു മാത്രമായ ഒരു തിയേറ്റർ എന്നു പൂർണാർഥത്തിൽ വിശേഷിപ്പിക്കാൻ കഴിയുന്ന ഒരു കലയായി കഥകളി വളർന്നു. കഥകളിയുടെ കേരളീയതയെ നാം തിരിച്ചറിയേണ്ടത് ഈയൊരർഥത്തിലാണ്. മറ്റൊന്നുകൂടി ഇവിടെ സൂചിപ്പിക്കേണ്ടതുണ്ട്. അത് കഥകളിയുടെ ജനകീയതയും ജൈവികതയുമാണ്. കൂത്തും കൂടിയാട്ടവുമായിരുന്നല്ലോ

ക്ലാസിക്കൽ കലകളിൽ ഏറെ പ്രചാരമുണ്ടായിരുന്നത്? കഥകളിയുടേതു പോലെതന്നെ കേരളത്തിന്റെ ഒരറ്റം മുതൽ മറ്റേയറ്റം വരെ അതു വ്യാപിക്കുകയും ചെയ്തു. എന്നാൽ, കഥകളിയോളം പ്രചാരം അതിന് ലഭിക്കുകയുണ്ടായില്ല. കൂത്തമ്പലങ്ങളിൽനിന്ന് പുറത്തേക്കിറങ്ങാൻ കൂടിയാട്ടത്തിന് 20-ാം നൂറ്റാണ്ടിന്റെ അന്ത്യത്തോളം കാത്തിരിക്കേണ്ടിവന്നു. പൈങ്കുളം രാമചാക്യാർ ആണ് ഇതിനെ കൂത്തമ്പലങ്ങൾക്ക് വെളിയിൽ കൊണ്ടുവന്നതും കലാമണ്ഡലത്തിൽ പാഠ്യവിഷയമാക്കി പഠിപ്പിക്കുവാൻ ആരംഭിച്ചതും. എന്നാൽ കഥകളി ജനിച്ചതുതന്നെ ക്ഷേത്രമതിൽക്കെട്ടിനു പുറത്തായിരുന്നു. കൂടിയാട്ടത്തിൽ ചാക്യാരും നമ്പ്യാരുമാണ് പങ്കെടുത്തിരുന്നത്. ചെണ്ടയ്ക്ക് മാരാരോ പൊതുവാളോ വേണമായിരുന്നു. ഇങ്ങനെ ജാതിയെ സംബന്ധിച്ചുള്ള നിബന്ധനകൾ മറ്റു കലകൾ അനുവർത്തിച്ചുപോന്നിരുന്നു. എന്നാൽ കഥകളിക്ക് ഈ നിബന്ധന ഉണ്ടായിരുന്നില്ല. ക്ഷേത്രമതിലിന് പുറത്താണ് ഈ കല അവതരിപ്പിച്ചുപോന്നത്. എല്ലാ വിഭാഗത്തിലുംപെട്ടവർ ഇത് കൈകാര്യം ചെയ്തിരുന്നു. അവർണ സമുദായത്തിൽപ്പെട്ടവർപോലും കഥകളി അവതരിപ്പിച്ചിരുന്നു. 1800-ന് അടുത്ത് ജീവിച്ചിരുന്ന തുറയിൽ പപ്പുപ്പണിക്കർ, വള്ളിക്കോട് കൊച്ചുപിള്ള പണിക്കർ എന്നിവർ ഈഴവ സമുദായത്തിൽപ്പെട്ടവരായിരുന്നു. സാമാന്യം പേരുംപെരുമയുമുള്ള വേഷക്കാരായിരുന്നു ഇവർ. ഈഴവ വിഭാഗത്തിൽപ്പെട്ട കുറെയേറെപ്പേർ ഇക്കാലത്ത് കഥകളി പഠിക്കുകയും അവതരിപ്പിക്കുകയും ചെയ്തിരുന്നു.

കാലാനുസൃതമായ മാറ്റങ്ങൾ ഉൾക്കൊണ്ടാണ് കഥകളി വളർന്നത്. കെ പി എസ് മേനോൻ കഥകളിരംഗത്തിൽ സൂചിപ്പിച്ചതുപോലെ ഒരു ക്ലാസിക്കൽ കലയ്ക്കും അതുത്ഭവിച്ച കാലത്തുനിന്നും വലിയ മാറ്റങ്ങളൊന്നും ഉണ്ടായിട്ടില്ല. കഥകളി ഇതിൽനിന്നു വ്യത്യസ്തമായിരുന്നു. നൂറ്റാണ്ടുകളായി പരിണമിച്ചും പരിഷ്കരിച്ചും പോന്ന കഥകളിയാണ് ഇന്ന് നാം കാണുന്നത്.

കേരളചരിത്രത്തിലെ സവിശേഷമായൊരു കാലത്ത് ജന്മംകൊണ്ട കലയാണ് കഥകളി. കഥകളിയുടെ പ്രോദ്ഘാടകനായ കൊട്ടാരക്കരത്തമ്പുരാന്റെ കാലം 1500നും 1600നും ഇടയ്ക്കാണെന്ന് പറയാം. കേരളത്തെയാകെ മാറ്റിമറിച്ച ഒട്ടേറെ സംഭവങ്ങൾക്ക് സാക്ഷ്യം വഹിച്ചതാണ് ഈ നൂറ്റാണ്ട്. 1498 ൽ ആണ് വാസ്കോഡഗാമ കോഴിക്കോട് കാപ്പാട് തീരത്ത് കപ്പലിറങ്ങുന്നത്. 1599 ൽ ആണ് 'ശുദ്ധമാന കത്തോലിക്കാ വിശ്വാസത്തിന്റെ മുഴുപ്പിനും തെളിവിനും എടവകയിലെ പട്ടക്കാരുടെയും എണങ്ങരുടെയും മരിയാതകൾക്കു വേണ്ടുന്ന വെടിപ്പിനും ഉറപ്പിനും മാനം കാലൂന്നിയതിനകത്തുള്ള പള്ളികളൊടു ഐകമൊതൃപ്പെട്ടു ഒന്നിപ്പാനും നസ്രാണികൾക്കു ഒക്കെക്കും തലയായ ശുദ്ധമാന പാപ്പാനെ വേണ്ടുന്ന മുഴുവനാകുന്ന വണക്കത്തിനും' ഉദയംപേരൂർ സുനഹദോസ് സംഘടിപ്പിക്കുന്നത്. ഈ കാലത്തുതന്നെയാണ് പോർച്ചുഗീസ് അധിനിവേശത്തിന്റെ പ്രത്യക്ഷ തെളിവായി കേരളക്കരയിൽ ജന്മംകൊണ്ട ചവിട്ടു

നാടകം ഉണ്ടാകുന്നത്. ഭക്തിപ്രസ്ഥാനം അലയടിച്ചെത്തുന്നതും എഴുത്തച്ഛൻ കൃതികൾക്ക് സാർവത്രിക പ്രചാരം ഉണ്ടാകുന്നതും ഇക്കാലത്തു തന്നെ. നൂറ്റാണ്ടുകളോളം കച്ചവടം നടത്തിപ്പോന്ന അറബികളെ തോൽപ്പിച്ച് കേരളത്തിന്റെ തുറമുഖകേന്ദ്രങ്ങൾ പോർച്ചുഗീസ് അധീനതയിലാകുന്നതിക്കാലത്താണ്. നാടുവാഴികളും ഇടപ്രഭുക്കന്മാരും സൈന്യങ്ങളെ ചേർത്ത് കുടിപ്പകയും അങ്കവുമായി സമരസന്നാഹം നടത്തിക്കൊണ്ടിരുന്ന ഒരു കാലമായിരുന്നു ഇത്. പോർച്ചുഗീസുകാരെ തോൽപ്പിച്ച് ഡച്ചുകാരും തുടർന്ന് ഫ്രഞ്ചുകാരും ബ്രിട്ടീഷുകാരും ആധിപത്യം ഉറപ്പിക്കുന്നതും തുടർന്നുള്ള കാലങ്ങളിലാണ്. ഇങ്ങനെ പതിനാറുമുതലുള്ള നൂറ്റാണ്ടുകൾ കേരളത്തെ സംബന്ധിച്ചിടത്തോളം സംഭവബഹുലം തന്നെയായിരുന്നു. കഥകളി ജന്മംകൊണ്ടത് ഈയൊരു സാഹചര്യത്തിലാണ്.

15, 16 നൂറ്റാണ്ടുകളിൽ കേരളത്തിന്റെ സാമൂഹികവ്യവസ്ഥിതിയിലും ഉൽപ്പാദനബന്ധങ്ങളിലും ഉണ്ടായ പരിണാമം പുതിയ അധികാര കേന്ദ്രങ്ങളെയും സാമൂഹികബന്ധങ്ങളെയും സൃഷ്ടിച്ചു. കുലശേഖര സാമ്രാജ്യം ശിഥിലമായതിനുശേഷം നാടുവാഴിത്തം ശക്തിപ്രാപിക്കുന്നതും രാഷ്ട്രീയമായി പ്രാധാന്യം നേടുന്നതും അധികാരകേന്ദ്രമായി രൂപംമാറുന്നതും നാമിക്കാലത്തു കാണുന്നു. ഭരണം രാജാവിൽ അധിഷ്ഠിതമായിരുന്നുവെങ്കിലും നാടുവാഴികൾക്കുണ്ടായ പ്രാബല്യം രാജാക്കന്മാരെ അപ്രസക്തരാക്കുകയും ചെയ്തു. വേണാട്, പെരുമ്പടപ്പ്, വെള്ളാട്ടിരി എന്നിങ്ങനെ വ്യത്യസ്ത നാടുവാഴികളും സ്വരൂപങ്ങളും ഇക്കാലത്തുണ്ടാകുന്നുണ്ട്. നാടുകളുടെ രക്ഷയ്ക്ക് സൈന്യങ്ങൾ ആവശ്യമായിരുന്നു. സൈന്യങ്ങളെ ശേഖരിക്കുവാനും അഭ്യസിപ്പിക്കുവാനും ഇക്കാലത്ത് ഓരോ നാടുവാഴിയുടെയും കീഴിൽ കളരികൾ സ്ഥാപിക്കപ്പെട്ടു. കളരികളിൽ യുദ്ധമുറകൾ പഠിപ്പിക്കുന്നതിന് ആശാന്മാരെ ഏർപ്പെടുത്തുകയും അവർക്ക് സ്ഥാനമാനങ്ങൾ അനുവദിച്ചുകൊടുക്കുകയും ചെയ്തു. ജാതിസമ്പ്രദായം കൃത്യമായി പരിപാലിക്കപ്പെട്ടിരുന്നു. ജാതികളും ഉപജാതികളും തൊഴിലിനനുസൃതമായി രൂപംകൊള്ളുകയും പരിണമിക്കുകയും ചെയ്തു. പ്രമാണിമാരിൽ പലരും നാടുവാഴികളാകുകയും രാഷ്ട്രീയാധികാരം അവരിലേക്കുകൂടി വ്യാപിക്കുകയും ചെയ്തു. ഭൗതികസ്വത്തിൽ പ്രധാനമായിരുന്ന ഭൂമിയുടെ ഉടമസ്ഥതയാണ് പ്രമാണികളെ നിശ്ചയിക്കുന്നതിൽ അടിസ്ഥാനമായിരുന്നത്.

കേരളത്തിൽ വളർന്നുവന്ന കാർഷികബന്ധങ്ങളിൽ ബ്രാഹ്മണാധിപത്യത്തിന്റെയും ക്ഷേത്രസംസ്കാരത്തിന്റെയും സ്വാധീനം പ്രകടമായിരുന്നു. ബ്രാഹ്മണാധിപത്യവും ക്ഷേത്രസംസ്കാരവും പരസ്പരപൂരകങ്ങളായിരുന്നുവെങ്കിലും അവ വ്യത്യസ്തഘടകങ്ങളായിത്തന്നെ നിലനിന്നു. ഇങ്ങനെ നാടുവാഴികളടങ്ങുന്ന രാഷ്ട്രീയശക്തിയും കാർഷികബന്ധങ്ങളിലധിഷ്ഠിതമായ ബ്രാഹ്മണമേധാവിത്വവും ക്ഷേത്രസംസ്കാരവും മൂന്നു പ്രബലശക്തികളായി നിലനിന്നു. മൂന്നുശക്തികളും പരസ്പരപൂരകങ്ങ

ളായിരുന്നതുകൊണ്ട് ഒന്ന് മറ്റൊന്നിനെ കീഴ്പ്പെടുത്താനോ ഇല്ലായ്മ ചെയ്യാനോ ശ്രമിച്ചിരുന്നില്ല. എന്നാൽ ഓരോ ശക്തികേന്ദ്രവും സംഘർഷ ങ്ങളിലും സംവാദങ്ങളിലും ഏർപ്പെട്ടിരുന്നു. എങ്കിലും കേരളത്തിന്റെ ഇക്കാലത്തെ സാമൂഹികബന്ധങ്ങളെ നിയന്ത്രിച്ചിരുന്നത് ക്ഷേത്രങ്ങൾ മാത്രമായിരുന്നില്ല. ക്ഷേത്രങ്ങളുടെ പ്രവർത്തനം നാടുവാഴികളുടെ സഹ കരണത്തോടെയാണ് നിർവഹിച്ചിരുന്നത്. ഗോത്രസമൂഹഘടനയിൽ നിന്ന് ഉയർന്നുവന്നവരായിരുന്നു രാജാക്കന്മാരിൽ ഏറെപ്പേരും. എന്നാൽ പുതുതായി രൂപംകൊണ്ടവരും ഇക്കാലത്തുണ്ടായി. പലപ്പോഴും പഴയ ഗോത്രത്തലവന്മാരിൽനിന്ന് പരിവർത്തനം ചെയ്തുവന്ന നാടുവാഴിക ളുടെ ശാഖകളോ ഉപശാഖകളോ ആയിരുന്നു ഈ പുതുസമൂഹം. ഇതു മൂലം ഇവർ തമ്മിലുള്ള സംഘർഷം സാധാരണമായിരുന്നു. ഇതിനായി സൈന്യശേഖരം നടത്തുവാൻ ഓരോ നാടുവാഴിയും ശ്രമിച്ചു. അഞ്ഞൂറ്റു വർ, അറുനൂറ്റുവർ എന്നിങ്ങനെയുള്ള സംഘങ്ങൾ ഇത്തരം സൈന്യങ്ങ ളുടെ കൂട്ടായ്മയെയാണ് സൂചിപ്പിച്ചിരുന്നത്. നായർ സമുദായമായിരുന്നു മിക്കവാറും ഈ കൂട്ടായ്മയിൽ ഉൾക്കൊണ്ടിരുന്നത്. ഈഴവർ/തീയർ തുടങ്ങിയവരും സൈനികരായി പ്രവർത്തിച്ചിരുന്നു. എന്നാൽ അവർ ഈ കൂട്ടായ്മയിൽ ഉൾപ്പെട്ടിരുന്നതായി പറയാൻ കഴിയില്ല. കൂട്ടായ്മയിൽ പ്രധാനികളായിരുന്നവർ പിൽക്കാലത്ത് അധികാരികളായി അവരോധിക്ക പ്പെടുന്നതിന്റെ ചരിത്രവുമുണ്ട്.

നാടുവാഴികളാണ് രാജാക്കന്മാരായി അവരോധിക്കപ്പെട്ടത്. ഇവർ എല്ലാവരും ക്ഷത്രിയന്മാരായിരുന്നു എന്നു പറയാനാവില്ല. യഥാർഥ ക്ഷത്രിയർ കേരളത്തിലുണ്ടായിരുന്നില്ലെന്നും ഗോത്രത്തലവന്മാർ നാടു വാഴികളായി പരിണമിച്ചപ്പോൾ ബ്രാഹ്മണാധിപത്യം അവരെ ക്ഷത്രിയ രാക്കി അവരോധിച്ചതാണെന്നും ഉള്ള വാദം തള്ളിക്കളയാവുന്നതല്ല. ഹിര ണ്യഗർഭം പോലുള്ള ചടങ്ങുകളിലൂടെ ക്ഷത്രിയരാക്കിമാറ്റുന്ന രീതി ആരംഭിച്ചത് ഇങ്ങനെയായിരിക്കാം. ഗോത്രത്തലവന്മാർ നാടുവാഴികളായി രുന്നപ്പോൾ ജാതി ഒരു പ്രധാന ഘടകമായിരുന്നില്ല. എന്നാൽ ബ്രാഹ്മ ണാധിപത്യം ജാതിസമ്പ്രദായത്തെ നിർബന്ധപൂർവം ആവിഷ്കരിച്ച പ്പോൾ മാത്രമാണ് ക്ഷത്രിയവൽക്കരണം സംഭവിച്ചിരിക്കാൻ കാരണ മായിട്ടുണ്ടാകുക.

നാടുവാഴികളായും രാജാക്കന്മാരായും അവരോധിക്കപ്പെട്ടവർ പ്രധാ നമായും ഭൂപ്രഭുക്കന്മാരായ നായന്മാരായിരുന്നു. നാടുവാഴികളുമായി നേരിട്ടു ബന്ധം പുലർത്തിയിരുന്നതും നായന്മാർ തന്നെയായിരുന്നു. ക്ഷേത്രങ്ങളുടെ സംരക്ഷണത്തിനും സൈന്യസേവനത്തിനും നായ ന്മാരെത്തന്നെയായിരുന്നു മുഖ്യമായും ഉപയോഗപ്പെടുത്തിയിരുന്നത്. ഓരോ തൊഴിലിനുംവേണ്ടി അവരെ പ്രത്യേക വിഭാഗങ്ങളായി വേർതി രിച്ചു. ഇങ്ങനെ ചിലർ സൈനികരായി, ചിലർ കണക്കെഴുത്തുകാരും സൂക്ഷിപ്പുകാരുമായി. ഇങ്ങനെ പലതരത്തിലുള്ള തൊഴിലുകളുമായി ബന്ധപ്പെട്ട് പലതരം ഉപജാതികൾ നായന്മാർക്കിടയിൽത്തന്നെ ഉണ്ടാ

യി. പിൽക്കാലത്ത് സൈനികരായും സേനാനായകന്മാരായും ഈഴവരും മുസ്ലിങ്ങളും സ്ഥാനം പിടിക്കുന്നുണ്ട്. എന്നാൽ രാജകൊട്ടാരവുമായി ബന്ധപ്പെട്ട തൊഴിലുകളിലെല്ലാം നായന്മാരെത്തന്നെയായിരുന്നു നിയമിച്ചിരുന്നത്. നായക ശബ്ദത്തിൽനിന്ന് നായർ എന്ന പദം സൃഷ്ടിക്കാമെന്ന വാദം ഇതുകൊണ്ടുതന്നെ അസ്ഥാനത്തല്ല.

നായന്മാർക്ക് രാജാക്കന്മാരുമായി ഉണ്ടായിരുന്ന ബന്ധത്തിന് പുറമെ നമ്പൂതിരിമാരുമായും ബന്ധമുണ്ടായിരുന്നു. ഭൂപ്രഭുക്കന്മാരായ നമ്പൂതിരിമാരുടെ ഗൃഹങ്ങളിൽ കണക്കെഴുത്ത് തുടങ്ങിയ പ്രവൃത്തികൾക്ക് നായന്മാരെത്തന്നെയായിരുന്നു നിയമിച്ചിരുന്നത്. മാത്രമല്ല, നായന്മാരുമായി മറ്റൊരു തരത്തിലുള്ള ബന്ധവും നമ്പൂതിരിമാരിൽ വളർന്നുവന്നു. ഇത് നമ്പൂതിരി സംബന്ധത്തിലൂടെയായിരുന്നു. നമ്പൂതിരിമാർ നായർ ഗൃഹങ്ങളിൽ സംബന്ധം ചെയ്യുകയും ഇതിലൂടെ വളർന്നുവന്ന കൂട്ടായ്മ പുതിയ രാഷ്ട്രീയ ബന്ധങ്ങളുണ്ടാക്കുകയും പുതിയ നാടുവാഴികൾ സൃഷ്ടിക്കപ്പെടുകയും ചെയ്തു. നായർ നമ്പൂതിരി കൂട്ടായ്മയെ ശക്തിപ്പെടുത്തിയത് ഈയൊരംശമായിരുന്നു.

15, 16 നൂറ്റാണ്ടുകളിലെ കേരളത്തിന്റെ സാമൂഹികജീവിതം മുഖ്യമായും നാടുവാഴികൾ തമ്മിലുള്ള സംഘർഷത്തിന്റെയും കുടിപ്പകകളുടെയും ചരിത്രമാണ് കാട്ടിത്തരുന്നത്. എന്നാൽ ഇക്കാലത്തുതന്നെയാണ് ലോകംകണ്ട മഹാത്ഭുതങ്ങളിലൊന്നായ കഥകളി രൂപംകൊണ്ടതെന്ന വസ്തുത ഏറെ ശ്രദ്ധേയമാണ്. കഥകളിയുടെ ഉത്ഭവവികാസങ്ങളിൽ ഈ കാലഘട്ടം എങ്ങനെ സ്വാധീനിച്ചു എന്നു പറയാനാകില്ലെങ്കിലും ഇക്കാലത്തിന്റേതായ പല അടയാളങ്ങളും കഥകളി നിലനിർത്തിപ്പോരുന്നുണ്ട്. നായകന്മാരായ നായന്മാരിൽ നിന്നാണ് കഥകളി ഉത്ഭവിച്ചത്. നമ്പൂതിരിമാർ ഈ കലയുമായി ബന്ധപ്പെടുന്നത് 18-ാം നൂറ്റാണ്ടിനു ശേഷമാണ്. 18-ാം നൂറ്റാണ്ടിൽ കപ്ലിങ്ങാട്ടുനമ്പൂതിരിക്കുശേഷമാണ് നമ്പൂതിരിമാർ കഥകളിയുമായി ബന്ധപ്പെടുന്നതെന്ന കിള്ളിമംഗലം വാസുദേവൻ നമ്പൂതിരിപ്പാടിന്റെ അഭിപ്രായം ശ്രദ്ധേയമാണ്. അന്നുവരെ നായന്മാരും നാടുവാഴികളും തന്നെയാണ് ഇതിനെ നിലനിർത്തിയത്.

15 മുതൽ 18 വരെയുള്ള നൂറ്റാണ്ടുകളിലാണ് കേരളത്തിൽ ആധുനിക രീതിയിലുള്ള ക്ഷേത്രങ്ങൾ നിർമിക്കപ്പെടുന്നത്. ദ്രാവിഡ ദൈവമായ അയ്യപ്പൻ ഹിന്ദുദേവനായി മാറുന്നതും കാവുകൾ ക്ഷേത്രങ്ങളായി പരിണമിക്കുന്നതും ഇക്കാലത്താണ്. കേരളീയമായ നാടോടി/അനുഷ്ഠാന കലകൾപോലും ബ്രാഹ്മണ്യത്തെ പൂർണമായി നിഷേധിച്ചുകൊണ്ടല്ല നിലനിന്നത്. ഇവയിലെല്ലാം ബ്രാഹ്മണമതത്തിന്റെ ദർശനങ്ങളും അനുഷ്ഠാനപരതയും കലർന്നുകിടപ്പുണ്ട്.

അർണ്ണോജമൂലപ്പൊരുളായപന്തം
എണ്ണുരണ്ടായിപിരിഞ്ഞോരുപന്തം

തുടങ്ങിയ നാടോടിക്കലകളിലെ സ്തുതികൾപോലും ഉപനിഷദ് ദർശനങ്ങളെ ഉൾക്കൊണ്ടാണ് നിർമിക്കപ്പെട്ടത്. പ്രപഞ്ച സൃഷ്ടിയെക്കുറിച്ചുള്ള

തെയ്യത്തിലെ അരുളപ്പാടുകളിലും ഈ സ്വാധീനം കാണാം. പല തെയ്യ ക്കോലങ്ങളും പുരാണ കഥാഖ്യാനപരങ്ങളായാണ് നിർമിക്കപ്പെട്ടത്. ഇങ്ങനെ കേരളത്തിന്റെ നാടോടി പാരമ്പര്യം ബ്രാഹ്മണമതത്തിന്റെ ദർശനങ്ങളോട് ഇഴച്ചേർന്ന് രൂപംകൊള്ളുന്നത് ഇക്കാലത്താണ്. ബ്രാഹ്മ ണമതം പ്രാദേശികസംസ്കാരത്തെ ഇല്ലായ്മ ചെയ്തില്ല. അതിലേക്ക് കടന്നുചെന്ന് അതിനെ പരിണമിപ്പിക്കുകയാണ് ചെയ്തത്.

ഭാരതത്തിലെ ഭക്തിപ്രസ്ഥാനം അതിന്റെ ആരംഭകാലത്ത് പൗരോ ഹിത്യത്തെ നിരാകരിച്ചുകൊണ്ടാണ് ജന്മംകൊണ്ടതെങ്കിലും പിൽക്കാ ലത്ത് ബ്രാഹ്മണ മതത്തിന് കീഴ്പ്പെടുന്നതിന്റെ ചിത്രം നമുക്ക് ദർശിക്കാ നാകും. അനുഷ്ഠാനകലകളിൽ നടന്ന ബ്രാഹ്മണവൽക്കരണത്തിന് തുല്യമായിത്തന്നെയാണ് ഇവിടെയും സംഭവിച്ചത്. എന്നാൽ, മധ്യകാല സാഹിത്യത്തെയെന്നപോലെ കലകളെയും വഴിതിരിച്ചുവിട്ടത് ഭക്തി പ്രസ്ഥാനമാണ്. ഭക്തിപ്രസ്ഥാനവുമായി ബന്ധപ്പെട്ട് വളർന്ന കലകളാണ് കൂത്തും കൂടിയാട്ടവും. ഉപരിവർഗകലയെന്ന നിലയിലാണ് ഇത് വികസി ച്ചത്. ക്ഷേത്രമതിലിനുപുറത്ത് ഇത് അവതരിപ്പിച്ചിരുന്നില്ല. കൂത്തമ്പല ത്തിൽത്തന്നെ ബ്രാഹ്മണർക്കു മാത്രമേ പ്രവേശനമുണ്ടായിരുന്നുള്ളൂ.

നാടകാഭിനയമായിരുന്നു കൂടിയാട്ടമെങ്കിൽ കൂത്ത് പുരാണകഥക ളുടെ ആഖ്യാനമായിരുന്നു. പുണ്യപാപങ്ങൾ തുല്യങ്ങളായി വരുന്ന സമ യത്താണ് മനുഷ്യജന്മം ലഭിക്കുന്നതെന്നും മനുഷ്യജന്മത്തിൽ മോക്ഷ സാധ്യത്തിനായി ഭഗവന്നാമങ്ങളെ ഉച്ചരിക്കുക മാത്രമാണ് കരണീയ മെന്നും ഉദ്ബോധിപ്പിക്കുകയാണ് കൂത്തിന്റെ ആത്യന്തികമായ ലക്ഷ്യം. അർഥപുത്രമിത്രകളത്രാദികളിൽ ഭ്രമിച്ച് വൃഥാ കാലക്ഷേപം ചെയ്യാതെ ഈശ്വരനെ ഭജിച്ച് ജീവിക്കുവാൻ ഇവിടെ ഉപദേശിക്കുന്നു. പുരാണ കഥകളിലൂടെ ഭക്തി വളർത്തുക എന്നതുതന്നെയായിരുന്നു കൂത്തിന്റെ ലക്ഷ്യം. ഇതിനായി പ്രത്യേകം തയാറാക്കിയ പ്രബന്ധങ്ങളുണ്ടായിരു ന്നു. കൂടിയാട്ടം നാടകാഭിനയമായിരുന്നുവെങ്കിലും വിദൂഷകന്റെ പുരു ഷാർഥം നാടകത്തിൽനിന്നു ബാഹ്യമായിരുന്നു. വിദൂഷക കഥയെ നാട കത്തോട് ഇണക്കിച്ചേർക്കുകയാണ് പലപ്പോഴും ചെയ്തുപോരുന്നത്. രണ്ടാംചേര സാമ്രാജ്യത്തിന്റെ കാലത്ത് കുലശേഖരവർമയുടെ സദസ്യ നായിരുന്ന തോലനാണ് കൂടിയാട്ടം പരിഷ്കരിച്ചതെന്ന് പ്രസിദ്ധമാണ്. *സുഭദ്രാധനഞ്ജയം, തപതിസംവരണം* എന്നീ നാടകങ്ങളുടെ കർത്താ വും കുലശേഖരനായിരുന്നു. 14-ാം നൂറ്റാണ്ടിൽ രചിക്കപ്പെട്ട മലയാള സന്ദേശകാവ്യമായ *ഉണ്ണുനീലിസന്ദേശ*ത്തിൽ *തപതീ സംവരണം* കൂടി യാട്ടത്തിന്റെ സൂചനയുണ്ട്. തപതിയായി വേഷം കെട്ടിയിരുന്നത് നങ്ങ്യാ രാണെന്നും പ്രസ്തുത കൃതിയിൽ സൂചിപ്പിക്കുന്നുണ്ട്.

കേരളത്തിന്റെ ഭക്തിപ്രസ്ഥാന ചരിത്രത്തിൽ ജയദേവരുടെ *ഗീത ഗോവിന്ദ*ത്തിന് സ്ഥാനമുണ്ട്. കേരളീയ ക്ഷേത്രങ്ങളിൽ സോപാനസംഗീ തമായി അഷ്ടപദി ഇടയ്ക്ക കൊട്ടി പാടിപ്പോരുന്നുണ്ട്. കേരളത്തിൽ മാത്രമല്ല കർണാടകത്തിലും തമിഴ്നാട്ടിലും അഷ്ടപദി പാടുകയും അഭി

നയിക്കുകയും ചെയ്തിരുന്നു. അഷ്ടപദിയാട്ടം എന്നൊരു കല കേരളത്തിൽ ഉണ്ടായിരുന്നതായും അതു കഥകളിയുടെ ഉത്ഭവത്തെ സ്വാധീനിച്ചതായും ചില പണ്ഡിതന്മാർക്കഭിപ്രായമുണ്ട്. കഥകളിയുടെ ആരംഭത്തിൽ 'പുറപ്പാട്' കഴിഞ്ഞാൽ മഞ്ജുതര എന്ന ചരണം പാടുക എന്ന രീതിയുണ്ട്. ഇത് പ്രസ്തുത സ്വാധീനത്തിന്റെ തെളിവായി ചൂണ്ടിക്കാണിക്കപ്പെട്ടിട്ടുണ്ട്. എന്നാൽ വേണ്ടത്ര തെളിവുകൾ ഈ വാദത്തിനില്ല എന്നതുകൊണ്ടുതന്നെ പൂർണമായി അംഗീകരിക്കാൻ കഴിയുകയില്ല.

കൃഷ്ണനാട്ടമാണ് കഥകളിയുടെ ഉൽപ്പത്തിയുമായി ബന്ധപ്പെടുത്തി പറയാറുള്ള കലാരൂപം. സാമൂതിരി കൃഷ്ണനാട്ടക്കാരെ അയച്ചുകൊടുക്കാൻ വിസമ്മതിച്ചതിനാൽ കൊട്ടാരക്കരത്തമ്പുരാൻ നിർമിച്ചതാണ് രാമനാട്ടം എന്നതാണ് പ്രസിദ്ധമായ കഥ. എന്നാൽ ഇതും വിശ്വസനീയമല്ല. രാമനാട്ടത്തിന് മുമ്പാണ് കൃഷ്ണനാട്ട സാഹിത്യമായ കൃഷ്ണഗീതിയുടെ കാലം എന്ന് പൂർണമായി പറയാൻ കഴിയില്ല. മാത്രമല്ല ആവിഷ്കാരപരമായി വളരെയേറെ അന്തരം ഈ കൃതികൾക്ക് തമ്മിലുണ്ട്. എന്നിരിക്കേ ഈയൊരഭിപ്രായത്തിൽ ഊന്നിനിന്നുകൊണ്ട് കഥകളിയുടെ ഉൽപ്പത്തിയെക്കുറിച്ച് ചിന്തിക്കാനാകില്ല.

എന്നാൽ കൂടിയാട്ടത്തിന് കഥകളിയോടുള്ള ബന്ധം ഇതിലും വലുതാണ്. ചുട്ടി, തേപ്പ് എന്നിവയിൽ കൂടിയാട്ടത്തിന്റെ പ്രകടമായ സ്വാധീനം കാണാം. കൂടിയാട്ടത്തിന്റെ അഭിനയരീതിയെ പ്രത്യേകിച്ചു ഭാവാഭിനയത്തെയും മുദ്രാഭിനയത്തെയും ഒരു പരിധിവരെ കഥകളി സ്വീകരിച്ചിട്ടുണ്ട്. കഥകളിയിലെ കൈലാസോദ്ധാരണം, അജഗരകബളിതം (ഒരു പാമ്പ് ആനയെ വിഴുങ്ങാൻ തുടങ്ങുന്നതും ഒരു സിംഹം ആനയെ അടിച്ചുകൊല്ലുന്നതും) തോരണ യുദ്ധത്തിലെ രാവണന്റെ ആട്ടം (ഹിമകര എന്ന ശ്ലോകത്തിന്റെ ആട്ടം) തുടങ്ങിയവയെല്ലാം കൂടിയാട്ടത്തിൽനിന്നു സ്വീകരിച്ചതാണ്. കൂടിയാട്ടത്തിന്റെ പ്രത്യക്ഷമായ സ്വാധീനം രാമനാട്ടത്തിലുണ്ട്. ആശ്ചര്യചൂഡാമണി, ഭാസനാടകങ്ങൾ എന്നിവ രാമനാട്ട രചനയെ സ്വാധീനിച്ചിട്ടുണ്ട്. ആശ്ചര്യചൂഡാമണി എന്ന സംജ്ഞ മുതൽ പല അംശങ്ങളിലും രാമനാട്ടത്തിൽ കൂടിയാട്ട സ്വാധീനം ദർശിക്കാം. കഥകളിക്കു മുമ്പോ ഒപ്പമോ ഭക്തിപ്രസ്ഥാനവുമായി ബന്ധപ്പെട്ടു രൂപം കൊണ്ട കലകളാണ് മേൽപ്പറഞ്ഞവ. ഇപ്പറഞ്ഞവയിൽനിന്നു വ്യത്യസ്തവും ലളിതവുമായ ഒട്ടധികം നാടോടിക്കലകൾ കേരളത്തിലുണ്ട്.

ദൃശ്യകലയുടെ ഏറ്റവും ലളിതമായ ഭാവമാണ് വെളിച്ചപ്പാടുതുള്ളലിൽ കാണുന്നത്. കൈയിൽ വാളും ചിലമ്പുമണിഞ്ഞ് പട്ടുടുത്ത് അരമണികെട്ടി താളത്തിനൊപ്പം തുള്ളുന്ന വെളിച്ചപ്പാട് കാളിയുടെ പ്രതീകമാണ്. തുള്ളാൻ തുടങ്ങിയാൽ ..... ഹുഹേ.... എന്ന് പ്രാകൃതമായി രൗദ്രസ്വരത്തിൽ അലറുകയും അട്ടഹസിക്കുകയും ചെയ്യും. അപ്പോൾ ചലനം സ്ത്രൈണമായിരിക്കും. അരക്കെട്ട് പതുക്കെ വശങ്ങളിലേക്ക് ചലിപ്പിച്ച് തലതാഴ്ത്തി കൈവിരലുകൊണ്ട് മുടിയൊതുക്കിയാണ് ചലനം. മിക്ക കാവുകളിലും ഒറ്റച്ചിലമ്പ് കൈയിൽപ്പിടിച്ചാണ് തുള്ളുന്നത്. ഇത് *ചില*

പ്പതികാര കഥയിലെ കണ്ണകിയെ ഓർമിപ്പിക്കും. അയ്യപ്പൻ, വേട്ടേക്കരൻ, ചാത്തൻ തുടങ്ങിയ ദേവതമാർക്കും തുള്ളലുകളുണ്ട്. സങ്കൽപ്പ ഭേദമനുസരിച്ച് ഇവയ്ക്ക് വ്യത്യാസവുമുണ്ട്.

തുള്ളുന്നത് പലതരത്തിൽ കാലുകൾ ചലിപ്പിച്ചുകൊണ്ടാണ്. കാലുകൾ ഇരുവശത്തേക്കും അകറ്റിയും ചേർത്തും വച്ചുകൊണ്ടും ഒരു കാൽ മുന്നിലേക്കും മറ്റേകാൽ പിന്നിലേക്കും വച്ചുകൊണ്ടും കാലുകൾ ഓരോന്നായി മാറിമാറി പൊക്കിപ്പിടിച്ചുകൊണ്ടും തുള്ളുന്ന രീതികളുണ്ട്. നാടോടിക്കലകൾ മുതൽ കഥകളിവരെയുള്ളവയിലെ നൃത്തങ്ങൾക്ക് ഇതിനോട് സാമ്യമുണ്ട്. ഒരു കാൽ തൂക്കിവച്ചുകൊണ്ടുള്ള കലാശങ്ങളും നിലകളും കഥകളിയിലുണ്ട്. പുറംചാട്ടം എന്നു പറയുന്ന ഇത്തരം കലാശങ്ങളുടെ പൂർവരൂപം നമുക്ക് വെളിച്ചപ്പാടു തുള്ളലിൽ കാണാം. പല നാടോടിക്കലകളിലും കുറേക്കൂടി വികസിതമായ രീതിയിൽ ഇത് ഉപയോഗിച്ചു കാണാം.

പാത്രാവിഷ്കാരം എന്ന ദൃശ്യകലയുടെ അടിസ്ഥാനസ്വഭാവം അതിന്റെ ഏറ്റവും ലളിതവും സൂക്ഷ്മവുമായ രീതിയിൽ വെളിച്ചപ്പാടു തുള്ളലിൽ കാണാം. വെളിച്ചപ്പാടിന്റെ ഞൊറിവച്ച പാവാട വിപുലീകരിച്ചാൽ കഥകളിയിലെ ഉടുത്തുകെട്ടാകും. ഉടുത്തുകെട്ടിന്റെ ഇരുവശങ്ങളിലും കഥകളിവേഷത്തിൽ കാണുന്ന കരവാലും മുന്നിൽ തൂക്കിയിടുന്ന ഒറ്റനാക്കും ഓർമിപ്പിക്കുന്ന രീതിയിലാണ് വെളിച്ചപ്പാട് പട്ടുടുക്കുന്നത്. ഞൊറി തെയ്യംതിറകളിലൂടെ കഥകളിയിലേക്കു വളർന്നതിന്റെ വഴി നമുക്ക് സൂക്ഷ്മമായി ഗ്രഹിക്കാനാകും. അരമണി കഥകളിയിലെ സ്ത്രീവേഷങ്ങളുടെ പടിയരഞ്ഞാണവും വെളിച്ചപ്പാട് നെഞ്ചിൽ ഇരുകോണിലേക്കും വലിച്ചുകെട്ടുന്ന കച്ച കഥകളിയിലെ ഉത്തരീയത്തിനു പൂർവരൂപമാവാം. ഉത്തരീയം തെയ്യവും ധരിക്കുന്നുണ്ട്. ദൃശ്യകലയിലെ അനിവാര്യഘടകങ്ങളായ വേഷപ്പകർച്ചയും ഭാവപ്പകർച്ചയും വെളിച്ചപ്പാടു തുള്ളലിലും നാം കാണുന്നു.

വെളിച്ചപ്പാടിൽനിന്നുള്ള വികാസമാണ് തെയ്യം, പടയണി, മുടിയേറ്റ് തുടങ്ങിയ കലകളിൽ കാണുന്നത്. വടക്കൻ മലബാറിൽ പ്രചാരത്തിലുള്ള തെയ്യം പല അംശങ്ങളിലും കഥകളിയോട് ബന്ധപ്പെട്ടു നിൽക്കുന്നുണ്ട്. മുന്നൂറിലധികം തെയ്യങ്ങളുണ്ടെന്ന് പറയപ്പെടുന്നു. ഓരോ തെയ്യത്തിന്റെയും മുഖത്തെഴുത്തിനും വേഷവിധാനങ്ങൾക്കും ചലനങ്ങൾക്കും വ്യത്യാസമുണ്ട്. ഓരോ തെയ്യവും രൂപംകൊണ്ടതിന്റെ ഐതിഹ്യങ്ങളുണ്ട്. ഓരോ തെയ്യവും വ്യത്യസ്തമായ ആശയസംഹിതകളെയാണ് സൂചിപ്പിക്കുന്നത്. ദൃശ്യകലയുടെ ചതുർവിധാഭിനയങ്ങളും തെയ്യക്കാരൻ പ്രയോജനപ്പെടുത്തുന്നുണ്ട്. ദൃശ്യകലയിൽ അനിവാര്യമായിരിക്കേണ്ട വേഷപ്പകർച്ചയും ഭാവപ്പകർച്ചയും തെയ്യത്തിലും ദൃശ്യമാണ്. കഥകളിയിലേതുപോലെയുള്ള മുഖത്തെഴുത്ത്, കൺമഷികൊണ്ടുള്ള കണ്ണെഴുത്ത് എന്നിവയെല്ലാം തെയ്യത്തിലുമുണ്ട്. കഥകളിയിലെ മിനുക്കു വേഷത്തെ ഓർമിപ്പിക്കുന്ന മുഖത്തെഴുത്തും ദൂതവേഷത്തെ ഓർമിപ്പിക്കുന്ന ഉടുത്തുകെട്ടും തെയ്യത്തിലുണ്ട്.

തെയ്യത്തിലുള്ള ഗുളികൻ, കാളി എന്നിവയ്ക്ക് കഥകളിയോട് ബന്ധമുണ്ട്. ഗുളികൻ തിറ അസുരന്മാരുടെ മാറുപിളർന്ന് ചോര കുടിക്കുന്നതായി കാണിക്കാറുണ്ട്. *ദുര്യോധന വധ*ത്തിലെ രൗദ്രഭീമനും *കല്യാണ സൗഗന്ധിക*ത്തിൽ ദുശ്ശാസനന്റെ മാറു പിളർന്ന് രക്തം കുടിക്കുമെന്നു പറയുന്ന 'ശൗര്യഗുണനീതി ജലധേ' എന്ന പദത്തിന്റെ അവതരണ സന്ദർഭത്തിലെ ഭീമനും ഗുളികന്റെ ക്രിയകളാണ് അനുവർത്തിക്കുന്നത്. തെയ്യത്തിലെ നിണബലിക്ക് കഥകളിയോട് അത്യധികമായ സാമ്യമുണ്ട്.

പല തെയ്യങ്ങളുടെയും അവസാനം മൃഗങ്ങളെ ബലികൊടുക്കുന്ന രീതിയുണ്ട്. വളരെ രസകരമായ ബന്ധം ഈ രീതിക്ക് തെക്കൻ പ്രദേശങ്ങളിലെ ചില ക്ഷേത്രങ്ങളിലെ കഥകളിയുമായിട്ടുണ്ട്. ദക്ഷയാഗം കഥ അവസാനിച്ചാൽ അടുത്ത കാലംവരെ പലയിടത്തും ആടിനെ ബലി കൊടുത്തിരുന്നു. ഇങ്ങനെ അനുഷ്ഠാന കലകളിൽനിന്ന് പല രീതിയിൽ ജന്മംകൊണ്ടപ്പോഴും കഥകളിയിലെ അനുഷ്ഠാനപരതയെ കാത്തു സൂക്ഷിക്കാൻ സമൂഹം ശ്രമിച്ചു എന്നതാണിതിന്റെ സവിശേഷത. കുട്ടിച്ചാത്തൻ തിറയിലെ ഒരു രംഗത്തിന് ദക്ഷയാഗത്തിലെ അന്ത്യരംഗവുമായി സാമ്യമുണ്ട്. ചാത്തൻ ബ്രാഹ്മണരുടെ യാഗാദികർമങ്ങൾ മുടക്കുന്നതാണ് തിറയുടെ സന്ദർഭം. ദക്ഷയാഗം കഥകളിയുടെ അന്ത്യഭാഗം ഇതു തന്നെയാണ് പ്രതിഫലിപ്പിക്കുന്നത്. യാഗം മുടക്കാൻവരുന്ന വീരഭദ്രനും ഭദ്രകാളിയും ശിവഭൂതങ്ങളും യാഗവസ്തുക്കൾ നശിപ്പിച്ച് യാഗം മുടക്കുന്നതിന് കുട്ടിച്ചാത്തൻ തിറയോടുള്ള സാമ്യം വളരെ പ്രകടമാണ്.

മധ്യതിരുവിതാംകൂറാണ് പടയണിയുടെ നാട്. ദാരികവധമാണ് പടയണിയുടെയും പശ്ചാത്തലം. ദാരികവധം കഴിഞ്ഞ് ജ്വലിക്കുന്ന കോപാഗ്നിയുമായി വന്ന കാളിയെ ശിവനും ഭൂതഗണങ്ങളും ചേർന്ന് ശമയാക്കുന്നതിന്റെ പ്രതീകമാണ് പടയണി. ചൂട്ടുവെപ്പ്, തപ്പുകൈമണിമേളം, കോലംതുള്ളൽ, ഊരാളിതുള്ളൽ എന്നിങ്ങനെ വ്യത്യസ്തങ്ങളായ അനുഷ്ഠാന ക്രമങ്ങളിലൂടെയാണ് പടയണി രൂപംകൊള്ളുന്നത്. അതോടൊപ്പം കണിയാൻ, പരദേശി അന്തോണി, പട്ടർ, നമ്പൂരിശൻ തുടങ്ങിയ ഹാസ്യകഥാപാത്രങ്ങളും പടയണിയിൽ പ്രത്യക്ഷപ്പെടുന്നുണ്ട്. യക്ഷി, പക്ഷി, മാടൻ, മറുതാ, കാലൻ തുടങ്ങിയ കോലങ്ങളെ അഭീഷ്ടസിദ്ധിക്കും മംഗളത്തിനുമായി ആടിക്കുന്നത് പതിവാണ്. പച്ചപ്പാളയിൽ ചെങ്കൽപ്പൊടികൊണ്ട് വരച്ചെടുത്ത കോലങ്ങൾ കമുകിന്റെ അലകുകൊണ്ടുണ്ടാക്കിയ ചട്ടയിൽ ഉറപ്പിച്ചാണ് കിരീടമുണ്ടാക്കുന്നത്.

ഓരോ കോലവും ജന്മംകൊണ്ടതിന്റെ പിന്നിൽ ഐതിഹ്യങ്ങളുണ്ട്. ആവിഷ്കരിക്കുന്ന കഥയ്ക്കനുസരിച്ച് കോലങ്ങളുടെ ചലനങ്ങളിലും അഭിനയത്തിലും വ്യത്യാസമുണ്ട്. പ്രസിദ്ധമായ *മാർക്കാണ്ഡേയ* പുരാണമാണ് പടയണിയിലെ കാലൻ കോലത്തിനടിസ്ഥാനം. മൃകണ്ഡു പുത്രലാഭാർഥം ശിവനെ തപസു ചെയ്യുന്നതും പതിനെട്ടു വയസുവരെ ആയുസുള്ള ബുദ്ധിമാനായ പുത്രനെ ലഭിക്കുന്നതും മാർക്കാണ്ഡേയൻ ശിവനെ ധ്യാനിച്ചു കഴിയുന്നതും സമയമായപ്പോൾ കാലൻ കൊണ്ടു

പോകാനായി വരുന്നതും ശിവൻ കാലനെ നിഗ്രഹിച്ചു മാർക്കണ്ഡേയനു നിത്യയൗവനം നൽകുന്നതുമായ കഥയാണ് ഇവിടെ അവതരിപ്പിക്കുന്നത്. മൃകണ്ഡു ശിവനെ തപസുചെയ്ത് വരംവാങ്ങുന്നതുവരെയുള്ള ഭാഗം ഏതാനും ശ്ലോകങ്ങളിൽ സംക്ഷേപിച്ച് തുടർന്നുള്ള രംഗങ്ങളിൽ മറ്റു ഭാഗങ്ങൾ ആടുന്നതാണ് സാമാന്യരീതി.

ഓരോ കഥാപാത്രത്തെയും വ്യത്യസ്ത നടന്മാർ അവതരിപ്പിക്കാതെ ഒരേ നടൻ വ്യത്യസ്ത കഥാപാത്രങ്ങളായി മാറിമാറി അഭിനയിക്കുന്ന രീതിയാണ് കാലൻ കോലത്തിനുള്ളത്. കൂടിയാട്ടത്തിലും കഥകളിയിലുമുള്ള പകർന്നാട്ടസമ്പ്രദായത്തെ ഓർമിപ്പിക്കുന്നതാണ് ഈ അവതരണം. കഥകളിയിൽ *രാവണോത്ഭവം* കഥ അവതരിപ്പിക്കുന്ന രീതി ഇതാണ്. കല്ലേ്യക്കുളങ്ങര രാഘവപ്പിഷാരടിയുടെ *രാവണോത്ഭവ*ത്തിൽ തനിക്ക് സർവൈശ്വര്യങ്ങളും വന്നുചേർന്നതെങ്ങനെയെന്ന് രാവണൻ ആടിക്കാണിക്കുന്നു. കുട്ടിക്കാലത്ത് അമ്മയുടെകൂടെ മധുവനത്തിൽ സഞ്ചരിക്കുമ്പോൾ രാവണന്റെ അച്ഛനായ വിശ്രവസിന്റെ മറ്റൊരു പുത്രൻ വൈശ്രവണൻ ആകാശത്തിലൂടെ പുഷ്പകവിമാനത്തിൽ പോകുന്നത് അമ്മ കൈകസി കാണുന്നു. വൈശ്രവണന്റെ യോഗ്യതയും തന്റെ പുത്രന്റെ ദുരവസ്ഥയും ഓർത്ത് കരഞ്ഞ അമ്മയെ സമാധാനിപ്പിച്ചുകൊണ്ട് രാവണൻ സർവൈശ്വര്യങ്ങളും നേടാനായി ബ്രഹ്മാവിനെ തപസുചെയ്യാൻ പോകുന്നു. ബ്രഹ്മാവ് പ്രത്യക്ഷപ്പെടുന്നതും വരം നൽകുന്നതുമെല്ലാം രാവണൻ തന്നെ ആടിക്കാണിക്കുന്നു. *ബാലി വിജയം, നരകാസുരവധം* തുടങ്ങിയ കഥകളിലും ഇത്തരം പകർന്നാട്ടരീതി അവലംബിച്ചു കാണാം.

കഥകളിയിലെ നൃത്തങ്ങൾക്കും കലാശങ്ങൾക്കും പടയണിയോട് സാമ്യമുണ്ട്. ഇരുകൈകൊണ്ടും മുദ്രാഖ്യമുദ്ര പിടിച്ചുകൊണ്ടുള്ള കഥകളിയിലെ നൃത്തം പടയണിയിൽനിന്ന് സ്വീകരിച്ചതാകാമെന്ന് ചില പണ്ഡിതന്മാർ അഭിപ്രായപ്പെട്ടിട്ടുണ്ട്.

കാളീസങ്കൽപ്പവുമായി ബന്ധപ്പെട്ട് പ്രചാരത്തിലുള്ള ഒരു അനുഷ്ഠാനകലയാണ് മുടിയേറ്റ്. കളമെഴുത്താണ് മുടിയേറ്റിലെ ആദ്യചടങ്ങ്. അരങ്ങത്തു കേളി, അരങ്ങുവാഴ്ത്തൽ എന്നീ അനുഷ്ഠാനങ്ങൾക്കു ശേഷം തിരശ്ശീല പിടിച്ചാൽ ശിവൻ പ്രത്യക്ഷപ്പെടും. അരങ്ങുകേളിയും അരങ്ങുവാഴ്ത്തലും തുടർന്നുള്ള തിരശ്ശീല പിടിക്കലും കഥകളിയെ ഓർമിപ്പിക്കും. തിരശ്ശീല പകുതി താഴ്ത്തിയാണ് ശിവൻ പ്രവേശിക്കുന്നത്. കൈയിൽ ഒരു കാളത്തലയുടെ രൂപമുണ്ടാകും. കാള തലയാട്ടുന്നതിനെ ഓർമിപ്പിക്കുംവിധം അതു ആട്ടിക്കൊണ്ടിരിക്കും. തിരശ്ശീലക്കിപ്പുറം നാരദൻ വന്നുനിന്ന് ഒരോല നിവർത്തി വായിക്കും. ദാരികന്റെ അതിക്രമംകൊണ്ട് മനുഷ്യരും സ്വർഗവാസികളും അനുഭവിക്കുന്ന ദുരിതങ്ങൾ ശിവനെ ബോധ്യപ്പെടുത്തുകയാണിത്.

കഥകളിയിലെ തിരനോട്ടംപോലെ തിരശ്ശീലയ്ക്ക് മുകളിലൂടെ മൂന്നു തവണ നോക്കിയാണ് ദാരികൻ പ്രത്യക്ഷപ്പെടുന്നത്. ദാരികന് വാചികാഭിനയമുണ്ട്. ഒന്നാംരംഗത്തിലെ ശിവനാരദസംവാദവും രണ്ടാം രംഗ

ത്തിലെ ദാരികന്റെ പുറപ്പാടും കഴിഞ്ഞാൽ മൂന്നാംരംഗം കാളിയുടെ ദാരികനോടുള്ള പോർവിളിയാണ്. നാലാംരംഗത്ത് കോയിമ്പിടാർ എന്ന കഥാപാത്രം പ്രവേശിക്കും. നാടൻകലകളിലെ പൊറാട്ടുപോലെയാണ് കോയിമ്പിടാരുടെ അവതരണം. അഞ്ചാംരംഗം കാളിദാരികയുദ്ധവും ദാരികവധവുമാണ്.

കൃത്യമായി സംവിധാനം ചെയ്യപ്പെട്ട അഞ്ചുരംഗങ്ങളിലായി ആവിഷ്കരിക്കപ്പെടുന്ന ഇതിവൃത്തമാണ് മുടിയേറ്റിനുള്ളത്. സുഘടിതമായ ഇതിവൃത്തം, ഇതിവൃത്തവികാസമനുസരിച്ചുള്ള രംഗവിഭജനം, ചതുർവിധാഭിനയം, പശ്ചാത്തലവാദ്യം, സംഗീതം എന്നിവയെല്ലാംകൊണ്ട് സമ്പൂർണ രംഗകലയായി കാണാവുന്ന അനുഷ്ഠാനകലാരൂപമാണ് മുടിയേറ്റ്. ഓരോ കഥാപാത്രത്തിനും നിശ്ചിതമായ വേഷഘടനയുണ്ട്. ദാരികൻ കഥകളിയിലെ കത്തിവേഷത്തോട് സാമ്യമുള്ളതാണ്. മുഖത്ത് തേപ്പുണ്ട്, കുരുത്തോലകൊണ്ട് അലങ്കരിച്ച കിരീടമാണ് കാളിക്ക്. അരിമാവുകൊണ്ട് വസൂരിക്കലപോലെ കറുപ്പിച്ച് മുഖത്ത് കുത്തിയിരിക്കും. മാറിൽ കഥകളിയിലെ സ്ത്രീവേഷംപോലെ മുലപ്പടമുണ്ടാകും. കഥകളിയിലെ മഹർഷിമാരുടെ വേഷത്തോട് ശിവന്റെ വേഷത്തിന് സാമ്യമുണ്ട്. കോയിമ്പിടാർ തലയിൽക്കെട്ടും വാളും പരിചയുമായാണ് വരുന്നത്. ഇതിന് അമ്പലപ്പുഴ വേലകളിക്കാരുടെ വേഷത്തോട് സാമ്യമുണ്ട്. ഇത് പരിഷ്കരിച്ചതായിരിക്കാം കഥകളിയിലെ ദൂതവേഷം.

കേരളീയതാളങ്ങളായ ചമ്പ, അടന്ത തുടങ്ങിയവ മുടിയേറ്റിലുണ്ട്. എന്നാൽ സംഗീതം ശാസ്ത്രീയമായി ചിട്ടപ്പെടുത്തിയതല്ല. 20-ാം നൂറ്റാണ്ടിൽ വെങ്കിടകൃഷ്ണഭാഗവതരുടെ കാലംവരെയും ഇതായിരുന്നു കഥകളിയുടെയും രീതി.

ക്ലാസിക്കൽ കലകളുടേതുപോലെയോ ആധുനിക നാടകങ്ങളിലേതുപോലെയോ കൃത്യമായ ആകാരപരിധിക്കുള്ളിൽ ഒതുങ്ങുന്നതല്ല, മുടിയേറ്റിലെ സ്റ്റേജ്. കഥകളിയിൽ വിളക്കിനപ്പുറമേ സ്റ്റേജുള്ളൂ. യുദ്ധംപോലെയുള്ള സന്ദർഭങ്ങളിൽ താഴെ പ്രേക്ഷകർക്കിടയിലേക്ക് വരാറുണ്ട്. ഗ്രാമം മുഴുവൻ വ്യാപിക്കുന്ന രംഗവേദിയാണ് മുടിയേറ്റിൽ. നടന്മാർ മാത്രമല്ല വാദ്യക്കാരും പാട്ടുകാരും പ്രേക്ഷകരും ഒന്നടങ്കം രംഗപ്രയോഗത്തിൽ ഭാഗഭാക്കുകളാകുന്നു.

മുടിയേറ്റിൽ രംഗത്തുവരുന്ന ഓരോ കഥാപാത്രത്തിനും നിശ്ചിതമായ വേഷവിധാനങ്ങളുണ്ട്. കഥാപാത്രങ്ങളുടെ പ്രവേശത്തിന് നിഷ്കൃഷ്ടമായ നിയമങ്ങളുണ്ട്. കാളത്തലയുടെ രൂപവുമായി തിരശ്ശീലയ്ക്കപ്പുറത്താണ് ശിവൻ പ്രത്യക്ഷപ്പെടുന്നത്. ചില സൂചകങ്ങളിലൂടെ പാത്രബോധം ഉണർത്തുക എന്ന ധർമം മുടിയേറ്റിൽ നിർവഹിക്കപ്പെടുന്നുണ്ട്. രണ്ടു കഥാപാത്രങ്ങൾ രണ്ട് ഇടങ്ങളിലും തലങ്ങളിലുമാണെന്ന സൂചനയാണ് തിരശ്ശീലയുടെ അപ്പുറത്തും ഇപ്പുറത്തും പ്രത്യക്ഷപ്പെടുന്നതിലൂടെ നൽകുന്നത്. ഈ രീതി കഥകളി ആദ്യന്തം പിന്തുടരുന്നതു കാണാം. *കർമീരവധ*ത്തിൽ ആദിത്യനും ധർമപുത്രരും കൃഷ്ണനും ധർമ

പുത്രരും എന്നീ സന്ദർഭങ്ങളിൽ ഇടവും തലവും വേർതിരിക്കുന്നത് തിരശ്ശീലകൊണ്ടാണ്. മുടിയേറ്റിലെ പല തന്ത്രങ്ങളും വികസിപ്പിച്ചെടുത്ത് കഥകളി പരിചരിച്ചു പോരുന്നുണ്ടെന്നു കാണാം.

ഇവയ്ക്കു പുറമെ, നമ്പൂതിരിമാരുടെ സംഘക്കളി, പൊറാട്ട് നാടകം, കണ്യാർകളി തുടങ്ങിയവയിലെല്ലാം പല അംശങ്ങളും കഥകളിക്കു സദൃശമായിക്കാണാം. *ലവണാസുരവധ*ത്തിലെ മണ്ണാനും മണ്ണാത്തിയും പൊറാട്ടിലെ കുറവനും കുറത്തിക്കും സമാനമായി സൃഷ്ടിച്ചതാണ് *അംബരീഷ ചരിത*ത്തിലെ മാപ്പിള, *കംസവധ*ത്തിലെ ആനക്കാരൻ, *ബകവധ*ത്തിലെ ആശാരി, ഭീരുവേഷങ്ങൾ എന്നിവയ്ക്കെല്ലാം നാടൻകലകളോടുള്ള സാമ്യം വിസ്മരിക്കാവുന്നതല്ല.

കഥകളിയുടെ ആവിഷ്കാര സമ്പ്രദായങ്ങളെ രൂപപ്പെടുത്തുന്നതിൽ ആയോധനകലയ്ക്കുള്ള പങ്ക് ചെറുതല്ല. കളരിപ്പയറ്റിന്റെ പല അംശങ്ങളും കഥകളിയുടെ അവതരണത്തിലുണ്ട്. കഥകളിയിലെ മെയ്യഭ്യാസമുറകൾ പലതും കളരിയിൽനിന്ന് സ്വീകരിച്ചതാണ്. കളരിച്ചിട്ടകളെ കുറേക്കൂടി മൃദുവും സുന്ദരവുമാക്കി അവതരിപ്പിക്കുന്നതാണ് കഥകളിയിലെ യുദ്ധരംഗങ്ങൾ. ചുഴിക്കുക, കെട്ടിച്ചാടുക, കാൽവീശുക, തുശിക്കിടുക തുടങ്ങിയ കഥകളിയിലെ അഭ്യാസങ്ങൾ കളരിയിൽനിന്നു കടംകൊണ്ടവയാണ്. കഥകളിയിലെ പുലിയങ്കംപോലുള്ള യുദ്ധമുറകൾ കളരിയിൽനിന്ന് സ്വീകരിച്ചതാണ്. *ബാലിവധ*ത്തിൽ ബാലിസുഗ്രീവന്മാർ തമ്മിലുള്ള യുദ്ധത്തിനിടയിലാണ് ഇത് പ്രയോഗിക്കാറുള്ളത്.

കാർഷികവൃത്തിയും ആയോധനകലയും ഒരുപോലെ കേരളസമൂഹത്തെ സ്വാധീനിച്ചിരുന്നു. കേരളത്തിലെ ഉത്സവാഘോഷങ്ങളിൽ ഇതു വളരെ പ്രകടമാണ്. കാളവേല കാർഷികസംസ്കാരത്തെയും കുതിരവേല ആയോധനത്തെയും സൂചിപ്പിക്കുന്നു. നാട്ടുരാജ്യങ്ങളുടെ സംരക്ഷണത്തിനായി രാജാക്കന്മാരും പ്രഭുക്കന്മാരും പടയാളികളെ ഒരുക്കി നിർത്തിയിരുന്നു. രാജ്യങ്ങൾ തമ്മിലുള്ള സംഘട്ടനങ്ങളും ഇടയ്ക്കിടയ്ക്കുള്ള വിദേശീയാക്രമണങ്ങളും ഇതിന്റെ പ്രസക്തി വർധിപ്പിച്ചു.

ഓരോ പ്രഭുവിന്റെയും കീഴിലുള്ള സൈന്യങ്ങൾ പരസ്പരം യുദ്ധം ചെയ്തിരുന്നു. വ്യക്തികളും കുടുംബങ്ങളും തമ്മിലുള്ള സംഘർഷങ്ങളും ഇതിന് കാരണമായിരുന്നു. രാജകുടുംബത്തിനകത്തുതന്നെ പലപ്പോഴും സംഘർഷങ്ങളുണ്ടായി. കൊച്ചിയിലെ പെരുമ്പടപ്പ് രാജവംശത്തിൽ അഞ്ചുതാഴ്‌വഴികളുണ്ടായിരുന്നു. മൂപ്പിളമയെച്ചൊല്ലി ഇവർ തമ്മിലുള്ള തർക്കം സർവസാധാരണമായിരുന്നു. 17-ാം നൂറ്റാണ്ടിൽ ചാഴൂർ താവഴിയിൽനിന്ന് ദത്തെടുക്കുന്നത് സംബന്ധിച്ച് തർക്കങ്ങളുണ്ടായി. കൊച്ചിയിലെ വെള്ളാരപ്പിള്ളി കോവിലകത്തുനിന്ന് ദത്തെടുക്കുന്നതിനെച്ചൊല്ലി തിരുവിതാംകൂറിലും തർക്കങ്ങളുണ്ടായി. ഏതെങ്കിലും ഒരു വിഭാഗം വിദേശികളുടെ കൂട്ടുപിടിച്ച് അധികാരം ഉറപ്പിക്കുന്നത് സാധാരണമായിരുന്നു.

അങ്കം, പൊയ്ത്ത് മുതലായ സമരപരീക്ഷകൾ അക്കാലത്ത് സർവസാധാരണമായിരുന്നു. രണ്ട് കക്ഷികൾ തമ്മിലുള്ള സംഘർഷം നാടുവാഴിക്ക് പരിഹരിക്കാൻ കഴിയാതെ വന്നാൽ അവർ തമ്മിൽ അങ്കം വെട്ടി തീരുമാനിക്കുമായിരുന്നു. വ്യക്തികൾക്ക് നേരിട്ടോ കൂലിക്കോ - പ്രതിഫലം നൽകിയോ - അങ്കം നടത്താം. ഇത്തരം യുദ്ധങ്ങളും സംഘർഷങ്ങളും രാഷ്ട്രീയമായ സ്വാധീനം ചെലുത്തിയതിനും ഉദാഹരണങ്ങളുണ്ട്.

പ്രതീകാത്മകമായി അനുഷ്ഠാനമെന്ന നിലയിൽ അങ്കം നടത്താറുണ്ടായിരുന്നു. മരിച്ചവരുടെ സ്മരണ നിലനിർത്താനാണ് ഇങ്ങനെ ചെയ്തിരുന്നത്. ഇത്തരം പ്രതീകാത്മക അങ്കങ്ങൾ പിൽക്കാലത്ത് അനുഷ്ഠാനകലകളായി മാറി. തെയ്യം, പടയണി തുടങ്ങിയ കലകളിൽ ഇത്തരം സ്മരണ പുതുക്കുന്നതാണ് നാം കാണുന്നത്. സമരോത്സുകരായ കതിവന്നൂർ വീരൻ തുടങ്ങിയവരെ അവതരിപ്പിക്കുന്നത് ഇതിന്റെ ഉദാഹരണമാണ്. വേലകളി, ഓച്ചിറക്കളി, ഓണത്തല്ല് തുടങ്ങിയ ആയോധനകലകൾ വിനോദപരങ്ങളായിരുന്നുവെങ്കിലും ഏതെങ്കിലും യുദ്ധത്തിന്റെയോ ആരുടെയെങ്കിലും മരണത്തിന്റെയോ സൂചന ഇവയിലുണ്ട്.

രാജാക്കന്മാരും പ്രഭുക്കന്മാരും തമ്മിൽ നിരന്തരമായ സമരങ്ങൾ ഇക്കാലത്തുണ്ടായിരുന്നു. അതുകൊണ്ടുതന്നെ കലകളും വീരരസ പ്രധാനങ്ങളോ യുദ്ധരംഗങ്ങൾക്ക് പ്രാധാന്യം നൽകുന്നവയോ ആയിരുന്നു. ഇത്തരം സംഘർഷഭരിതമായ കാലഘട്ടത്തിലാണ് കഥകളി വളർന്നു വികസിച്ചത്. അക്കാലത്തിന്റെ സാമൂഹികരാഷ്ട്രീയ പ്രശ്നങ്ങൾ ഈ കഥകളിൽ പ്രതിഫലിക്കുന്നുണ്ട്. യുദ്ധരംഗങ്ങൾക്ക് പ്രാധാന്യം കൊടുത്തുകൊണ്ടാണ് കൊട്ടാരക്കര തമ്പുരാന്റെ രാമനാട്ടം ജന്മംകൊള്ളുന്നത്. ആഭ്യന്തരസംഘർഷംമൂലം നാട്ടിൽനിന്നു പരിത്യക്തരായ പാണ്ഡവന്മാരുടെ കഥയാണ് കോട്ടയം തമ്പുരാൻ ആവിഷ്കരിച്ചത്. രാജമന്ദിരങ്ങളിലെ അധികാരപ്രമത്തതയാണ് തമ്പി കൃതികൾക്കടിസ്ഥാനം. ഉണ്ണായി വാര്യരും അവതരിപ്പിച്ചത് രാജ്യഭ്രഷ്ടരായവരുടെ കഥയാണ്. പൊയ്ത്തും കുടിപ്പകയും രാജാക്കന്മാർ തമ്മിലുള്ള സംഘർഷങ്ങളും നിറഞ്ഞ 17, 18 നൂറ്റാണ്ടുകളിലെ കേരളമാണ് കഥകളി സാഹിത്യത്തിൽ ആവിഷ്കരിക്കപ്പെട്ടത്. ഇതിൽനിന്നും യുദ്ധകലയായിട്ടുതന്നെയാണ് കഥകളി പിറന്നതും വളർന്നതും എന്നു വ്യക്തം. എന്നാൽ, പിൽക്കാലത്ത് ശരീരഭാഷയുടെ സമ്മോഹനമായ ആവിഷ്കാരമെന്ന നിലയിൽ കഥകളി പരിണമിച്ചു. പരുഷമായ യുദ്ധമുറകളെ മൃദുവും സരളവുമാക്കി ആവിഷ്കരിച്ചുകൊണ്ട് കാഴ്ചയുടെ അസാധാരണമായ ഒരു പ്രപഞ്ചത്തെ ശരീരഭാഷയിലൂടെ സൃഷ്ടിക്കാൻ കഥകളി നടന് കഴിഞ്ഞു. കാലത്തെ ഉൾക്കൊള്ളുകയും കാലത്തിലൂടെ വളരുകയും ചെയ്തുകൊണ്ടാണ് ഇത് കഴിഞ്ഞത്.

കഥകളിവേഷത്തിനുതന്നെ യുദ്ധസന്നദ്ധനായ സൈന്യാധിപന്റെ രൂപമുണ്ട്. കിരീടം രാജകീയമാണ്. നെഞ്ചിലെ ഹാരവും (കഴുത്താരം) തോൽപ്പൂട്ടും കടകവും നഖവുമെല്ലാം പടയാളിയുടെ ഓർമ ഉണർത്തു

ന്നു. കഥകളിവേഷം മുഴുവൻതന്നെ യുദ്ധോദ്യുക്തനായ പടയാളിയുടെ ആഹാര്യത്തെ ഓർമിപ്പിക്കുന്നുണ്ട്. കഥകളിയിൽ യുദ്ധരംഗങ്ങൾക്ക് ഏറെ പ്രാധാന്യമുണ്ട്. മിക്ക കഥകളും വധത്തിലോ യുദ്ധത്തിലോ ആണ് പര്യവസാനിക്കുന്നത്. എന്നാൽ യുദ്ധത്തെപ്പോലും ലാവണ്യനിഷ്ഠമാക്കി അവതരിപ്പിച്ചു എന്നതാണ് കഥകളിയുടെ പ്രത്യേകത. യുദ്ധം പോലും നൃത്തമാക്കി മാറ്റുന്നത് നമുക്ക് തമ്പിയുടെയും മറ്റും കൃതികളിൽ കാണാം. ഇങ്ങനെ കേരളത്തിന്റെ ഒരു കാലഘട്ടത്തിന്റെ സാമൂഹികജീവിതത്തെ മുഴുവൻ ആവാഹിച്ചു വളർന്നുവന്ന കലയാണ് കഥകളി.

സ്വരൂപവും ചരിത്രവും

ആശയസംവേദനത്തിനുതകുന്ന സാധ്യതകളത്രയും ചൂഷണം ചെയ്തുവളർന്ന കലയാണ് കഥകളി. ഭാഷയും ഭാഷേതരമായ ഒട്ടേറെ ഘടകങ്ങളും സംവേദനത്തെ സഹായിച്ചുകൊണ്ട് കഥകളിയിൽ നില നിൽക്കുന്നുണ്ട്. കഥകളിയിലെ ആശയസംവേദനോപാധികളെ ദൃശ്യാത്മകങ്ങളെന്നും ശ്രവ്യാത്മകങ്ങളെന്നും വേർതിരിക്കാം. ആഹാര്യഭേദങ്ങൾ, നിറങ്ങൾ, ആംഗികാഭിനയം, നൃത്തം എന്നിവ ദൃശ്യാത്മകങ്ങളും ഗീതം, വാദ്യം, പലതരം അലർച്ചകൾ എന്നിവ ശ്രവ്യാത്മകങ്ങളുമാണ്.

ദൃശ്യം	വേഷവിധാനം, മുഖത്തെഴുത്ത്, തിരശ്ശീല, പീഠം, ആയുധം മുതലായ സജ്ജീകരണങ്ങൾ, വിളക്ക്, പന്തം, മുദ്രകൾ, കണ്ണ്, പുരികം മുതലായ ഉപാംഗങ്ങളുടെ അഭിനയം, നൃത്തം, കലാശങ്ങൾ, നടന്മാരുടെ പ്രവേശനിഷ്ക്രമണങ്ങൾ
ശ്രവ്യം	ഗീതം വാദ്യം അട്ടഹാസങ്ങൾ അലർച്ചകൾ

ഇവയോരോന്നും ആവിഷ്കാരത്തെ ഓരോ വിധത്തിൽ സഹായിക്കുന്നു. ഓരോ ഘടകവും സംവേദനത്തെ ശക്തവും സ്ഫുടവുമാക്കാനാണ് ഉപയോഗിക്കുന്നത്.

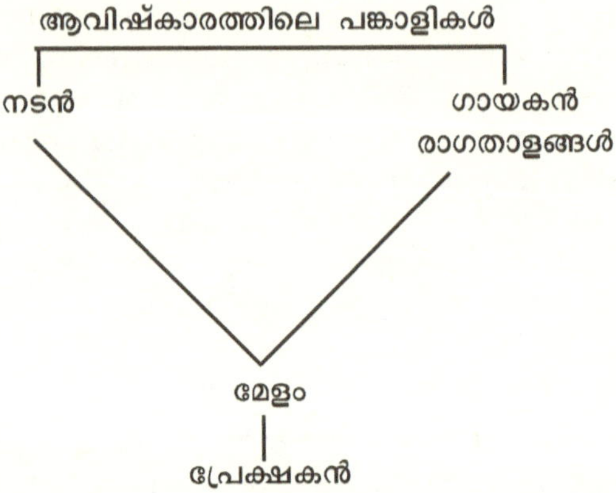

ഇതോടൊപ്പം വ്യത്യസ്ത കലകളുടെ സ്വാധീനവും കഥകളിയിലുണ്ട്. സാഹിത്യം, ചിത്രരചന, സംഗീതം, വാദ്യകല തുടങ്ങിയ കലകൾ കഥകളിയിൽ ആവിഷ്കാരത്തെ സഹായിച്ചു നിലനിൽക്കുന്നു.

സാഹിത്യം	⇨	ഇതിവൃത്തം, പാത്രസൃഷ്ടി രസഭാവങ്ങൾ
ചിത്രകല	⇨	മുഖത്തെഴുത്ത്
ശിൽപ്പകല	⇨	വേഷം, ചുട്ടി, കിരീടം, മെയ്യാഭരണങ്ങൾ, ഉടുത്തുകെട്ട്
സംഗീതം	⇨	ഗീതം
നൃത്തം	⇨	വിവിധ കലാശങ്ങൾ, നൃത്തങ്ങൾ
വാദ്യകല	⇨	അഭിനയത്തിനനുസൃതമായ മേളം

സമാന്തരമായ രണ്ടുമാർഗങ്ങളിലൂടെയാണ് ആവിഷ്കാരം പൂർണമാകുന്നത്. വാചികം ഗീതത്തിലൂടെ ഗായകനും, അഭിനയം നടനും നിർവഹിക്കുന്നു.

നടൻ ആംഗികവും സാത്വികവുമായ അഭിനയത്തിലൂടെ വാച്യവും ധ്വന്യാത്മകവുമായ അർഥങ്ങൾ സംവേദനം ചെയ്യുന്നു. ഗായകൻ സന്ദർഭത്തിനും ഭാവത്തിനും അനുസൃതമായി ഗാനം ആലപിക്കുന്നു. ഇങ്ങനെ ദൃശ്യശ്രവ്യ സംലയനത്തിലൂടെ ഭാവസംവേദനം പൂർണമാകുന്നു. ഇതിൽ ഏതിലെങ്കിലും ഒന്നിനുണ്ടാകുന്ന വൈകല്യം അവതരണത്തെ മുഴുവനായും ബാധിക്കും.

വിവിധ രൂപഘടനകളിലുള്ള ശിൽപ്പത്തിന്റെ അപൂർവചാരുതയാണ് ഒരു കഥകളിദൃശ്യം സമ്മാനിക്കുന്നത്. ഓരോ ദൃശ്യവും ക്രിയാംശത്തിന്റെ ഓരോ പാറ്റേൺ സൃഷ്ടിക്കുകയാണ് ചെയ്യുന്നത്. ഇത്തരം ദൃശ്യങ്ങളുടെ അനുസ്യൂതപ്രവാഹമാണ് ഒരാശയത്തിന്റെ സമഗ്രത ദ്യോതിപ്പിക്കുന്നത്. ഓരോ ദൃശ്യവും ഓരോ ശിൽപ്പമാകുന്നതുപോലെ ആ ശിൽപ്പം സൃഷ്ടിക്കുന്ന വേഷങ്ങളും ശിൽപ്പഘടനയോടുകൂടിയതാണ്. യഥാർഥമായ ഉടലിനെ പൂർണമായി മറച്ചുകൊണ്ട് മറ്റൊരുടൽ മനുഷ്യശരീരത്തിൽ സൃഷ്ടിച്ചെടുക്കുകയാണ്. മുഖത്തെഴുത്ത്, ചുട്ടി, കൺമഷിയെഴുതി

പ്രത്യേകം രൂപംനൽകുന്ന കണ്ണും പുരികവും ചുണ്ടപ്പൂവിട്ടു ചുവന്ന കണ്ണുകൾ എന്നിവയെല്ലാം ചേർന്ന് മുഖത്തിന് അസാധാരണത്വം നൽകുന്നു. സാധാരണ ഒരു പച്ചവേഷത്തിനുപോലും വിവിധ നിറങ്ങളുടെ സാന്നിധ്യംകൊണ്ടുള്ള ലയം നൽകുന്നുണ്ട്. ചെവിക്കരികിൽനിന്ന് താഴേക്ക് വളഞ്ഞു താടിയിൽ എത്തിനിൽക്കുന്ന ചുട്ടി മുഖത്തിന്റെ പരിധിയെ നിയന്ത്രിക്കുന്നു. ചുട്ടിയിൽനിന്നും അനുക്രമം വികസിച്ചുവരുന്ന തോന്നലാണ് തലയിൽ ധരിക്കുന്ന കിരീടം ഉണ്ടാക്കുന്നത്. ഉടുത്തുകെട്ടും കുപ്പായവും മറ്റുമെയ്യാഭരണങ്ങളും ചേർന്ന് അസാധാരണമായൊരു ശിൽപ്പഭംഗി ഉണ്ടാക്കിയെടുക്കാൻ ഒരു കഥകളി വേഷത്തിന് കഴിയുന്നു.

മുദ്രകളാണ് ആവിഷ്കരണത്തെ സഹായിക്കുന്ന പ്രധാന ഘടകം. 24 അടിസ്ഥാനമുദ്രകളെ പലവിധത്തിൽ പ്രയോജനപ്പെടുത്തിയാണ് ആശയം സംവേദനം ചെയ്യുന്നത്. മുദ്രകൾ സംയുതം (ഇരുകൈയിലും ഒരേമുദ്ര) അസംയുതം (ഒരു കൈയിൽ മാത്രം) മിശ്രം (രണ്ടുകൈകൊണ്ടും വ്യത്യസ്ത മുദ്രകൾ) എന്നിങ്ങനെ മൂന്നുവിധത്തിൽ ഉപയോഗിക്കുന്നു. അടിസ്ഥാന സങ്കേതങ്ങൾക്കനുസരിച്ചാകുമ്പോൾ മുദ്രകൾ നാട്യധർമിയാകും. സാധാരണജീവിതത്തിലെ ആംഗ്യങ്ങൾ ഉപയോഗിക്കുമ്പോൾ ലോകധർമിയാകും.

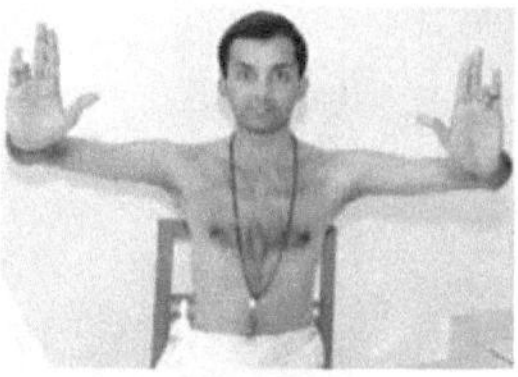
പതാക

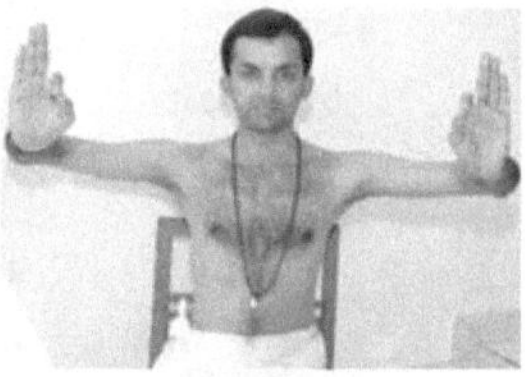
മുദ്രാഖ്യം

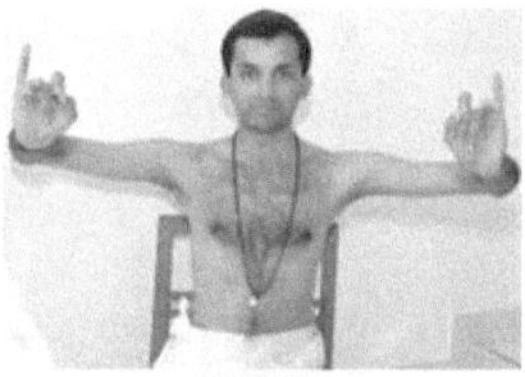
കടകം

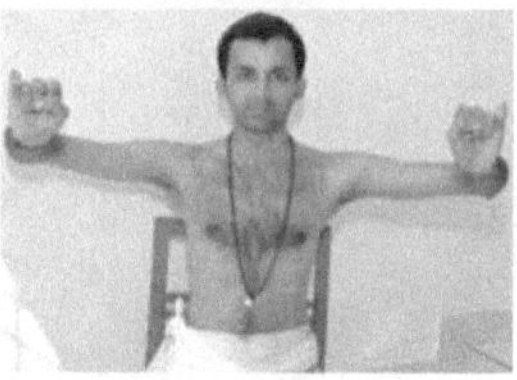
മുഷ്ടി

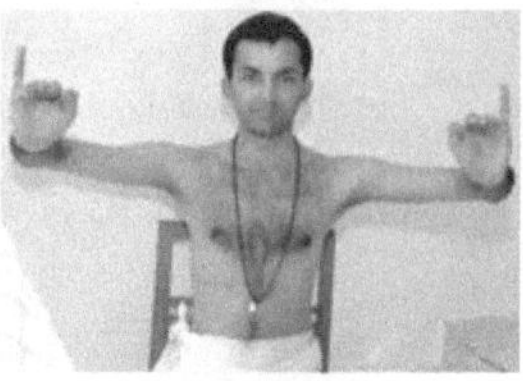
കർത്തരീമുഖം

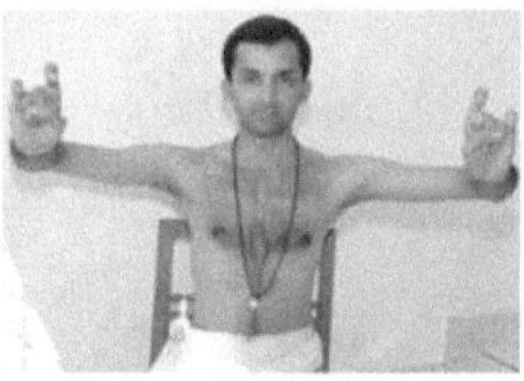
ശുകതുണ്ഡം

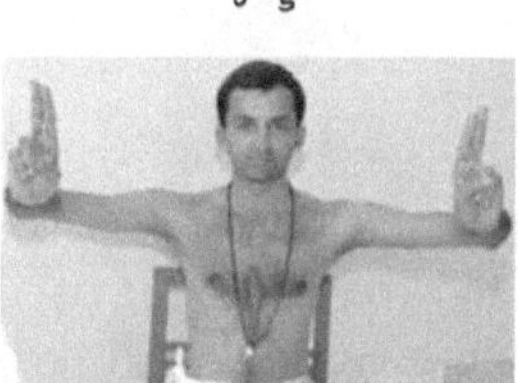
കപിത്ഥകം

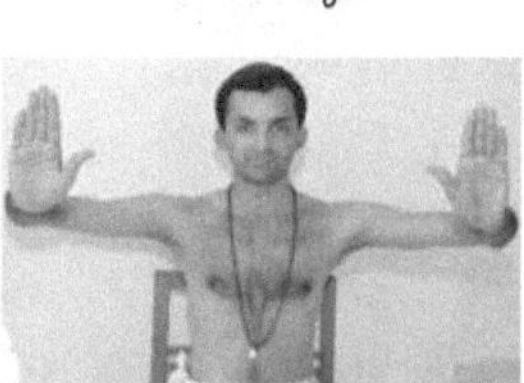
ഹംസപക്ഷം

ശിഖരം

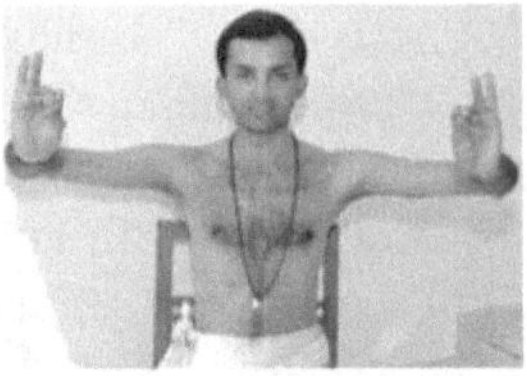
ഹംസാസ്യം

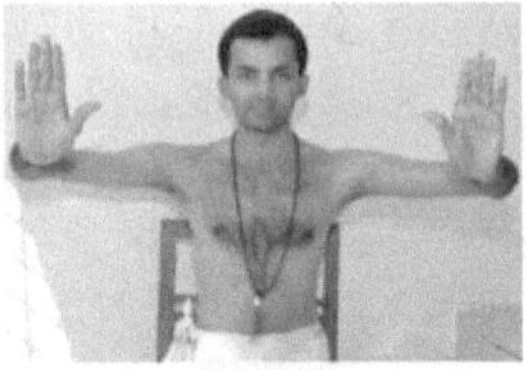
അഞ്ജലി

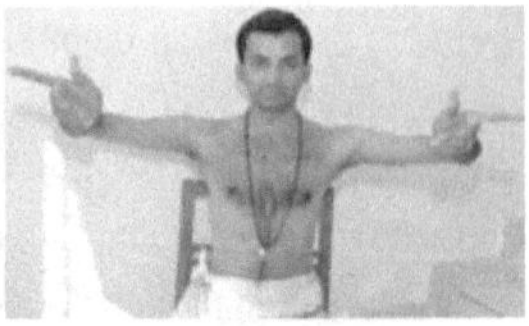
അർദ്ധചന്ദ്രം

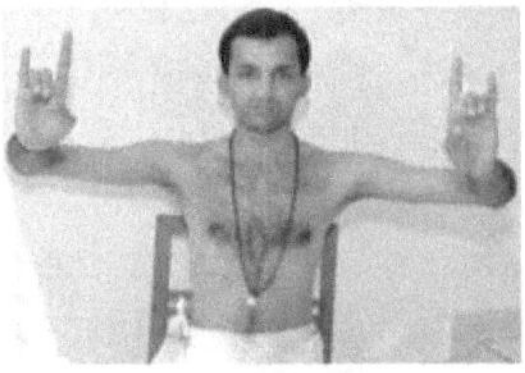
മുകുരം

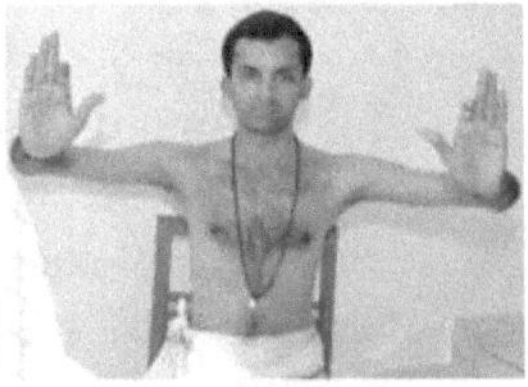
ഭ്രമരം

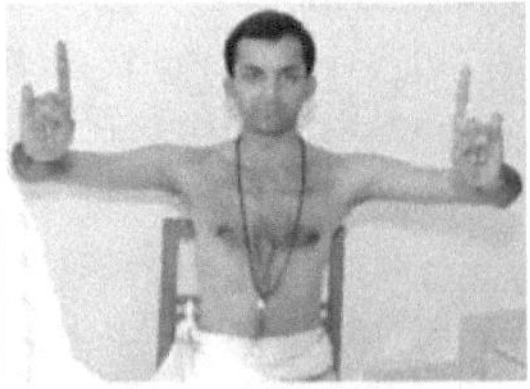
സൂചികാമുഖം

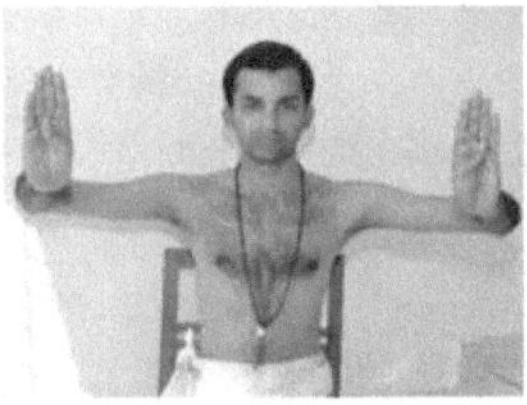
പല്ലവം

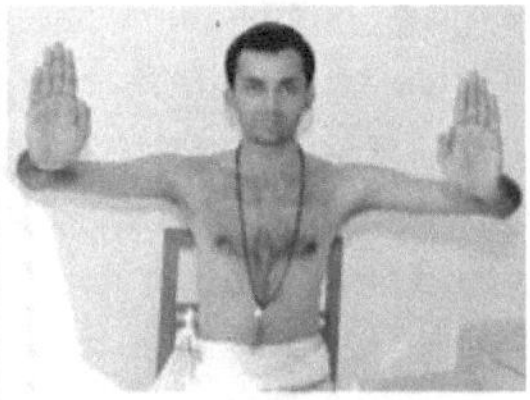
ത്രിപതാകം

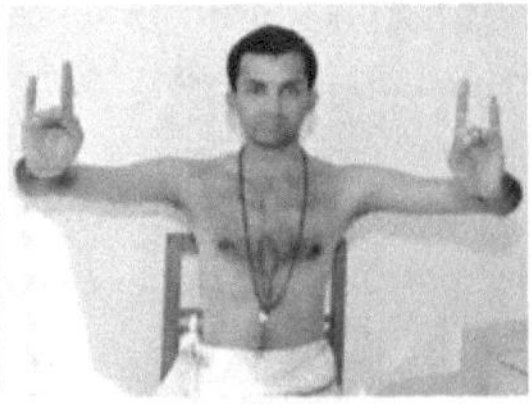
മൃഗശീർഷം

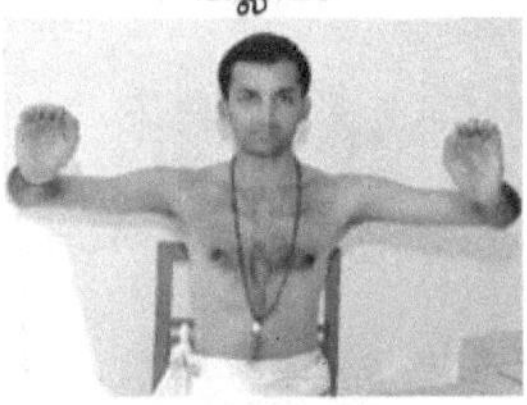
സർപ്പശിരസ്സ്

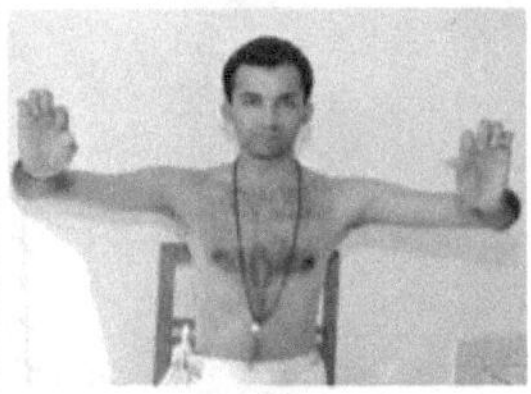
വർദ്ധമാനകം

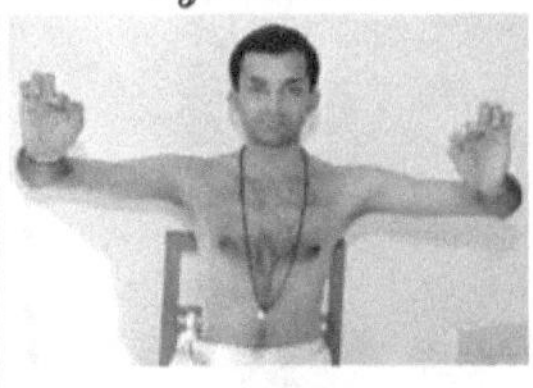
അരാളം

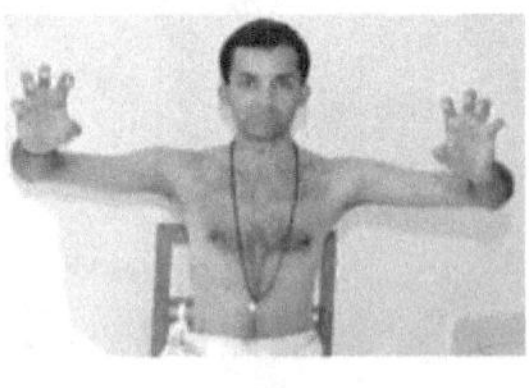
ഊർണ്ണനാഭം

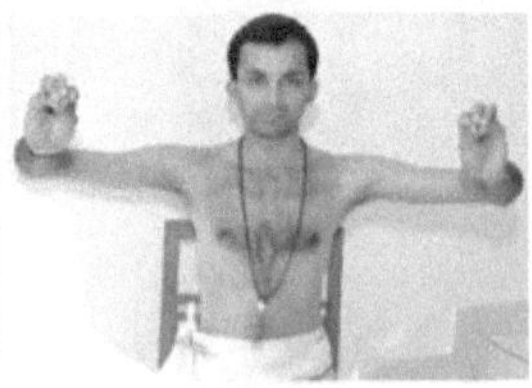
മുകുളം

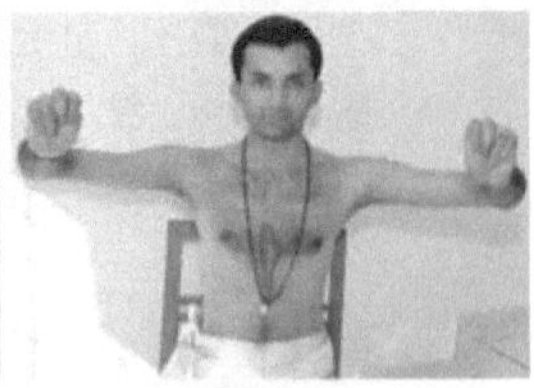
കർത്തരീമുഖം

മുദ്രകളുടെ സ്ഥാനം, ദൈർഘ്യം, ചലനം എന്നിവയ്ക്കനുസരിച്ച് അർഥം മാറുന്നു. മുദ്രകൾ ഭാഷയിലെ വാക്കുകൾ പോലെയാണ്. സ്ഫുടമായി ഉപയോഗിക്കുന്ന വാക്കുപോലെ കൃത്യമായി ഉപയോഗിക്കുന്ന മുദ്ര

യേ സുന്ദരമാകൂ. സുന്ദരമായ ഭാഷപോലെ തന്നെ സുന്ദരമായ മുദ്രയും സംവേദനത്തെ സഹായിക്കുന്നു.

നിറങ്ങളുടെ താളാത്മകവിന്യാസം ഓരോ കഥാപാത്രത്തിന്റെയും വേഷവിധാനങ്ങളിൽ കാണാം. വശങ്ങളിൽ അൽപ്പം മുകളിലേക്കുയർന്ന് അരക്കെട്ടിൽനിന്നും താഴേക്ക് ഊർന്നിറങ്ങുന്ന ഞൊറിപ്പാവാട അതിനു മുകളിലുള്ള കുപ്പായം. ഞൊറിയുടെ ഇരുവശത്തും തൂങ്ങിക്കിടക്കുന്ന കരവാൽ ആഭരണങ്ങൾ, കഴുത്തിലെ ഉത്തരീയം എന്നിവയെല്ലാം നിറങ്ങളുടെ താളബോധം പ്രതിഫലിപ്പിക്കുന്നുണ്ട്. കഥാപാത്രങ്ങളെ അരങ്ങത്ത് പ്രത്യക്ഷപ്പെടുത്തുന്നതിലും ഈ താളബോധം പ്രകടമാണ്. പച്ച, ചുവപ്പ്, കറുപ്പ്, വെളുപ്പ്, മഞ്ഞ, നീല എന്നീ വർണങ്ങൾ അവതരിപ്പിച്ചുകൊണ്ടാണ് ഈ താളം സൃഷ്ടിക്കുന്നത്. കഥാപാത്രങ്ങളുടെ പരസ്പരമുള്ള സാന്നിധ്യസാമീപ്യങ്ങൾ നിറങ്ങളുടെ സങ്കലനത്തിലൂടെ അഭൗമകാന്തി സൃഷ്ടിക്കുന്നു. മുഖം കൂടുതൽ പ്രകാശിപ്പിക്കുന്നതിനും നിറത്തിന് തീവ്രത നൽകുന്നതിനും ചില കഥാപാത്രങ്ങൾക്ക് പ്രവേശനത്തിൽ പന്തങ്ങൾ ഉപയോഗിക്കുന്നു.

നിറങ്ങൾ ഭാവങ്ങളെ ഉണർത്തുന്നുവെന്ന സത്യം കഥകളി വീണ്ടും വീണ്ടും വിളിച്ചറിയിക്കുന്നുണ്ട്. പ്രാകൃതമോ വന്യമോ ആയ രൂപങ്ങളാണ് കറുപ്പുണ്ടാക്കുന്നത്. കറുത്തതാടി കാട്ടാളന്മാർക്ക് (വനവാസികൾക്ക്) നൽകിയിരിക്കുന്നതിതുകൊണ്ടാണ്. ആസുരത്വമാണ് ചുവന്ന താടി പ്രതിഫലിപ്പിക്കുന്നത്. നീചകഥാപാത്രങ്ങളായ ദുശ്ശാസനൻ, ത്രിഗർത്തൻ തുടങ്ങിയവയ്ക്ക് ചുവന്ന താടിയാണ് (ആസുരത പ്രകടമാക്കാത്ത ബാലിസുഗ്രീവന്മാർക്ക് ചുവന്നതാടിയാണ്. ഒരു വ്യവസ്ഥ എന്നതിലപ്പുറം ഇതിനെ കാണേണ്ട). രാക്ഷസീയതയും രാജകീയതയും ഒരുമിച്ചു ചേർന്ന രാവണൻ, ദുര്യോധനൻ, നരകാസുരൻ തുടങ്ങിയവർക്ക് കത്തിയാണ്. ശിഷ്ടന്മാരായ രാജാക്കന്മാർക്കാണ് പച്ച. നളൻ, ഭീമാർജുനന്മാർ, രുഗ്മാംഗദൻ എന്നിവർ പച്ചയാണ്. വാനര പ്രകൃതികളും പരിശുദ്ധന്മാരുമായ കഥാപാത്രങ്ങൾക്ക് വെള്ളത്താടിയാണ്. ഹനുമാൻ വെള്ളത്താടി വേഷമാണ്.

ഗീതം, വാദ്യം എന്നിവ കേവലം പശ്ചാത്തലങ്ങളല്ല. കഥകളിയിലതു ഭാവാവിഷ്കാരത്തെ സഹായിച്ചുകൊണ്ടാണ് നിലനിൽക്കുന്നത്. ഭാവത്തിനനുസരിച്ചു പാട്ടിൽ രാഗവും ശ്രുതിയും വ്യത്യാസപ്പെടുന്നു. കത്തിവേഷങ്ങളുടെ ശൃംഗാരത്തിന് പാടിയും പച്ചയ്ക്ക് കാമ്പോജി, കല്യാണി എന്നിവയും ഉപയോഗിക്കുന്നു. സ്ത്രീകൾക്ക് ആനന്ദഭൈരവി, നീലാംബരി തുടങ്ങിയവയാണ്. സ്ഥായീഭേദം വരുത്തി ആവിഷ്കാരത്തെ ആലാപനംകൊണ്ട് സഹായിക്കേണ്ടത് പാട്ടുകാരനാണ്. കാലം കേറ്റുക, കാലം താഴ്ത്തുക, സ്ഥായീഭേദം വരുത്തുക, രാഗം ആലപിക്കുക എന്നിങ്ങനെ വ്യത്യസ്ത സങ്കേതങ്ങൾ ഉപയോഗിച്ചുകൊണ്ട് പാട്ടുകാരൻ ഭാവാവിഷ്കാരത്തിൽ പങ്കാളിയാകുന്നു. ഇതുപോലെ വാദ്യം ഉപയോഗിക്കുന്നതും സവിശേഷരീതിയിൽത്തന്നെയായിരിക്കണം. ലളിതഭാവങ്ങൾക്ക് ശബ്ദം

താഴ്ത്തിയും ഉദ്ധതഭാവങ്ങൾക്ക് ഉയർത്തിയും വാദ്യം പ്രയോഗിക്കണം. നടൻ മുദ്ര കാണിക്കുന്നതിന് അനുസൃതമായി മേളവും പ്രയോഗിക്കണം. എങ്കിൽ മാത്രമേ മുദ്രയുടെ മുഴുവൻ ശക്തിയും സംവേദനം ചെയ്യപ്പെടുകയുള്ളൂ. ചെണ്ടയും മദ്ദളവുമാണ് കഥകളിയിലെ വാദ്യങ്ങൾ. ഒപ്പം പ്രധാന പാട്ടുകാരന്റെ കൈയിൽ ചേങ്ങിലയും സഹായിയുടെ കൈയിൽ ഇലത്താളവുമുണ്ടായിരിക്കും. മരം തകർന്നുവീഴുമ്പോഴും പൂ കൊഴിയുമ്പോഴും ഒരേ രീതിയിലല്ല കൊട്ടേണ്ടത്. 'നീ' എന്ന് കോപത്തോടെ കാണിക്കുമ്പോഴും സ്നേഹത്തോടെ കാണിക്കുമ്പോഴും കൊട്ടിൽ വ്യത്യാസം വരുത്തണം. മുദ്രയ്ക്കനുസരിച്ചുകൊണ്ട് കൊട്ടിയില്ലെങ്കിൽ ഭാവം നഷ്ടപ്പെടും.

ഇതിനൊക്കെപ്പുറമെ ശക്തമായ ഒരു സന്ദേശചിഹ്നമെന്ന നിലയിലും മേളം ഉപയോഗിക്കാറുണ്ട്. സ്ത്രീകൾക്ക് മദ്ദളം മാത്രമേ പതിവുള്ളൂ. (ചിലപ്പോൾ ഇടയ്ക്കയും) പുരുഷന്മാർക്ക് ചെണ്ടകൂടി ചേരും. മൃദുവും മധുരവുമായ മദ്ദളധ്വനി സ്ത്രീശബ്ദത്തിന്റെയും ചെണ്ടയുടെ ഉദ്ധതധ്വനി പുരുഷശബ്ദത്തിന്റെയും സൂചകങ്ങളായിട്ടാണ് കഥകളിയിൽ ഉപയോഗിക്കുന്നത്. ഈ സങ്കൽപ്പത്തിനു പിന്നിലുള്ള ലാവണ്യബോധം അത്ഭുതാവഹം തന്നെയാണ്.

ഇതുപോലെതന്നെ മംഗളപൂർണമായ രംഗങ്ങൾക്ക് ചെണ്ടയുടെ വലന്തലയാണ് ഉപയോഗിക്കുക. ഇതും മറ്റൊരുതരത്തിലുള്ള സൂചനയാണ് നൽകുന്നത്. ഇങ്ങനെ രംഗസൃഷ്ടിക്ക് കഥകളിയിൽ മേളം ഒഴിച്ചുകൂടാനാവാത്തതാണ്.

ആധുനിക നാടകങ്ങളിലേതുപോലെ മികച്ച പ്രകാശസംവിധാനങ്ങളൊന്നും കഥകളിക്കില്ല. എന്നാൽ വെളിച്ചത്തിന്റെ സാധ്യതകൾ പരമാവധി ചൂഷണം ചെയ്യാൻ കഥകളി സംവിധാനം ചെയ്ത ആചാര്യന്മാർ നിഷ്കർഷിച്ചിട്ടുണ്ട്. ഇന്നത്തേതുപോലെ വൈദ്യുതദീപസംവിധാനം നിലവിലില്ലാതിരുന്ന കാലത്ത് എണ്ണവിളക്കുകളായിരുന്നു ഉപയോഗിച്ചിരുന്നത്. സ്റ്റേജിന്റെ മുമ്പിൽ ഒരു വലിയ വിളക്ക് ഇരുഭാഗത്തേക്കും തിരിയിട്ടു കത്തിച്ചുവയ്ക്കും. ഈ വിളക്കിന്റെ പ്രകാശത്തിലായിരുന്നു പണ്ട് കഥകളി അവതരിപ്പിച്ചിരുന്നത്. നാലടിയോളം ഉയരംവരുന്ന വിളക്കിൽ നിന്നുള്ള ജ്വാലയുടെ പ്രകാശം നടനിൽ കൃത്യമായി പതിച്ചിരുന്നു. മഞ്ഞനിറമാർന്ന എണ്ണവിളക്കിന്റെ പ്രകാശം നിറക്കൊഴുപ്പാർന്ന വേഷവിധാനങ്ങളെയും നടന്റെ മുഖത്തെയും ശോഭാവൃതമാക്കുന്നു. തിരശ്ശീലകൊണ്ട് പകുതി മറച്ച തിരനോട്ടം, പുറപ്പാട് തുടങ്ങിയ സന്ദർഭങ്ങളിൽ അരവരെ താഴ്ന്നുനിൽക്കുന്ന നടന്റെ മുഖം അത്ഭുതാവഹമായ പരിവേഷം ആവഹിക്കുന്നു. ചില വേഷങ്ങൾ പ്രത്യേകിച്ച് ചുവന്നതാടി പന്തവുമായാണ് പ്രത്യക്ഷപ്പെടുക. ചലിക്കുന്ന ദിശയ്ക്ക് എതിരായിരിക്കുമല്ലോ പന്തത്തിന്റെ നാളം. അതുകൊണ്ട് മുഖം തീക്ഷ്ണമായി പ്രകാശിപ്പിക്കാൻ പന്തത്തിന്റെ വെളിച്ചത്തിന് കഴിയുന്നു. ഇരുട്ടിൽനിന്ന് അരങ്ങത്തേക്ക് വട്ടം തിരിഞ്ഞുകൊണ്ട് പ്രവേശിക്കുന്ന സുദർശനവേഷം അനന്തതയിൽ

നിന്ന് ചീറിപ്പാഞ്ഞുവരുന്ന തീഗോളം കണക്കെയുള്ള അനുഭവമാണ് നൽകുന്നത്.

*നാട്യശാസ്ത്ര*ത്തിൽ 'പുസ്തം' എന്നുപറയുന്ന അചേതനവസ്തുക്കളുടെ ഉപയോഗം കഥകളിയിൽ തീരെ കുറവാണ്. അമ്പ്, വാൾ തുടങ്ങിയ ആയുധങ്ങൾ, മേലാപ്പ്, പീഠം (സ്റ്റൂൾ) തുടങ്ങിയ ചുരുക്കം ഭൗതികവസ്തുക്കളേ കഥകളിയിലുള്ളൂ. നടൻ രംഗസ്ഥിതവസ്തുക്കളെ സ്വന്തം ശരീരംകൊണ്ട് പ്രത്യക്ഷവൽക്കരിക്കുകയാണ് കഥകളിയുടെ രീതി. പർവതവും സമുദ്രവും കാടും തേരും വിമാനവുമെല്ലാം ഇങ്ങനെ ശൂന്യതയിൽ ശരീരഭാഷകൊണ്ട് സൃഷ്ടിച്ചെടുക്കുകയാണ്. കൂടിയാട്ടത്തിൽ നിന്നാരംഭിച്ച ഈ രീതി കഥകളിയിലേക്കും വ്യാപിച്ചതാകാനാണ് ന്യായം.

നാട്യാചാര്യനായ ഫിലിപ്പ് സറിലി കഥകളിയെക്കുറിച്ച് പറഞ്ഞത് ഇവിടെ ഉദ്ധരിക്കട്ടെ. 'Kathakali dance drama is like a vast and deep ocean. Somany come to performance with their hands cupped and only be able to take away what doesn't slip through their fingers. Others may come with a small vessels and be able to drink that.' ഓരോരുത്തരും സ്വന്തം ആസ്വാദനബോധത്തിന്റെ അളവും വലുപ്പവുമനുസരിച്ച് അവതരണത്തെ ഉൾക്കൊള്ളുന്നു. അത്രത്തോളം ഉന്നതമാണ് കളിയരങ്ങ്; വൈവിധ്യപൂർണവും.

17-ാം നൂറ്റാണ്ടിൽ കൊട്ടാരക്കര തമ്പുരാൻ രചിച്ച *രാമനാട്ട*മാണ് കഥകളിയുടെ ആദ്യസാഹിത്യരൂപമെന്ന് സൂചിപ്പിച്ചു. പുത്രകാമേഷ്ടി, സീതാസ്വയംവരം, വിച്ഛിന്നാഭിഷേകം, ഖരവധം, ബാലിവധം, തോരണയുദ്ധം, സേതുബന്ധനം യുദ്ധം എന്നിങ്ങനെ *രാമായണ* സംബന്ധിയായ എട്ടുകഥകളാണ് അദ്ദേഹം രചിച്ചത്. വീരകേരളവർമ എന്ന വഞ്ചിരാജാവിന്റെ ഭാഗിനേയനും ശങ്കരനെന്ന കവിയുടെ ശിഷ്യനുമാണ് താൻ എന്ന് അദ്ദേഹം സ്വയം പരിചയപ്പെടുത്തുന്നുണ്ട്.

17-ാം നൂറ്റാണ്ടിൽ കൊട്ടാരക്കര തമ്പുരാൻ രചിച്ച സാഹിത്യത്തെ രംഗകലയെന്ന നിലയിൽ സുഭദ്രമാക്കിയത് മലപ്പുറം ജില്ലയിലുള്ള പഴയ വെട്ടം രാജ്യത്തിലെ രാജാവായിരുന്നു. വെട്ടത്തു രാജാവ് വരുത്തിയ പരിഷ്കാരങ്ങളെ വെട്ടത്തുസമ്പ്രദായം എന്നുവിളിച്ചുവരുന്നു. ആഹാര്യത്തിലും വാദ്യത്തിലുമാണ് അദ്ദേഹം മുഖ്യമായും പരിഷ്കാരങ്ങൾ വരുത്തിയത്. "നാട്യാംശങ്ങളെ പോഷിപ്പിച്ചും നൃത്തനൃത്ത്യങ്ങളെ ഔചിത്യത്തോടെ ഉൾക്കൊള്ളിച്ചും രാമനാട്ടത്തെ അഭിനയപ്രധാനമായ കലയാക്കി പരിണമിപ്പിക്കുകയെന്നുള്ളതാണ് കഥകളിക്കു വെട്ടത്തുകാരുടെ സംഭാവന" എന്നു കലാമർമജ്ഞനായ കെ പി എസ് മേനോൻ പറയുന്നു.

വെട്ടത്തുരാജാവ് തുടങ്ങിവച്ച പരിഷ്കരണങ്ങളെ ഏറെദൂരം മുന്നോട്ടുകൊണ്ടുപോയത് കപ്ലിങ്ങാട്ടു നമ്പൂതിരിയായിരുന്നു. തൃശൂർ ജില്ലയിൽ ചെറുതുരുത്തിക്കടുത്ത് നെടുമ്പുരയാണ് അദ്ദേഹത്തിന്റെ ജന്മസ്ഥലം

കപ്ലിങ്ങാടിന് കഥകളിയുടെ ചരിത്രത്തിലുള്ള സ്ഥാനം എന്തെന്ന് കെ പി എസ് മേനോൻ ഇങ്ങനെ രേഖപ്പെടുത്തുന്നു.

> കലാപരമായ ആവേശം കത്തിജ്വലിച്ചുകൊണ്ടിരുന്ന ആ കാലഘട്ടത്തിൽ അതിന്റെ പരമദീപ്തിയാണ് കപ്ലിങ്ങാട്ടു നമ്പൂതിരിയിൽ പ്രത്യക്ഷമായത്. വേഷം, രസാഭിനയം, നൃത്തം, പാട്ട്, മേളം എന്നിങ്ങനെ കഥകളിയുടെ സകലവശങ്ങളെയും അദ്ദേഹത്തിന്റെ പ്രതിഭ ആശ്ലേഷിച്ചു. കല്ലടിക്കോടൻ സമ്പ്രദായത്തിന്റെ വികസനപരമായ ഒരു നൂതന വ്യാഖ്യാനമായിരുന്നു കപ്ലിങ്ങാടൻ സമ്പ്രദായം. അന്നുണ്ടായിരുന്ന ആശാന്മാർ അദ്ദേഹം അവതരിപ്പിച്ച രീതിഭേദങ്ങളെ വിഗണിച്ചിരുന്നുവെങ്കിലും പിൽക്കാലത്തുണ്ടായ നടന്മാരെല്ലാം അവയെ ക്രമത്തിൽ അംഗീകരിച്ചു.

(കെ പി എസ് മേനോൻ, *കഥകളിരംഗം*) കപ്ലിങ്ങാട് പിൽക്കാലത്ത് തിരുവനന്തപുരത്തുപോയി തിരുവിതാംകൂർ രാജാവിന്റെ ആശ്രിതനായി. കാർത്തികതിരുനാളിന്റെ കഥകൾ ചിട്ടപ്പെടുത്തുന്നതിനും അവതരിപ്പിക്കുന്നതിനും സഹായിച്ചുകൊണ്ട് അദ്ദേഹം കൊട്ടാരത്തിൽത്തന്നെ കഴിഞ്ഞു. കപ്ലിങ്ങാട് സൃഷ്ടിച്ച ശൈലിയെ കപ്ലിങ്ങാടൻശൈലി എന്നു പറഞ്ഞുവരുന്നു. തിരുവിതാംകൂർ, കൊച്ചി പ്രദേശങ്ങളിൽ അക്കാലത്ത് പ്രചരിച്ചത് ഇതായിരുന്നു. കപ്ലിങ്ങാടൻ ശൈലിയാണ് കഥകളിയിലെ തെക്കൻ ചിട്ടയായി പിൽക്കാലത്ത് പരിണമിച്ചത്.

തെക്ക് കപ്ലിങ്ങാടൻ ശൈലിപോലെ വടക്ക് കല്ലടിക്കോടൻ സമ്പ്രദായം കഥകളിയിൽ രൂപംകൊണ്ടു. കോട്ടയം തമ്പുരാന്റെ നേതൃത്വത്തിൽ നടന്ന പരിഷ്കരണങ്ങളുടെ ഫലമായിട്ടാണ് കല്ലടിക്കോടൻ സമ്പ്രദായം ജന്മംകൊണ്ടത്. വെള്ളാട്ടുചാത്തുപ്പണിക്കർ എന്നൊരാൾ കല്ലടിക്കോട്ടു താമസിച്ച് കഥകളി അഭ്യസിപ്പിച്ചു. ഇദ്ദേഹമായിരുന്നു കോട്ടയം കളരിയിലെ ആശാൻ. ഇതോടെ ഈ ശൈലിയെ കല്ലടിക്കോടൻ എന്നുവിളിക്കാൻ തുടങ്ങി. കഥകളിയിൽ സമൂലമായ മാറ്റങ്ങൾ വരുത്തിയത് കോട്ടയം തമ്പുരാനാണ്. നാട്യകലാവിദഗ്ധരായ രണ്ടുപേർ അദ്ദേഹത്തെ സഹായിക്കാനായി ഉണ്ടായിരുന്നു. 'മാതംഗാനനമബ്ജവാസരമണീം ഗോവിന്ദമാദ്യം ഗുരും' എന്ന് തമ്പുരാനെഴുതിയ ഒരു ശ്ലോകത്തിൽ സ്തുതിക്കുന്ന ഗോവിന്ദൻ, ഗോവിന്ദദീക്ഷിതരെന്ന പരദേശി ബ്രാഹ്മണനാണത്രേ. നൃത്തകലയിൽ അത്യധികം അവഗാഹം ഇദ്ദേഹത്തിനുണ്ടായിരുന്നതായി പറയപ്പെടുന്നു. മറ്റൊരാൾ ഇരവിച്ചാക്യാർ എന്ന കലാകാരനാണ്. കൂടിയാട്ടത്തിൽ ഇദ്ദേഹത്തിനുണ്ടായിരുന്ന ജ്ഞാനം തമ്പുരാനെ ഏറെ സഹായിച്ചിരിക്കണം. എന്തായാലും കൊട്ടാരക്കരയുടെ കൃതികളിൽനിന്ന് കോട്ടയം കൃതികളിലേക്കെത്തുമ്പോൾ ഒരു കുതിച്ചുചാട്ടം തന്നെയാണ് കഥകളിയിൽ സംഭവിച്ചത്. കോട്ടയം കൃതികൾ കൂടുതൽ സമഗ്രതയും പാകതയും കൈക്കൊള്ളുന്നതായി കാണാം. നവീനമായ ഒരു കലാദർശനം ആവിഷ്കരിക്കുക മാത്രമല്ല സ്വന്തം കൃതികളിലൂടെ അതു പ്രക

ടമാക്കുകയും ചെയ്യാൻ കോട്ടയം തമ്പുരാന് കഴിഞ്ഞു. *ബകവധം, കിർമീരവധം, കല്യാണസൗഗന്ധികം, നിവാതകവചകാലകേയവധം* എന്നീ നാലുകൃതികളാണ് തമ്പുരാന്റേതായിട്ടുള്ളത്. കോട്ടയം തമ്പുരാന്റെ പരിഷ്കരണങ്ങളെ ഇങ്ങനെ സംഗ്രഹിക്കാം.

1. ഒരു കഥാസന്ദർഭത്തെ കുറേ നടന്മാർ ചേർന്ന് അവതരിപ്പിക്കുക എന്ന രീതിവിട്ട് കഥകളി രസാവിഷ്കരണത്തിനുതകുന്ന ഒന്നായി രൂപപ്പെടുത്തിയെടുത്തു. ഇങ്ങനെ കേവലം കഥാഖ്യാനം എന്ന നില വിട്ട് രസഭാവാവിഷ്കാരത്തിനുള്ള സാധ്യതകൾ തുറന്നു.
2. പാത്രാവിഷ്കാരത്തിലൂടെ പാത്രബോധം പ്രകടമാക്കുകയെന്ന കലാതത്വം ആവിഷ്കരിച്ചു.
3. കഥയുടെ ആദ്യഘട്ടം മുതൽ കഥാപാത്രങ്ങളെ അനുക്രമം വളർത്തിക്കൊണ്ടുവരികയെന്ന പാത്രരചനാതത്വം ആട്ടക്കഥയിലൂടെ ആവിഷ്കരിച്ചു.
4. സംഗീതം, നൃത്തം, താളം, അഭിനയം എന്നിവയെല്ലാം സംയോജിപ്പിച്ചുകൊണ്ടുള്ള രചനാരീതി നിർവഹിച്ചു.
5. സ്ത്രീവേഷങ്ങൾക്ക് പ്രാധാന്യമില്ലാതിരുന്ന കഥകളിയിൽ സ്ത്രീ കഥാപാത്രങ്ങൾക്ക് പ്രാധാന്യം കൊടുത്തു.
6. പാത്രവൈവിധ്യവും അതിലൂടെ വേഷവൈവിധ്യവും പ്രകടമാക്കി.
7. ദൃശ്യഭാഷയ്ക്ക് അനുഗുണമായ സാഹിത്യഭാഷ വികസിപ്പിച്ചെടുത്തു.
8. അഭിനയകേന്ദ്രിതമായ ഘടന കഥയ്ക്ക് നൽകി ആവിഷ്കരിച്ചു.

കഥകളിയുടെ ചരിത്രത്തിൽ സുപ്രധാനമായ സ്ഥാനം കൈവരിക്കാൻ ഇതുകൊണ്ടുതന്നെ കോട്ടയം കൃതികൾക്ക് കഴിഞ്ഞു എന്നു വ്യക്തമാകുന്നു.

പഴശ്ശിക്കോവിലകത്ത് നിന്നാരുംതന്നെ പിൽക്കാലത്ത് കഥകളിയുടെ ചരിത്രത്തിൽ പ്രത്യക്ഷപ്പെട്ടില്ല. കോട്ടയം തമ്പുരാനോടുകൂടിത്തന്നെ അവിടുത്തെ കഥകളിപാരമ്പര്യവും അന്യംനിന്നു പോയി. തമ്പുരാൻ തുടങ്ങിവച്ച പരിഷ്കരണ പ്രസ്ഥാനങ്ങളെ ഏറ്റെടുക്കാൻ ആ രാജവംശത്തിൽനിന്ന് ആരുമുണ്ടായില്ല.

എന്നാൽ കല്ലടിക്കോടൻ സമ്പ്രദായത്തിന് പിൽക്കാലത്ത് ഒട്ടേറെ വികാസപരിണാമങ്ങൾ സംഭവിച്ചു. വടക്ക് ചാത്തുപ്പണിക്കർ ആരംഭിച്ച കല്ലടിക്കോടൻ സമ്പ്രദായത്തിന്റെ പിന്തുടർച്ചക്കാരായിരുന്നു ഇട്ടീരിപ്പണിക്കർ, ഗോവിന്ദപ്പണിക്കർ, ശങ്കുപ്പണിക്കർ തുടങ്ങിയവർ. കല്ലടിക്കോട്, കല്ലുവഴി തുടങ്ങിയ പ്രദേശങ്ങളെ കേന്ദ്രീകരിച്ചാണ് പിന്നീട് കല്ലടിക്കോടൻ സമ്പ്രദായം വളർന്നത്. കല്ലടിക്കോടൻ സമ്പ്രദായത്തിൽ ഇക്കാലത്ത് സംഭവിച്ച ഏറ്റവും പ്രധാനമായ പരിണാമം കപ്ലിങ്ങാടൻ ശൈലിയെ കല്ലടിക്കോടൻ സമ്പ്രദായത്തിലേക്ക് സമന്വയിപ്പിച്ചുകൊണ്ടുള്ള പരിഷ്കരണങ്ങളായിരുന്നു. തെക്ക് കപ്ലിങ്ങാട് രൂപംകൊടുത്ത രാവണോത്ഭവം കഥയ്ക്ക് വടക്ക് പ്രചാരം നൽകിയവരിൽ പ്രമുഖൻ ശങ്കരപ്പണിക്കരായി

രുന്നു. ഇദ്ദേഹത്തിന്റെ രാവണവേഷത്തിന് അത്രയധികം പ്രീതിയും ജന സമ്മതിയും സമ്പാദിക്കാനായി. ഇതുകൊണ്ടുതന്നെ അദ്ദേഹത്തെ ദശ മുഖൻ ശങ്കുപ്പണിക്കർ എന്നാണ് പരക്കെ വിളിച്ചുവന്നത്. കപ്ലിങ്ങാടൻ സമ്പ്രദായത്തിലെ പ്രധാന വേഷങ്ങളും കഥകളും വടക്ക് പ്രചരിക്കു ന്നത് ഇക്കാലത്താണ്.

ശങ്കുപ്പണിക്കരുടെ സിദ്ധിയും സാധനയും പകർന്നുകിട്ടിയ നടനായി രുന്നു ശിഷ്യൻ ഇട്ടിരാരിച്ചമേനോൻ. അദ്ദേഹത്തിന്റെ മെയ്യോ മുഖമോ നല്ലത്, പച്ചയോ കത്തിയോ ഭംഗി എന്നീ പ്രശ്നങ്ങൾ അക്കാലത്തെ ആസ്വാദകർക്കിടയിൽ വിവാദമായിരുന്നുവത്രേ! കഥകളിയിലെ ഏറെ ദൃശ്യഭംഗി പുലർത്തുന്ന സുഭദ്രാഹരണം അർജുനന്റെ വിവാഹരംഗം ഇട്ടിരാരിച്ചമേനോന്റെ പ്രധാന വേഷമായിരുന്നു. വേഷസൗന്ദര്യത്തിൽ ഇത്രത്തോളം മികച്ചനടൻ അക്കാലംവരെ കഥകളിയിലുണ്ടായിട്ടില്ലത്രേ! ആധുനിക കാലത്ത് സുഭദ്രാഹരണം അർജുനന്റെ രംഗം വീണ്ടും പ്രച രിച്ചു. ഇട്ടിരാരിച്ചമേനോനുശേഷം കലാമണ്ഡലം ഗോപിയാണ് ഈ വേഷം ഏറ്റവും കൂടുതൽ ചെയ്തതും പ്രചരിപ്പിച്ചതും എന്നത് കഥകളിയുടെ ചരിത്രത്തിൽതന്നെ ശ്രദ്ധേയമായ വസ്തുതയാണ്. ഇട്ടിരാരിച്ച മേനോൻ നിലവിലുള്ള കല്ലടിക്കോടൻ സമ്പ്രദായത്തെ പരിഷ്കരിച്ച് സ്വന്തമായൊരു ശൈലി ആവിഷ്കരിച്ചു. കല്ലുവഴി ദേശക്കാരനായിരുന്ന അദ്ദേഹം അവ തരിപ്പിച്ച ശൈലിയെ കല്ലുവഴി സമ്പ്രദായം എന്നു വിളിച്ചുവന്നു.

ഇട്ടിരാരിച്ചമേനോൻ ആവിഷ്കരിച്ച ശൈലിയെ പരിഷ്കരിച്ച് നൂതന മായൊരു ശൈലിക്ക് തുടക്കം കുറിച്ചത് ഇട്ടിരാരിച്ചമേനോന്റെ ശിഷ്യ നായ പട്ടിക്കാന്തൊടി രാമുണ്ണിമേനോനായിരുന്നു. മധ്യകേരളത്തിൽ പ്രച രിച്ചതും പിൽക്കാലത്ത് ലോകമാകെ പടർന്നേറിയതുമായ കലാമണ്ഡലം ശൈലി കല്ലുവഴി സമ്പ്രദായത്തിന്റെ തുടർച്ചയാണ്. പട്ടിക്കാന്തൊടിയുടെ സംഭാവനകളെ ചരിത്രകാരന്മാർ ഇങ്ങനെ വിവരിക്കുന്നു.

> ഇട്ടിരാരിച്ചമേനോൻ പരിഷ്കരിച്ച കല്ലുവഴി സമ്പ്രദായത്തെ നടന്റെ ശരീരഭാഷയുടെ നിയതമായ ഒരു വ്യാകരണത്തിൽ വ്യവസ്ഥപ്പെ ടുത്തി ശിഷ്യന്മാരെ നിഷ്കർഷിച്ച് പഠിപ്പിക്കുകവഴി പട്ടിക്കാന്തൊടി രാമുണ്ണിമേനോൻ സൃഷ്ടിച്ചതാണ് കഥകളിയിലെ കലാമണ്ഡലം സമ്പ്രദായം....
>
> നാട്യധർമിയായ ഒരു കലാദർശനത്തിലൂന്നി കഥകളിയുടെ സമ്മോ ഹനമായ തൗര്യത്രിക സ്വത്വം സ്ഥാപിക്കുകയും അതിന്റെ പ്രയോ ക്താക്കളായ മഹാനടന്മാരെ മാത്രമല്ല മേളക്കാരെയും ഗായക രെയും സൃഷ്ടിക്കുകയും ചെയ്ത യുഗസ്രഷ്ടാവാണ് പട്ടിക്കാ ന്തൊടി രാമുണ്ണിമേനോൻ.'

പട്ടിക്കാന്തൊടിയുടെ പരിഷ്കരണങ്ങളെ പുരസ്കരിച്ചുകൊണ്ടുള്ള ഏതന്വേഷണവും ചെന്നെത്തുന്നത് വർത്തമാനകാല കഥകളിയിലാണ്. പട്ടിക്കാന്തൊടിയുടെ ശിഷ്യന്മാരായ അഞ്ച് ആചാര്യന്മാരാണ് ആധുനിക

കഥകളിക്ക് കൃത്യമായ ഒരു ദിശാബോധം ഉണ്ടാക്കിയെടുത്തത്. കലാമണ്ഡലം കൃഷ്ണൻനായർ, വാഴേങ്കട കുഞ്ചുനായർ, കീഴ്പടം കുമാരൻ നായർ, കലാമണ്ഡലം രാമൻകുട്ടിനായർ, കലാമണ്ഡലം പത്മനാഭൻ നായർ എന്നിവരാണ് ആ അഞ്ചു മഹാപ്രതിഭകൾ. ഇവരിലൂടെയാണ് വർത്തമാനകാല കഥകളി വളർന്നതും തിടംവച്ചതും. ഇതിലപ്പുറം ഒരാചാര്യന്റെ സംഭാവനകളെ എങ്ങനെ നിർണയിക്കാനാകും?

ആധുനിക പരിസരം

16–17 നൂറ്റാണ്ടുകളിലായി രൂപംകൊള്ളുകയും നാലുനൂറ്റാണ്ടിലധികം കാലംകൊണ്ട് നിരന്തരമായ പരിണാമങ്ങൾക്ക് വിധേയമാകുകയും ചെയ്ത കലയാണ് കഥകളി. കേരളത്തിന്റെ സാമൂഹികജീവിതം പുതിയ യാഥാർഥ്യങ്ങളെ അഭിമുഖീകരിച്ചും പുതിയ അനുഭവങ്ങളിലൂടെ സഞ്ചരിച്ചും പുതിയ അറിവുകളെ സ്വാംശീകരിച്ചും ചരിച്ചുകൊണ്ടിരുന്ന ഒരു കാലത്താണ് കഥകളിയുടെ പുനഃസ്ഥാപനമെന്ന ലക്ഷ്യവുമായി മഹാകവി വള്ളത്തോളും അദ്ദേഹത്തോടൊപ്പം മണക്കുളം മുകുന്ദരാജാവും കക്കാട്ടുകുഞ്ഞുണ്ണിത്തമ്പുരാനും മുന്നിട്ടിറങ്ങുന്നത്. പ്രത്യേകമായ സാഹചര്യവും സാമൂഹികജീവിതക്രമങ്ങളും കഥകളിക്ക് ഭീഷണിയായി തീരുമോയെന്ന ആശങ്കയാണ് ഈയൊരു യത്നത്തിന് അവരെ പ്രേരിപ്പിച്ചത് എന്നു കരുതാം. എന്തായാലും കേരളകലാമണ്ഡലത്തിന്റെ സ്ഥാപനത്തിനും കഥകളിയുടെ ആധുനികവൽക്കരണത്തിനും ഇത് തുടക്കമിട്ടു. കഥകളിയുടെ ആധുനികവൽക്കരണമെന്ന പ്രയോഗത്തിൽ ഉണ്ടാകാവുന്ന സന്ദേഹങ്ങളെ ഇവിടെ വിസ്മരിക്കുന്നില്ല. തികച്ചും ക്ലാസിക്കൽ എന്നോ നിയോക്ലാസിക്കൽ എന്നോ വിളിക്കാവുന്ന രൂപഭാവഘടനയാണ് കഥകളി അന്നും ഇന്നും തുടർന്നുപോരുന്നത്. മാത്രമല്ല, ആധുനികതയുടെ ഏതുതരം കടന്നുവരവും ഒരുപക്ഷേ, നിയന്ത്രിക്കുകയും ചെയ്തിട്ടുണ്ട്. ആധുനിക ജീവിത പരിസരങ്ങളുടെ ആവിഷ്കാരമോ ആധുനിക ജീവിതദർശനങ്ങൾപോലുമോ കഥകളിക്ക് അന്യമാണ്. അത്തരത്തിൽ നടന്നിട്ടുള്ള ശ്രമങ്ങളെല്ലാം പരാജയപ്പെടുകയാണുണ്ടായിട്ടുള്ളതും. സമകാലിക ജീവിത യാഥാർഥ്യങ്ങളെ കഥകളിയാക്കാൻ ശ്രമിച്ചു പരാജയമടഞ്ഞതിന്റെ ധാരാളം സൂചനകൾ കഥകളി ചരിത്രത്തിനുതന്നെ പറയാനുണ്ട്. എന്തിന്, മാലി രചിച്ച *കർണശപഥ*മൊഴിച്ച് മറ്റൊരു കഥയും ആധുനികകാലത്ത് രചിക്കപ്പെട്ടവയായി അരങ്ങത്തു സജീവമായി നിലനിൽക്കുന്നില്ല. *കർണശപഥ*മാകട്ടെ, കഥകളിയുടെ മൗലികസ്വഭാവത്തോടു തെറ്റിപ്പിരിഞ്ഞു നിൽക്കുന്ന ഒന്നാണുതാനും. അതിപ്രതിഭാശാലികളായ നടന്മാരുടെയും പാട്ടുകാരുടെയും ബോധപൂർവമായ ഇടപെടലുകളാണ് ഈ കഥയെ കുറേയെങ്കിലും ആസ്വാദ്യമാക്കിത്തീർത്തത്. വി കൃഷ്ണൻ തമ്പിയുടെ *താടകാവധം*പോലുള്ള കൃതികളാകട്ടെ സാഹിത്യപരമായ മേന്മ അവകാശപ്പെടുന്നവയും കഥകളിയുടെ ചട്ടക്കൂട്ടിൽതന്നെ വാർത്തെടുത്തവയുമാണ്. പരീക്ഷണാർഥമുള്ള ചില പ്രകടന

ങ്ങൾക്ക് വിധേയമായിട്ടുണ്ടെന്നുള്ളതല്ലാതെ ഇത്തരം കഥകളും കഥകളി ആസ്വാദകരെ വേണ്ടതുപോലെ ആകർഷിച്ചില്ല.

നല്ല കഥയും നല്ല കഥാപാത്രങ്ങളും നല്ല ആശയങ്ങളും എല്ലാമുണ്ടായിട്ടും ആധുനികകാലത്ത് രചിക്കപ്പെട്ട കഥകൾ വേണ്ടത്ര കഥകളിയിൽ ഉപയോഗിക്കപ്പെട്ടിട്ടില്ല എന്ന വസ്തുതയാണ് മുകളിൽ ചൂണ്ടിക്കാണിച്ചത്. എന്നാൽ കഥകളി ആധുനികതയുടെ ജീവിതപരിസരങ്ങളെ ഉൾക്കൊള്ളുകയും അതിനിണങ്ങുംവിധം പരിണമിക്കുകയും ചെയ്തു എന്നതു മറ്റൊരു വസ്തുതയാണ്. ഇങ്ങനെ ഒരേസമയം ആധുനികതയുടെ കടന്നുവരവിനെ സ്വയം നിയന്ത്രിക്കുകയും അതേസമയംതന്നെ ആധുനികതയിൽ സ്വയം ഇടംതേടുകയും ചെയ്തു എന്നത് കഥകളിയുടെ വൈരുധ്യാത്മകമായ നിലപാടിനെത്തന്നെ വ്യക്തമാക്കുന്നു.

ഒരു കലയെന്ന നിലയിൽ അതിന്റെ സ്വത്വത്തെ നിലനിർത്തുവാൻ കഥകളി എന്നും ശ്രമിച്ചുപോന്നിട്ടുണ്ട്. ഈ സ്വത്വത്തെ ചോദ്യം ചെയ്യുന്ന ഏതു അംശങ്ങളോടും വിമുഖത കാണിച്ചുകൊണ്ടാണ് കഥകളി അതിന്റെ ചരിത്രപഥങ്ങളിൽ മുന്നോട്ടുനീങ്ങിയത്. സ്വത്വത്തെ കൈവിടാതെതന്നെ ആധുനികതയുടെ അംശങ്ങളെ ആവാഹിക്കുവാൻ കഥകളി ശ്രമിച്ചിട്ടുണ്ട്. ഇങ്ങനെയാണ് ആധുനികതയുടെ കടന്നുവരവിനെ ചെറുത്തുനിന്നു സ്വയം പരാജയപ്പെടാതെ ആധുനികതയുടെ മണ്ഡലത്തിൽ സ്വയം ഉറച്ചുനിൽക്കാനുള്ള കെൽപ്പ് കഥകളി നേടിയെടുത്തത്. കഥകളിയുടെ നാന്നൂറ് വർഷത്തെ ചരിത്രം നമ്മെ പഠിപ്പിക്കുന്നതിതാണ്. അടിസ്ഥാനാംശങ്ങളിൽ മാറ്റം വരുത്താതെ തന്നെ ഓരോ ചരിത്രഘട്ടത്തിലും അത് സ്വന്തം ഇടം ഉറപ്പിച്ചെടുത്തു.

എന്തായാലും കേരളകലാമണ്ഡലത്തിന്റെ സ്ഥാപനം വർത്തമാനകാല കഥകളിയെ രൂപപ്പെടുത്തുന്നതിൽ നിർണായകമായ പങ്കുവഹിച്ചു. ഒരു പുതിയ കഥകളി സംസ്കാരംതന്നെ കേരളകലാമണ്ഡലത്തിലൂടെ പ്രചരിക്കപ്പെട്ടു. 19-ാം നൂറ്റാണ്ടിന്റെ അന്ത്യത്തിലും 20-ാം നൂറ്റാണ്ടിന്റെ ആദ്യത്തിലുമായി നടന്നിട്ടുള്ള പരിഷ്കരണ ശ്രമങ്ങൾ പുതിയ കഥകളി സംസ്കാരത്തെ രൂപപ്പെടുത്തിയതെങ്ങനെ എന്ന് വ്യക്തമാക്കുന്നുണ്ട്.

കേരളത്തിന്റെ സാമൂഹികജീവിതം ഒട്ടേറെ മാറ്റങ്ങൾക്ക് വിധേയമായ കാലമാണ് 19, 20 നൂറ്റാണ്ടുകൾ. കേരളത്തിന്റെ രാഷ്ട്രീയാധിപത്യം പൂർണമായും വിദേശശക്തികളുടെ നിയന്ത്രണത്തിലായി. കേരളത്തിന്റെ ഫ്യൂഡൽ സാമൂഹികബന്ധങ്ങളിൽ അൽപ്പാൽപ്പമായി ശൈഥില്യം സംഭവിച്ചു തുടങ്ങി. പ്രഭുക്കന്മാരും നാടുവാഴികളും പരോക്ഷമായോ പ്രത്യക്ഷമായോ ബ്രിട്ടീഷ് ആധിപത്യത്തിനിരയായി. ബ്രിട്ടീഷുകാരന്റെ നിയമവാഴ്ചയെ ഇവർക്ക് അംഗീകരിക്കേണ്ടതായിവന്നു. സൈനികശക്തിയും രാഷ്ട്രീയാധികാരവും നഷ്ടപ്പെട്ടു. ഇതോടെ ഫ്യൂഡൽ സമൂഹത്തിനകത്ത് മറ്റൊരു സമൂഹം ഉയിർക്കൊള്ളുവാൻ തുടങ്ങി. ബ്രിട്ടീഷുഭരണത്തെ അംഗീകരിച്ചുകൊണ്ട് സാമ്പത്തികവും സാമൂഹികവുമായ ശക്തിയെ നിലനിർത്താനുള്ള ശ്രമം ഇവരുടെ ഭാഗത്തുനിന്നും ആരംഭി

ച്ചു. അങ്ങനെ പഴയ ഫ്യൂഡൽ സാമൂഹികബന്ധങ്ങളിൽനിന്നു വിച്ഛേദിക്കപ്പെട്ടതും ഉപരിവർഗ സംസ്ക്കാരത്തെ നിലനിർത്തുന്നതുമായ ഒരു പുതുവർഗം ഫ്യൂഡൽ പ്രഭുക്കൾക്കിടയിൽ വളർന്നുവന്നു.

ഇങ്ങനെ സ്വന്തം ഇച്ഛാശക്തികളെ സഫലമാക്കുവാനും അധികാരശക്തിയെയും കൊളോണിയൽ സംവിധാനത്തെയും അംഗീകരിച്ചുകൊണ്ട് സ്വന്തം നിലനിൽപ്പിനെ ഭദ്രമാക്കി സംരക്ഷിച്ചുപോരുവാനും ഇവർക്കു കഴിഞ്ഞു.

ഇതോടൊപ്പംതന്നെയാണ് മിഷണറി പ്രവർത്തനങ്ങളും പാശ്ചാത്യവിദ്യാഭ്യാസവും പ്രചരിക്കുന്നത്. കേരളത്തിന്റെ സാംസ്കാരിക ചരിത്രത്തെ സ്വാധീനിക്കുവാൻ ഇതു രണ്ടും ഏറെ സഹായകമായിട്ടുണ്ടെങ്കിലും കൊളോണിയലിസത്തെ വളർത്തുവാനും പടർത്തുവാനുമുള്ള പ്രമുഖചാലക ശക്തിയായി ഇവ പ്രവർത്തിച്ചു. ഇന്ത്യൻ ജ്ഞാനാനുഭവങ്ങളെ യൂറോപ്യൻ ചിന്തകൊണ്ട് അളന്നു കുറിക്കുന്ന തരത്തിലുള്ള പ്രവർത്തനങ്ങൾ ഇന്ത്യയിലാകെ പ്രചരിച്ചു. അതു കേരളത്തിലും പ്രതിഫലിച്ചു. ഇങ്ങനെ കേരളീയമായതിനെയെല്ലാം വെറുപ്പോടും സംശയത്തോടും വീക്ഷിക്കുവാനുള്ള ഒരു പ്രേരണ ഇക്കാലത്തുണ്ടായി. വൈദ്യം, ജ്യോതിശ്ശാസ്ത്രം, ഗണിതം തുടങ്ങിയ ജ്ഞാനവിഷയങ്ങളെ നിരാകരിച്ചുകൊണ്ട് അധിനിവേശസംസ്കാരം പ്രചരിപ്പിച്ച ജ്ഞാനമാതൃകകളെ പിന്തുടരുവാൻ കേരളസമൂഹം വഴങ്ങി. ഈയൊരു സാമൂഹികാന്തരീക്ഷം കേരളത്തിന്റെ സാംസ്കാരിക മണ്ഡലത്തെ പ്രതികൂലമായിത്തന്നെ ബാധിച്ചു. തിരസ്കാര്യമായ ഒട്ടേറെ അംശങ്ങൾ ഈ സംസ്കാരത്തിന്റെ ഭാഗമായി നിലനിന്നിരുന്നു. ഇവയ്ക്കെതിരായുള്ള പ്രക്ഷോഭങ്ങൾക്കും സമരങ്ങൾക്കും ഈ കാലഘട്ടം വേദിയൊരുക്കി. പാശ്ചാത്യ വിദ്യാഭ്യാസം ഉണ്ടാക്കിയെടുത്ത പുതിയ തിരിച്ചറിവുകൾ കേരളസമൂഹത്തിന്റെ വിചാരങ്ങളെ സ്ഫുടമാക്കിത്തീർത്തു. മനുഷ്യന്റെ ചിന്താശേഷി ചടുലവും ദീപ്തവുമായി.

ഇതിന്റെ ഫലമായിട്ടായിരുന്നു ഒട്ടേറെ സമരങ്ങളും പ്രക്ഷോഭങ്ങളും സംഘടിപ്പിക്കപ്പെട്ടത്. മാറുമറയ്ക്കാൻ, ന്യായമായ കൂലി ലഭിക്കാൻ, ജാതീയമായ വേർതിരിവുകളെ ഇല്ലാതാക്കാൻ, അനാചാരങ്ങളെ എന്നെന്നേക്കുമായി ഇല്ലായ്മ ചെയ്യാൻ എല്ലാമായി സംഘബലമാർന്ന മനുഷ്യചേതന ഉണർന്നുപ്രവർത്തിച്ചു. കേരളീയ ജീവിതമാകെ തിളച്ചുമറിഞ്ഞു. ഇതോടൊപ്പംതന്നെ പുതിയ സാഹിത്യവും കലകളും ജന്മംകൊണ്ടു. മലയാളകവിതയിലെ നവീനവസന്തം *വീണപൂവി*ലൂടെ വിടർന്നു. നാടകം, കഥ, നോവൽ എന്നിങ്ങനെ മലയാളിയുടെ സാംസ്കാരിക മുന്നേറ്റത്തെ അടയാളപ്പെടുത്തുന്ന ഒട്ടധികം ഘടകങ്ങൾക്ക് ഈ കാലം രൂപംകൊടുത്തു. അച്ചടി, പത്രപ്രവർത്തനം എന്നിങ്ങനെ അറിവിനെ പ്രസരിപ്പിക്കാനുതകുന്ന സാങ്കേതികവിദ്യകൾ കടന്നുവന്നു. ഇങ്ങനെ ഒരു പുതുസമൂഹം ഉരുവംകൊള്ളുന്ന കാലമായിരുന്നു ഇത്. എന്നാൽ ഈയൊരു സാമൂഹികാന്തരീക്ഷം കേരളത്തിന്റെ സാംസ്കാരിക മണ്ഡലത്തെ പ്രതികൂല

മായിത്തന്നെ ബാധിച്ചു. സാമൂഹികരംഗത്തുണ്ടായ മുന്നേറ്റങ്ങൾ പലതിനെയും മാറ്റിമറിച്ചപ്പോൾ പരമ്പരാഗത കലകളും അസ്തപ്രജ്ഞമാകാൻ തുടങ്ങി. ഒഴുക്കിക്കളയേണ്ട പലതിനുമൊപ്പം നിലനിർത്തേണ്ട പലതും ഒഴുകിപ്പോയി.

പുതിയ സാമൂഹികവ്യവസ്ഥയിൽ ശിക്കാറും ടെന്നിസും കേരളത്തിന്റെ ഉപരിവർഗസമൂഹം ഉള്ളിൽ ഊതിപ്പെരുപ്പിച്ചെടുത്തു. പ്രഭുകുടുംബങ്ങളിലെ കളരികൾ അടച്ചുപൂട്ടി. പ്രഭുകുടുംബങ്ങളിലെ അംഗങ്ങൾ കൃഷിയും പരമ്പരാഗതജീവിത ശൈലികളും ഉപേക്ഷിച്ച് കച്ചവടവും ബാങ്കിങ്ങും ആരംഭിച്ചു. പലരും ഡോക്ടർമാരും വക്കീലന്മാരുമായി. കഥകളി അനാചാരംപോലെ ഗർഹണീയമായി. പെണ്ണിലും കഥകളിയിലും ഭ്രമം മുഴുത്ത സൂരിനമ്പൂതിരിപ്പാടിനെ സൃഷ്ടിച്ചതിലൂടെ ചന്തുമേനോൻ അന്നത്തെ ഉപരിവർഗസമൂഹത്തിന്റെ ശരിയായ മനോഭാവമാണ് പ്രകടമാക്കിയത്. പാരമ്പര്യത്തിൽനിന്ന് പൂർണമായി വിച്ഛേദിക്കപ്പെട്ട ഒരു സമൂഹം ഈ കാലത്ത് കേരളത്തിൽ രൂപംകൊള്ളാൻ തുടങ്ങി. സ്വന്തം പാരമ്പര്യത്തെ തിരിച്ചറിയുവാനും അതിൽനിന്നും പുതിയൊരു സംസ്കാരത്തെയും സമൂഹത്തെയും വാർത്തെടുക്കുവാനുമുള്ള സർഗാത്മക യത്നം ഇവിടെ ഉണ്ടായില്ല. ഇങ്ങനെ ബൗദ്ധികമായ അടിമത്തവും ചരിത്രത്തിന്റെ നിരാസവും ഒരുപോലെ ഈ കാലഘട്ടത്തിന്റെ സവിശേഷതകളായി മാറി.

ഈ സാഹചര്യത്തിലാണ് കഥകളിയുടെ പുനരുത്ഥാനമെന്ന സങ്കൽപ്പവുമായി വള്ളത്തോൾ കടന്നുവരുന്നത്. പ്രഭുകുടുംബങ്ങളിൽ മാത്രമായിരുന്നു കഥകളിപഠനകേന്ദ്രങ്ങളായ കളരികൾ നിലനിന്നിരുന്നത്. അക്കാലമായപ്പോഴേക്കും മിക്ക കളരികളും അടച്ചുപൂട്ടി. എന്നാൽ അപൂർവം കളരികൾ അപ്പോഴും നിലനിന്നിരുന്നു. അതിലൊന്നായിരുന്നു പാലക്കാടു ജില്ലയിലെ വെള്ളിനേഴിയിലെ ഒളപ്പമണ്ണ മന. ഒളപ്പമണ്ണ സുബ്രഹ്മണ്യൻ നമ്പൂതിരി, ഒ എം സി നമ്പൂതിരിപ്പാട് തുടങ്ങിയ ധിഷണാശാലികൾക്ക് ജന്മംകൊടുത്ത ഒളപ്പമണ്ണയിൽ അന്ന് ചിത്രഭാനു നമ്പൂതിരിപ്പാട് എന്നൊരു മനീഷി ജീവിച്ചിരുന്നു. കഥകളിയെ കയ്യൊഴിയാതെ കാത്തുസൂക്ഷിച്ചത് അദ്ദേഹമായിരുന്നു. വള്ളത്തോൾ ആരംഭിച്ച കഥകളിയുടെ ആധുനികവൽക്കരണത്തെക്കുറിച്ച് പറയുമ്പോൾ ഒളപ്പമണ്ണ മനയും അവിടുത്തെ കളരിയിൽ അഭ്യസിക്കുകയും പിൽക്കാലത്ത് ആശാനായി അഭ്യസിപ്പിക്കുകയും ചെയ്ത പട്ടിക്കാന്തൊടി രാമുണ്ണി മേനോൻ എന്ന മഹാപ്രതിഭയെയും വിസ്മരിച്ചുകൂടാ. പഴയശൈലിയിൽ പറഞ്ഞാൽ ആധുനിക കഥകളിയുടെ പിതാവ് എന്ന് വിശേഷിപ്പിക്കാമെങ്കിൽ അതിന് സർവഥായോഗ്യൻ പട്ടിക്കാന്തൊടി രാമുണ്ണിമേനോൻ തന്നെയാണെന്ന് പറയാം.

കഥകളിയിലെ ആധുനികരണത്തിന് തുടക്കം കുറിച്ചത് പട്ടിക്കാന്തൊടിയായിരുന്നു. കഥകളിയുടെ മൗലികഘടകങ്ങളായ പാട്ട്, കൊട്ട്, വേഷം എന്നിവയെ സമന്വയിപ്പിക്കുകയും ഏകാഗ്രമാക്കുകയും ചെയ്തു

കൊണ്ട് ഒറ്റ രൂപശിൽപ്പമാക്കിത്തീർക്കാൻ ശ്രമിച്ചുകൊണ്ടാണ് പട്ടിക്കാന്തൊടി കഥകളിയിലെ നവീനമായ പരീക്ഷണങ്ങൾക്ക് ആരംഭം കുറിച്ചത്. ഗുരുവിൽനിന്ന് നേടിയതിലപ്പുറം സ്വയം ആർജിച്ചെടുത്ത ജ്ഞാനമാണ് പട്ടിക്കാന്തൊടിയുടെ പ്രവർത്തനങ്ങൾക്കുള്ള ഊർജം നേടിക്കൊടുത്തത്. ഗുരുവായ ഇട്ടിരാരിച്ചമേനോനിൽനിന്നും ലഭിച്ച അറിവിനെ അദ്ദേഹം വളർത്തിയെടുത്തത് കൊടുങ്ങല്ലൂർ കോവിലകത്തു ചെന്ന് പഠിച്ചതിൽനിന്ന് ലഭിച്ച ജ്ഞാനംകൊണ്ടായിരുന്നു. കഥകളിയിൽ പരമ്പരാഗതമായി ചെയ്തുപോന്ന രീതികൾ പലതിനേയും തിരസ്കരിക്കുകയും സ്വന്തമായ ചില നിലപാടുകൾ പ്രാവർത്തികമാക്കുകയും ചെയ്തു. *നാട്യശാസ്ത്ര*ത്തെക്കുറിച്ചും രസാഭിനയത്തെക്കുറിച്ചുമുള്ള പുതിയ അറിവുകൾ നേടിയെടുത്തുകൊണ്ടാണ് രാമുണ്ണിമേനോൻ കൊടുങ്ങല്ലൂർ കോവിലകത്തുനിന്നു തിരിക്കുന്നത്. കൊടുങ്ങല്ലൂർ കുഞ്ഞിക്കുട്ടൻ തമ്പുരാൻ, കൊച്ചുണ്ണി തമ്പുരാൻ, കുഞ്ഞുണ്ണി തമ്പുരാൻ എന്നിവരുടെ ശിക്ഷണത്തിലൂടെ നാട്യവേദിയെ സംബന്ധിച്ച് പുതിയ തിരിച്ചറിവുകൾ രാമുണ്ണിമേനോനു ലഭിച്ചു. ഈ അറിവുകളെ കഥകളിയിൽ പ്രയോഗിച്ചുകൊണ്ട് കഥകളിക്ക് പുതിയ ഒരു ദൃശ്യസംസ്കാരം വളർത്തിയെടുക്കുവാൻ മേനോനു കഴിഞ്ഞു. ഇങ്ങനെ കഥകളിയെ കേവലമായ നൃത്തമെന്ന നിലയിൽനിന്നും രസോന്മീലനത്തിന് സഹായകമായ നാട്യരൂപമെന്ന നിലയിൽ വളർത്തിയെടുക്കാൻ അദ്ദേഹത്തിന് സാധിച്ചു.

കഥകളിയിൽ സൗന്ദര്യാത്മകമായ ഒരു പുതുവീക്ഷണം മറ്റൊരു രീതിയിലും അദ്ദേഹം ആവിഷ്കരിക്കുകയുണ്ടായി. അതു ചലനങ്ങളിൽ സ്വീകരിച്ച ഒതുക്കവും മൃദുത്വവുമായിരുന്നു. അത്യധികമായ ശാരീരികാധ്വാനം ചെയ്യുകയെന്നത് അക്കാലത്തെ കഥകളിയുടെ രീതിയായിരുന്നു. രാമുണ്ണിമേനോൻ ശാരീരികാധ്വാനം പരിമിതപ്പെടുത്തുകയും സൂക്ഷ്മവും ലാവണ്യാത്മകവുമായ ശരീരവിന്യാസത്തിനു കൂടുതൽ പ്രാധാന്യം നൽകുകയും ചെയ്തു. ഭാവാനുസൃതമായി ചലനങ്ങളുടെ ഗതിവേഗങ്ങളെ നിയന്ത്രിക്കണമെന്നും ഓരോ ചലനവും ലളിതവും സുഭഗവുമായ രീതിയിലായിരിക്കണമെന്നും പട്ടിക്കാന്തൊടി നിഷ്കർഷിച്ചു. വാക്കിന് മുദ്രകാണിച്ചുപോകുക എന്നതായിരുന്നു അക്കാലത്തെ പൊതുരീതി. അതിൽനിന്നു ഭിന്നമായി ഭാവനാനുസൃതമായി കൈകളുടെ ചലനത്തിലും വിന്യാസത്തിലും വ്യതിയാനം വരുത്തി മുദ്രകൾക്ക് പരമാവധി സൗന്ദര്യം നൽകി ആവിഷ്കരിക്കാൻ പട്ടിക്കാന്തൊടി ശ്രമിച്ചു. അദ്ദേഹം ശ്രമിക്കുക മാത്രമല്ല ശിഷ്യരിലൂടെ അത് പ്രചരിപ്പിക്കുകയും ചെയ്തു. ഇങ്ങനെ 20-ാം നൂറ്റാണ്ടിന്റെ പിറവിയോടെ കഥകളിയിലുണ്ടായ പരിഷ്കരണങ്ങൾക്കും സംസ്കരണങ്ങൾക്കും നടുനായകമായി നിന്നത് പട്ടിക്കാന്തൊടി രാമുണ്ണിമേനോനായിരുന്നു.

പട്ടിക്കാന്തൊടിക്കൊപ്പം നിന്ന് സർഗാത്മക പ്രവർത്തനങ്ങളിലൂടെ കഥകളിയിൽ പരിവർത്തനങ്ങൾ സാധിച്ചെടുത്ത മറ്റ് മൂന്നുപേരെക്കൂടി സ്മരിക്കേണ്ടതുണ്ട്. എങ്കിൽ മാത്രമേ ഈ കാലത്തിലെ കഥകളിയുടെ

പരിണാമത്തെ കൃത്യമായി വ്യവച്ഛേദിച്ചറിയാൻ കഴിയൂ. ചെണ്ടയിൽ മൂത്തമന നമ്പൂതിരിയും മദ്ദളത്തിൽ തിരുവില്വാമല വെങ്കിച്ചൻ സ്വാമിയും പാട്ടിൽ മുണ്ടായ വെങ്കിടകൃഷ്ണ ഭാഗവതരുമാണ് ഈ മൂന്നുപേർ. പട്ടിക്കാന്തൊടി ആവിഷ്കരിച്ച നാട്യധർമത്തെ പൂർണമായും ഉൾക്കൊണ്ട് അതിനനുസരിച്ച് പ്രവർത്തിക്കുവാൻ ഈ മൂന്നു സർഗ പ്രതിഭകളും തയാറായി. ഭാവത്തിനനുയോജ്യമായും മുദ്രക്കൈകളുടെ വിന്യാസത്തിനനുസരിച്ചും ചെണ്ട പ്രയോഗിക്കണമെന്ന് നിബന്ധിച്ചത് മൂത്തമനയാണ്. ഇങ്ങനെ പട്ടിക്കാന്തൊടി നിഷ്കർഷിച്ച ലാവണ്യാത്മകമായ ചലനങ്ങൾക്ക് അനുസൃതമായി ചെണ്ട പ്രയോഗിക്കുവാൻ മൂത്തമനയ്ക്ക് കഴിഞ്ഞു. മദ്ദളത്തിലും തദനുസൃതമായ മാറ്റങ്ങൾ വരുത്തുവാൻ തിരുവില്വാമല വെങ്കിച്ചൻസ്വാമി ശ്രമിച്ചു. ചെണ്ടയും മദ്ദളവും തുടർച്ചയായി കൊട്ടിപ്പോകുന്ന രീതിയിൽനിന്നു വ്യത്യസ്തമായി ചെണ്ടയിലെ അടികൾക്കിടയിലുള്ള ഇടംകൊട്ടിനിറയ്ക്കുന്ന രീതി വെങ്കിച്ചൻ അവതരിപ്പിച്ചു.

മുണ്ടായ വെങ്കിടകൃഷ്ണ ഭാഗവതർ ഒരു തമിഴ് ബ്രാഹ്മണനായിരുന്നു. കഥകളിപ്പാട്ട് അക്കാലംവരെ ശാസ്ത്രീയമായി ചിട്ടപ്പെടുത്തിയിരുന്നില്ല. ഉറക്കെ ഒച്ചയെടുത്തു പാടിയാൽ കഥകളിപ്പാട്ടായി. ഇതിൽനിന്ന് ഭിന്നമായി കഥകളി സംഗീതത്തെ വേണ്ടപോലെ ചിട്ടപ്പെടുത്തി ശാസ്ത്രീയമായി അവതരിപ്പിക്കുവാൻ വെങ്കിടകൃഷ്ണ ഭാഗവതർ ശ്രമിച്ചു. കർണാടക സംഗീതത്തിലുണ്ടായിരുന്ന ജ്ഞാനം ഇതിനേറെ സഹായകമായി. ഇങ്ങനെ ശാസ്ത്രീയമായി കഥകളി സംഗീതത്തെ ചിട്ടപ്പെടുത്തുക മാത്രമല്ല അഭിനയസംഗീതമാണെന്ന ബോധത്തോടെ ആലാപനം നിർവഹിക്കുവാനും ഭാഗവതർ ശ്രമിച്ചു. വെറുതേ പാടിപ്പോകലല്ല വേണ്ടതെന്നും ആലാപനശുദ്ധിയും രംഗബോധവും കഥകളി ഗായകനുണ്ടായിരിക്കേണ്ട പ്രധാന ഗുണങ്ങളാണെന്നും ബോധ്യപ്പെടുത്തിയത് വെങ്കിടകൃഷ്ണ ഭാഗവതരാണ്. ഒരേ രാഗംതന്നെ രണ്ടുതരം ഭാവങ്ങൾ ആവിഷ്കരിക്കുമ്പോൾ രണ്ടുരീതിയിൽ പാടിയിരിക്കണമെന്ന് വെങ്കിടകൃഷ്ണ ഭാഗവതർ നിഷ്കർഷിച്ചു. ഭാഗവതർ സംഗീതത്തിൽ വരുത്തിയ പരിണാമങ്ങൾ കഥകളിപ്പാട്ടിനെ മാത്രമല്ല കഥകളിയുടെ സൗന്ദര്യസങ്കൽപ്പങ്ങളെയാകെ തന്നെ മാറ്റിമറിച്ചു. ഇങ്ങനെ 20-ാം നൂറ്റാണ്ടിന്റെ ആദ്യപകുതി കഥകളിയിൽ സമഗ്രമായ പരിഷ്കരണങ്ങൾക്കും നവീകരണങ്ങൾക്കും സാക്ഷ്യം വഹിച്ചു. കഥകളിയെ ഒരു നാട്യകലയായി വളർത്തിയെടുക്കുന്നതിനുള്ള കൂട്ടായ പരിശ്രമമാണ് ഇക്കാലത്തുണ്ടായത്.

ഈയൊരു പശ്ചാത്തലത്തിലാണ് കലാമണ്ഡലം സ്ഥാപനത്തിന് വള്ളത്തോളും മുകുന്ദരാജാവും കക്കാട്ടുതമ്പുരാനും മുൻകൈയെടുക്കുന്നത്. 1930 ൽ കുഞ്ഞുണ്ണിത്തമ്പുരാന്റെ കുന്നംകുളത്തുള്ള വസതിയിൽ കലാമണ്ഡലം സ്ഥാപിക്കപ്പെട്ടു. അത്താണിയിൽ അമ്പലപുരത്തും തുടർന്ന് നിളാനദിയുടെ തീരത്ത് ചെറുതുരുത്തിയിൽ സ്വന്തമായി വാങ്ങിയ സ്ഥലത്തുമായി ഇതു മാറിമാറി പ്രവർത്തിച്ചു. ഒരു പ്രഭുവിന്റെ കീഴിൽ പ്രവർത്തിക്കുന്ന കളരിയെന്ന സങ്കൽപ്പത്തിൽനിന്നു ഭിന്നമായി ഒരു

സ്ഥാപനത്തിന്റെ അധീനതയിൽ കഥകളി അഭ്യസിപ്പിക്കുകയെന്ന രീതി കലാമണ്ഡലത്തിന്റെ സ്ഥാപനത്തോടെയാണ് ആവിഷ്കൃതമായത്. കഥകളിയെ ഫ്യൂഡൽ പാരമ്പര്യത്തിൽനിന്ന് വിടുവിച്ച് ആധുനിക മുതലാളിത്ത സമൂഹത്തിനിണങ്ങുന്ന ഒരു ഇടത്തിലേക്ക് മാറ്റി പ്രതിഷ്ഠിച്ചുകൊണ്ടാണ് വള്ളത്തോൾ ഈ കലയുടെ നവോത്ഥാനത്തിന് തുടക്കം കുറിച്ചത്. എണ്ണയും വിശപ്പടക്കാൻ കഞ്ഞിയും ഓരോ പാവുമുണ്ടും നൽകി രാത്രി മുഴുവൻ കളി നടത്തിയിരുന്ന കാലം ഇതോടെ അപ്രത്യക്ഷമായി. കഥകളി നടത്തുന്നതിന് പണം വേണമെന്ന നിലയായി. കലാമണ്ഡലത്തിന്റെ പ്രവർത്തനങ്ങൾക്ക് അക്കാലത്ത് വിഘാതമായിരുന്നത് പണത്തിന്റെ കുറവായിരുന്നു. ഭാഗ്യക്കുറി നടത്തിയും ടിക്കറ്റുവെച്ച് കളി നടത്തിയുമാണ് വള്ളത്തോൾ കലാമണ്ഡലത്തിന്റെ പ്രവർത്തനങ്ങൾക്ക് വഴി കണ്ടെത്തിയത്. നാടകത്തിനും സിനിമയ്ക്കുംപോലെ വള്ളത്തോൾ കഥകളിക്ക് ടിക്കറ്റ് ഏർപ്പെടുത്തിയത് അക്കാലത്ത് ഏറെ പരിഹസിക്കപ്പെട്ടു. മുറുക്കിയും വെടിപറഞ്ഞും നിലത്തിരുന്ന് കളി കാണുന്നതിനു പകരം ഉയർന്ന ഇരിപ്പിടങ്ങളിൽ കസേരയിട്ട് കഥകളി കാണാമെന്ന് ആദ്യം കാട്ടിക്കൊടുത്തത് വള്ളത്തോളാണ്. നാടുവാഴിത്തത്തിന്റെയും പ്രഭുത്വത്തിന്റെയും മുമ്പിൽ ഓച്ഛാനിച്ചും അവരുടെ ആട്ടും തുപ്പും സഹിച്ചും നിന്നിരുന്ന കഥകളിനടനെ പാന്റ്സും ഷൂസുമിട്ട കാണിക്കു മുമ്പിൽ ആദ്യം എത്തിച്ചതും വള്ളത്തോളാണ്. കഥകളിയെ ഊമക്കളിയെന്നും തട്ടുപൊളിപ്പനെന്നും അപഹസിച്ച പുത്തൻ സമൂഹത്തെ അതൊരു വിശ്വോത്തര കലയാണെന്ന് ബോധ്യപ്പെടുത്തിയത് വള്ളത്തോളാണ്. ലോകമെമ്പാടും അലഞ്ഞും വിദേശീയരടക്കമുള്ളവരെ ആകർഷിച്ചും ഇതിന്റെ മൂല്യത്തെ ലോകത്തിന് കാട്ടിക്കൊടുത്തതും വള്ളത്തോളാണ്. കലാമണ്ഡലത്തിന്റെ സ്ഥാപനത്തിലൂടെയാണ് ഇതെല്ലാം സാധിച്ചെടുത്തത് എന്ന യാഥാർഥ്യം വിസ്മരിക്കരുത്. കഥകളിയെ പൊതുസമൂഹത്തിൽ ഇടംനൽകി ഇരുത്തുകയെന്ന ലക്ഷ്യമാണ് ഇതിലൂടെ വള്ളത്തോൾ സാധിച്ചെടുത്തത്. കഥകളിയുടെ പിൽക്കാല വികാസത്തെ നിർണയിച്ചത് ഈ പൊതുസമൂഹം തന്നെയായിരുന്നു. കഥകളിയെ ജനാധിപത്യവൽക്കരിക്കുകയെന്ന പ്രക്രിയയെ അനുവർത്തിച്ചുകൊണ്ടാണ് വള്ളത്തോൾ ഇത്തരം പ്രവർത്തനങ്ങളിലേർപ്പെട്ടത്. കാര്യനിർവാഹകസമിതിയും ചെയർമാനും സെക്രട്ടറിയുമെല്ലാമടങ്ങുന്ന ഒരു ഭരണവ്യവസ്ഥയ്ക്കകത്താണ് അന്നുമുതൽ കലാമണ്ഡലം പ്രവർത്തിച്ചത്. പിൽക്കാലത്ത് സർക്കാരിനു പൂർണമായും വിട്ടുനൽകിയതോടെ പരിമിതമായ സ്വകാര്യാധിപത്യംപോലും കലാമണ്ഡലത്തിനില്ലാതായി. അങ്ങനെ പൊതുസമൂഹത്തിന്റെ സൗന്ദര്യസങ്കൽപ്പങ്ങളെ സാക്ഷാൽക്കരിക്കാനുതകുന്ന ഒരു സ്ഥാപനമായി കലാമണ്ഡലം മാറി. ഇതു കഥകളിയുടെ വളർച്ചയെ അടയാളപ്പെടുത്തുന്ന ഒന്നാണെന്ന കാര്യത്തിൽ സന്ദേഹത്തിനിടയില്ല.

കഥകളിയുടെ സൗന്ദര്യശാസ്ത്രം

ദൃശ്യകലാസാഹിത്യമെന്ന നിലയിൽ ആട്ടക്കഥാസാഹിത്യത്തെ പഠിക്കുവാനോ വിലയിരുത്തുവാനോ ഉള്ള ശ്രമം മലയാളസാഹിത്യനിരൂപണത്തിൽ വളരെ കുറച്ചുമാത്രമേ ഉണ്ടായിട്ടുള്ളൂ. ദൃശ്യകലാസാഹിത്യത്തെ മറ്റു സാഹിത്യരൂപങ്ങളുടെ മാനദണ്ഡമുപയോഗിച്ച് അളക്കുന്ന രീതിയാണ് ഏറെയും കാണാൻ കഴിയുന്നത്. അല്ലെങ്കിൽ സംസ്കൃതനാടക സിദ്ധാന്തങ്ങളുടെ പിൻബലത്തോടെ മൂല്യനിർണയത്തിന് ശ്രമിക്കും. ഇതുരണ്ടുമല്ലാതെ ആട്ടക്കഥകളെ കഥകളിയുടെ ആവിഷ്കാരപരമായ പ്രത്യേകതകളെ മുൻനിർത്തി അപഗ്രഥിക്കാനുള്ള ശ്രമം അധികമൊന്നും നടന്നിട്ടില്ല. ഇതുകൊണ്ട് സംഭവിച്ച പിഴവുകൾ ഏറെ ചൂണ്ടിക്കാണിക്കാനാകും.

ഒരു ദൃശ്യകലാസാഹിത്യരൂപം മറ്റു സാഹിത്യരൂപങ്ങളിൽനിന്ന് പല അംശങ്ങളിലും ഭിന്നമാണ്. മറ്റ് സാഹിത്യരൂപങ്ങൾ ഭാഷയിലൂടെ അനുവാചകനുമായി നേരിട്ട് സംവദിക്കുമ്പോൾ ദൃശ്യസാഹിത്യത്തിന്റെ മാധ്യമം അരങ്ങാണ്. അതിനാൽ രംഗപാഠത്തെക്കൂടി കണ്ടുകൊണ്ടേ ഗ്രന്ഥപാഠത്തെ വിലയിരുത്താനാകൂ. സാഹിത്യം, അരങ്ങ്, പ്രേക്ഷകൻ എന്നീ മൂന്നവസ്ഥകളിലൂടെ പരിണമിക്കുകയും പൂർത്തീകരിക്കുകയും ചെയ്യുന്നതാണ് ഏതു രംഗകലയും. വാക്കുകളും ഇമേജുകളും നിറഞ്ഞ ഭാഷ, താളബദ്ധമായ വരികൾ, അലങ്കാരങ്ങൾ, ശബ്ദഭംഗി എന്നിവ ചേർന്ന് സംവാദാത്മക രൂപത്തിലാണ് സാഹിത്യം ആദ്യം ജന്മംകൊള്ളുന്നത്. അരങ്ങിലേക്കുള്ള പല നിർദേശങ്ങളും ഇവയുടെ കൂടെ ഉണ്ടാകാം. എന്നാൽ, ആസ്വാദകനിലെത്തിച്ചേരുന്നതിന് ഇതുമാത്രം പോരാ. ആശയങ്ങളെ പ്രക്ഷേപിക്കാൻ ഉതകുന്നതായിരിക്കും സാഹിത്യരൂപത്തിന്റെ ഘടന. ആശയങ്ങൾ ആസ്വാദകനിലേക്കെത്തണമെങ്കിൽ അതിനനുകൂലമായ ആവിഷ്കാരം സാധ്യമാകണം. ചാക്ഷുഷവും ശാബ്ദികവുമായ ബിംബങ്ങളെ പ്രത്യേകരീതിയിൽ വിന്യസിച്ചുകൊണ്ടുമാത്രമേ ഇത് സാധ്യമാകൂ. ഇതിനുവേണ്ടത് ആദ്യമായി ദൃശ്യവൽക്കരിക്കാനുതകുന്ന ഭാഷയാണ്. കഥകളിയെ സംബന്ധിച്ചിടത്തോളം ശരീരഭാഷയിലൂടെയാണ് സംവേദനം സാധ്യമാകുന്നത്. ഇതിൽ പ്രധാനം മുദ്ര തന്നെ. മുദ്രയും വാക്കും തമ്മിലുള്ള ബന്ധം വളരെ പ്രധാനമാണ്. എങ്കിൽ മാത്രമേ വാക്കിന്റെ അർഥം മുദ്രയിലൂടെ ആരചിക്കാൻ കഴിയൂ.

കഥകളിയിൽ താളാത്മകമായ ചലനമാണ് നടൻ നിർവഹിക്കേണ്ടത്. ചമ്പ, ചെമ്പട, അടന്ത, മുറിയടന്ത, പഞ്ചാരി എന്നിങ്ങനെ വ്യത്യസ്ത താളങ്ങളിലാണ് പദങ്ങൾ ചിട്ടപ്പെടുത്തിയിരിക്കുന്നത്. അതുതന്നെ ഓരോ താളത്തിന്റേയും വേഗതയ്ക്കനുസരിച്ച് കാലങ്ങളിൽ വ്യത്യാസം വരാം. 8 അക്ഷരമാണ് ചെമ്പടതാളത്തിനുള്ളത്. കർണാടക സംഗീതത്തിലെ ആദിതാളത്തിനു തുല്യമാണത്. 8ന്റെ പകുതി നാല്, പതിനാറ്, മുപ്പത്തിരണ്ട് എന്നിങ്ങനെ നാലുകാലങ്ങളിൽ ചെമ്പട പ്രയോഗിക്കാം. എട്ടിനെ മുപ്പത്തിരണ്ടാക്കി വികസിപ്പിച്ചാൽ അത്രയും സമയം വേണ്ടി

വരും ഒരു താളവട്ടം അവസാനിക്കാൻ. നാലാകുമ്പോൾ വളരെ കുറച്ചു സമയം മാത്രമേ വേണ്ടൂ. ഇക്കണക്കിൽ ചമ്പ (10 അക്ഷരം), അടന്ത (14 അക്ഷരം) എന്നിങ്ങനെ ഓരോന്നിനും കാലഭേദം വരുത്തി പ്രയോഗിക്കാം. നിശ്ചിതതാളത്തിൽ നിശ്ചിത കാലത്തിലാണ് ഓരോ പദവും ചിട്ടപ്പെടുത്തിയിരിക്കുന്നത്. ഓരോ വാക്കും താളത്തിന്റെ സവിശേഷസ്ഥാനത്ത് ഉച്ചരിച്ചുകൊണ്ട് വേണം പാട്ടുകാരൻ പാടുവാൻ.

പതിഞ്ഞപദങ്ങളിൽ നടന് വാഗർഥങ്ങളുടെ സൂക്ഷ്മാംശത്തെപ്പോലും ആവിഷ്കരിച്ചുകൊണ്ട് അവതരിപ്പിക്കാൻ കഴിയും. ദ്രുതകാലത്തിലുള്ള പദങ്ങളിലാകട്ടെ വളരെ പെട്ടെന്ന് മുദ്ര കാണിച്ചു പോകുകയേ നിർവാഹമുള്ളൂ. ഉദാഹരണമായി, *കല്യാണസൗഗന്ധിക*ത്തിലെ 'പാഞ്ചാല രാജതനയേ' എന്നു തുടങ്ങുന്ന ഭീമന്റെ പാഞ്ചാലിയോടുള്ള പദം നോക്കുക. മുപ്പത്തിരണ്ടക്ഷര കാലത്തിലുള്ള ചെമ്പടയിലാണ് പദം നിബന്ധിച്ചിരിക്കുന്നത്. പാഞ്ചാലിയോടുള്ള ഭീമന്റെ പ്രണയം വഴിഞ്ഞൊഴുകുന്ന അത്യധികം കാൽപ്പനികമായ അന്തരീക്ഷമാണ് രംഗം. കാമുകീകാമുകന്മാർക്ക് അനുകൂലമായ സന്ദർഭസൃഷ്ടിയാണ് ഇവിടെ നിർവഹിച്ചിരിക്കുന്നത്. കാമിജനങ്ങൾക്ക് അനുകൂലമായ കാലത്ത് ചന്ദനക്കാറ്റിലിളകുന്ന പിച്ചകവള്ളികളോടുകൂടിയ ആ വനത്തിൽ അവർ ക്രീഡാസക്തരായി സഞ്ചരിച്ചു എന്നതാണ് സന്ദർഭ സൂചന നൽകുന്ന ശ്ലോകത്തിന്റെ ആശയം. പല്ലവി കഴിഞ്ഞുവരുന്ന വരികളിൽ അവിടെ വീശുന്ന കാറ്റിനെയാണ് സൂചിപ്പിക്കുന്നത്. (ഈ കാറ്റാണ് സൗഗന്ധിക പുഷ്പത്തെ വാത്സല്യത്തോടെ പാഞ്ചാലിക്ക് എത്തിച്ചുകൊടുത്തത്).

പൂഞ്ചോലതോറും നടന്ന്
പൂമണം മെല്ലെ നുകർന്ന്
ചാഞ്ചാടി മോദം കലർന്ന്
ചാരുപവനൻ വരുന്നു

എന്നതാണ് വരികൾ. പൂഞ്ചോലകളിൽ സഞ്ചരിച്ച് പൂമണവുമായി ചാഞ്ചാടിക്കൊണ്ടാണ് കാറ്റു വരുന്നത് (ആ കാറ്റ് മറ്റൊരർഥത്തിൽ ഭീമന്റെ മനസിൽ വീശുന്ന പ്രണയത്തിന്റെ കാറ്റുതന്നെ). ഇവിടെ വാക്കിനു മുദ്ര കാണിച്ചാൽ മാത്രംപോരാ. കാറ്റ് ഭീമനിൽ ഉണ്ടാക്കുന്ന ആനന്ദം ആവിഷ്കരിക്കാൻ കഴിയണം. ഏതെല്ലാം അനുഭവങ്ങളാണ് കാറ്റ് ഭീമനിൽ ഉണർത്തുന്നത്? പൂമണം നുകർന്നതുകൊണ്ടുള്ള സുഗന്ധം, പൂഞ്ചോലതോറും നടന്നതുകൊണ്ടുള്ള ശൈത്യം, ചാഞ്ചാടി വരുന്നതിനാലുള്ള മന്ദത. ഇങ്ങനെ മന്ദത, ശൈത്യം, സുഗന്ധം എന്നിവ അനുഭവിക്കുന്നതായി നടിച്ചുകൊണ്ടു വേണം കാറ്റ് എന്ന മുദ്ര ആവിഷ്കരിക്കുവാൻ.

*കിർമീരവധ*ത്തിൽ ധർമപുത്രരുടെ പാഞ്ചാലിയോടുള്ള പദമാണ് 'ബാലേ കേൾനീ' എന്നു തുടങ്ങുന്നത്. വനവാസത്തിനു വിധിക്കപ്പെട്ട പാണ്ഡവന്മാരുടെ ദൈന്യമാണ് ഈ പദത്തിൽ നിറഞ്ഞുനിൽക്കുന്നത്. ശോകമാണ് സ്ഥായിയെന്ന് ശാസ്ത്രീയമായി പറയാം. പരുഷാക്ഷരങ്ങൾ ഒഴിവാക്കി പതിഞ്ഞ കാലത്തിൽ ചെമ്പടതാളത്തിലാണ് ഈ പദം രചി

ച്ചിരിക്കുന്നത്. കാട്ടിൽ ചുട്ടുപൊള്ളുന്ന ചൂടിൽ ഒരു നട്ടുച്ചനേരത്ത് കാറ്റടിച്ച് പൊടിയേറ്റ് കാന്തിമങ്ങിയ പാഞ്ചാലിയെ കണ്ട് ദുഃഖിതനായ ധർമപുത്രരുടെ വാക്കുകളാണിത്. 'ബാലേ' എന്ന ഒരു മുദ്ര 1½ താളവട്ടം കൊണ്ടാണ് കാണിക്കുന്നത്. 48 മാത്രകൊണ്ട് പതിഞ്ഞകാലത്തിൽ ഒരു മുദ്ര കാണിക്കുമ്പോൾ ഭാവം മുഴുവൻ ഘനീഭവിച്ച് നിൽക്കുന്ന പ്രതീതിയാണ് ആസ്വാദകനുണ്ടാകുക. ദൈന്യം എന്ന ഭാവത്തെ മൂർത്തമായി ആസ്വാദകനു മുമ്പിൽ പ്രത്യക്ഷപ്പെടുത്താൻ കഴിയുന്നത്രയും സൂക്ഷ്മമായിരിക്കണം ഈ സന്ദർഭത്തിലെ നടന്റെ ഓരോ ചലനവും. തീവ്രമായ ദുഃഖം പ്രതിഫലിപ്പിക്കുന്ന വാക്കുകളെ അതേ തീവ്രതയോടെ സംവേദനം ചെയ്യാൻ കഴിയുന്നതാണ് ഈ പദത്തിന്റെ രചനയും ഇതിന്റെ ആവിഷ്കാര സങ്കേതങ്ങളും. കൊട്ടാരത്തിലെ സുഖഭോഗങ്ങൾ കളഞ്ഞ് നീ എങ്ങനെ ഈ കാട്ടിൽ ജീവിക്കുന്നു എന്നു ധർമപുത്രരുടെ ഒരു ചോദ്യമുണ്ട് ഈ പദത്തിൽ.

> 'മണിമയസദനേ മോഹനശയനേ
> മണമിയലും നവകുസുമാസ്തരണേ
> മദനരസേന രമിച്ചീടും നീ
> മധുമൊഴിവാഴുന്നെങ്ങനെ വിപിനേ'

എന്നതാണ് പദം. 'വാഴുന്നെങ്ങനെ' എന്നതിലെ 'എങ്ങനെ' എന്ന മുദ്ര അൽപ്പം കുനിഞ്ഞ് ആരംഭിച്ച് നിവർന്ന് കൈകൾ ഇരുവശത്തേക്കും അകറ്റിയാണ് കാണിക്കേണ്ടത്. 'എങ്ങനെ വാഴുന്നു?' എന്ന ചോദ്യത്തിന്റെ ശക്തിമുഴുവൻ എങ്ങനെ എന്ന മുദ്രയിൽ പ്രകടമാക്കിക്കൊണ്ടാണ് ഇവിടെ അവതരിപ്പിക്കുന്നത്.

*ബകവധ*ത്തിലെ ഭീമന്റെ 'താപസകുലതിലകാ' എന്നു തുടങ്ങുന്ന വേദവ്യാസനോടുള്ള പദം അത്രയധികം ആശയഗാംഭീര്യമുൾക്കൊള്ളുന്നതല്ല. പതിഞ്ഞ കാലത്തിൽ 32 അക്ഷരകാലത്തിലുള്ള ചെമ്പടയിലാണ് ഈ പദം നിബന്ധിച്ചിരിക്കുന്നത്. ഇതിലെ ആശയമല്ല ഇതിനെ ശ്രദ്ധേയമാക്കുന്നത്, ഭാവമാണ്. പാണ്ഡവന്മാരുടെ ദൈന്യത ഭീമനു ഹിഡുംബിയോടുള്ള അനുഭാവം, വ്യാസനോടുള്ള ഭക്തി ഈ മൂന്നും ആവിഷ്കരിക്കാനുള്ള ഉചിതമായ മാർഗം എന്ന നിലയ്ക്കാണ് ഈ പദം വിന്യസിച്ചിരിക്കുന്നത്. ഓരോ വാക്കും ഉച്ചരിക്കുമ്പോൾ ഭാവോന്മീലനം സാധ്യമാകുംവിധം മുദ്ര കാണിക്കാനുള്ള സൗകര്യത്തിനാണ് ഈ പദം ആവിഷ്കരിച്ചിരിക്കുന്നത്. ഒന്നാമത്തെ താളവട്ടത്തിൽ വ്യാസനെ കണ്ടുതൊഴുതു മാറി, രണ്ടാമത്തെ താളവട്ടത്തിൽ ഭക്തി പ്രകടമാക്കി, മൂന്നാമത്തേതിൽ ആശ്രിതഭാവവും നാലിൽ ആദരവും കാണിച്ച് തൊഴുതാണ് മുദ്രാഭിനയം തുടങ്ങുന്നത്. ഓരോ വാക്കും ഭാവാർഥങ്ങളുടെ സംവേദനത്തിനുതകും വിധം അഭിനയിച്ച് മുദ്രകാണിച്ചുകൊണ്ടാണ് ഇവിടെ അവതരിപ്പിക്കേണ്ടത്. 'അങ്ങയുടെ മഹത്വം ആർക്കും പറയാൻ കഴിയില്ല' എന്ന അർഥംവരുന്ന

താവക മഹിമചൊല്ലാൻ
ആവതല്ല നൂനമാർക്കും

എന്ന വരിയിലെ താവക, മഹിമ എന്നീ വാക്കുകൾ വ്യാസന്റെ മഹത്വം പ്രകടമാക്കിക്കൊണ്ടുവേണം അഭിനയിക്കുവാൻ. ഭക്തിപൂർവം കണ്ണുകൾ ഉയർത്തി വിചാരദൃഷ്ടയിൽ നിർത്തിക്കൊണ്ടുവേണം താവക എന്നു കാണിക്കുവാൻ. ഒരു സംബോധനയ്ക്ക് മുന്നിലുള്ള വ്യക്തിയുടെ ശ്രേഷ്ഠത മുഴുവൻ പ്രകടമാക്കാൻ കഴിയണം. അതിനനുസരിച്ച് ശരീര ചലനങ്ങളെ സൂക്ഷ്മമായി വിന്യസിക്കുകയും വേണം. ഒരാശയത്തെയോ ഭാവത്തെയോ മൂർത്തവൽക്കരിച്ചു പ്രത്യക്ഷമാക്കുക എന്ന ശ്രമകരമായ ദൗത്യമാണ് കഥകളിക്കുള്ളത്. കേവലം മുദ്രയ്ക്കപ്പുറത്ത് ശരീരം മുഴുവൻ സംവേദനത്തിനുതകുന്നതായിത്തീരുന്നു എന്നതുതന്നെയാണ് കഥകളിയിലെ അഭിനയരീതിയുടെ ഏറ്റവും വലിയ സവിശേഷത. വാക്കിന്റെ ഭാവാർഥസീമകൾവരെ ആസ്വാദകനെ കൊണ്ടെത്തിക്കുന്ന ആവിഷ്കാര ശൈലിയാണ് കഥകളി പിന്തുടരുന്നത്. 'മഹത്വം' എന്ന വാക്കിന്റെ ആശയം അതിന്റെ എല്ലാവിധ ഘനസാന്ദ്രതയോടുംകൂടി അവതരിപ്പിക്കുന്നതാണ് നാമിവിടെ കണ്ടത്. കണ്ണ്, മുഖപേശികൾ, കൈകാലുകൾ എന്നല്ല ശരീരം മുഴുവൻ മഹത്വത്തെ പ്രതിഫലിപ്പിക്കുന്ന ഒരപൂർവ രചനയാണ് ഇവിടെ കണ്ടത്. കഥകളിയിൽ പതിഞ്ഞ പദങ്ങളിലെല്ലാം ഇതേ രീതിതന്നെയാണ് പിന്തുടരുന്നത്.

നേരത്തെ സൂചിപ്പിച്ച *കിർമീരവധ*ത്തിലെ 'ബാലേ കേൾ' പദത്തിലെ ചരണങ്ങളുടെ അഭിനയം നോക്കുക. ശോകമാണ് ധർമപുത്രരുടെ സ്ഥായീഭാവം. ഈ സ്ഥായിയെ നിലനിർത്തിക്കൊണ്ടുതന്നെ ഓരോ വാക്കിന്റെയും ഭാവാംശത്തെ പ്രകടമാക്കിക്കൊണ്ടാണ് അഭിനയം നിർവഹിക്കേണ്ടത്. 'പാഞ്ചാലരാജാവിന്റെ സുകൃതത്തിന്റെ ഫലമാണു നീ' (പാഞ്ചാലാധിപസുകൃതവിപാകേ) എന്നു കാണിക്കുമ്പോൾ തന്റെ ഭാഗ്യത്തെക്കുറിച്ച് ഓർത്തു സന്തോഷിക്കണം. ഇരുളടഞ്ഞ് കാർമേഘംപോലെ തോന്നിക്കുന്ന കാട് (കാളാമ്പുദരുചി തേടും വിപിനേ) എന്ന് കാണിക്കുമ്പോൾ ഇരുളടഞ്ഞ കാട് സ്തോഭം കൊണ്ട് പ്രകടമാക്കണം. രത്നങ്ങൾ പതിച്ച കൊട്ടാരത്തെക്കുറിച്ച് പറയുമ്പോൾ പൂർവകാലം സ്മരിക്കണം. ഇങ്ങനെ കഥാപാത്രത്തിന്റെ സ്ഥായി നിലനിർത്തുമ്പോഴും സഞ്ചാരീ ഭാവങ്ങളെ ആവിഷ്കരിച്ചുകൊണ്ടുവേണം പദാഭിനയം നിർവഹിക്കുവാൻ.

ദ്രുതകാലത്തിലുള്ള പദങ്ങൾ വ്യത്യസ്തമായ രീതിയിലാണ് ആവിഷ്കരിക്കേണ്ടത്. പതിഞ്ഞ കാലത്തിലുള്ള പദങ്ങൾപോലെ വിസ്തരിച്ചു മുദ്രകാണിക്കുവാൻ ഇവിടെ തരമില്ല. പകരം സ്ഥായി നിലനിർത്തുകയും പെട്ടെന്നു മിന്നിമറഞ്ഞുപോകുന്ന മറ്റുഭാവങ്ങളെ സാന്ദർഭികമായി പ്രകടമാക്കുകയും ചെയ്തുകൊണ്ടുവേണം ഇവിടെ അവതരിപ്പിക്കുവാൻ. *കിർമീരവധ*ത്തിലെ കൃഷ്ണന്റെ അവതരണം ഇവിടെ ഉദാഹരണമായി ചൂണ്ടിക്കാട്ടാം. ദുര്യോധനാദികൾമൂലം പാണ്ഡവന്മാർക്കുണ്ടായ ദുസ്സഹ

മായ ദുഃഖത്തെക്കുറിച്ച് കേട്ടറിഞ്ഞ കൃഷ്ണൻ കോപാകുലനായി എണ്ണ മറ്റ സൈന്യങ്ങളോടുകൂടിയ തന്റെ കുമുദ്വതി എന്ന പടയുമായി ഭൂമിയെ വിറപ്പിച്ചുകൊണ്ട് പാണ്ഡവന്മാരെ സന്ദർശിക്കാനായി വന്നെത്തുകയാണ്. ശ്രീകൃഷ്ണന്റെ മുഖകമലത്തിൽ നിന്നുയർന്ന ശംഖനാദംകേട്ട് പുളകാംഗരായ പാണ്ഡവന്മാർ എതിരേൽക്കാൻ ഉത്സുകരായി നിൽക്കുന്നു. കൃഷ്ണനെ തൊഴുത് സ്വീകരിച്ച് ഇരിപ്പിടം നൽകി ആദരിക്കുന്നു.

തുടർന്നുള്ള ധർമപുത്രരുടെ പദത്തിലെ 'കൗരവന്മാരുടെ കുടിലതകൊണ്ട് തങ്ങൾക്കേറ്റ ഈ ദുരിതം കണ്ടിട്ട് നാണമാകുന്നില്ലേ' എന്ന ചോദ്യം കൃഷ്ണനെ കോപാകുലനാക്കുന്നു. തുടർന്നാണ് 'കഷ്ടമഹോ' എന്നുതുടങ്ങുന്ന കൃഷ്ണന്റെ പദം. മുറിയടന്ത താളത്തിലുള്ള ഈ പദം ദ്രുതകാലത്തിലാണ്. ഈരണ്ടടികൾ വീതമാണ് താളം പിടിക്കുന്നതിനുള്ളത്. അടികൾക്കിടയിൽ വാക്കുകൾ കൃത്യമായി വിന്യസിക്കാൻ കഴിയുന്നു.

/കഷ്ടം/ /അഹോ/ /ധാർത്ത/ /രാഷ്ട്രന്മാർ/

എന്നിങ്ങനെ വാക്കുകൾ താളാനുസാരിയാണ്. അതനുസരിച്ചുതന്നെ ദീർഘമായ ചലനങ്ങൾ ഇല്ലാത്ത മുദ്രകളാണ് ഇവിടെയുള്ളത്. ഇങ്ങനെ വാക്കും മുദ്രയും താളവും പരസ്പരാശ്രിതങ്ങളായി ഭാവാവിഷ്കാരത്തെ സഹായിച്ചുകൊണ്ടു നിൽക്കുന്നു. സാഹിത്യം എങ്ങനെ ഭാവാർഥാഭിനയത്തിന് സഹായകമായിത്തീരുന്നു എന്നതിനുള്ള മികച്ച ഉദാഹരണമാണ് ഈ പദം.

*കല്യാണസൗഗന്ധിക*ത്തിലെ മുമ്പേ സൂചിപ്പിച്ച 'പാഞ്ചാലരാജതനയേ' എന്ന പദവും സവിശേഷമായ രീതിയിൽ നിർമിച്ചെടുത്തിട്ടുള്ളതാണ്. ഇവിടെ ആദ്യവരികളിൽനിന്ന് അവസാനചരണങ്ങളിലേക്കെത്തുമ്പോൾ ചലനവും അതനുസരിച്ച് അക്ഷരസംഖ്യയും വർധിക്കുന്നു.

പാഞ്ചാല രാജതനയേ, പങ്കജേക്ഷണേ
പഞ്ചസായകനിലയേ

എന്ന പല്ലവി കഴിഞ്ഞ് ചരണങ്ങളിലേക്കെത്തുമ്പോൾ വാക്കുകൾ

നിൻചലലോചന നിർത്ധിതമധുരിമ
സഞ്ചിതഭയചലദഞ്ചിത കമലേ

എന്നിങ്ങനെ മാറുന്നു. പല്ലവിയിലെ ദീർഘാക്ഷരഘടിതമായ രചനയ്ക്ക് പകരം ഹ്രസ്വാക്ഷരങ്ങളും ദീർഘസമാസവുംകൊണ്ടാണ് ഇവിടെ രചന നിർവഹിച്ചിരിക്കുന്നത്.

ശ്ലോകങ്ങൾ കവിവാക്യമായിട്ടാണ് ആട്ടക്കഥകളിൽ ഏറെയും പ്രയോഗിച്ചിട്ടുള്ളത്. എന്നാൽ പാത്രബോധമുണ്ടാക്കുന്നതിനും പാത്രാവതരണത്തെ സംബന്ധിച്ച നിർദേശങ്ങൾ നൽകുന്നതിനും ശ്ലോകങ്ങൾ പ്രയോജനപ്പെടുന്നു. ശ്ലോകം നടൻ അഭിനയിച്ചുകൊണ്ടു പ്രത്യക്ഷപ്പെടുന്നതും ചില സന്ദർഭങ്ങളിൽ കാണാം. *കല്യാണസൗഗന്ധിക*ത്തിൽ ഭീമന്റെ ഒരു പദമുണ്ട്. 'ശൗര്യഗുണനീതിജലധേ' എന്നുതുടങ്ങുന്ന പദം ധർമപുത്രരോടുള്ള ഭീമന്റെ വാക്കുകളാണ്. ശിവനിൽനിന്നു പാശുപതാ

സ്ത്രം സമ്പാദിക്കാനായി അർജുനൻ പോയ സന്ദർഭത്തിൽ കോപാകുലനായ ഭീമൻ യുധിഷ്ഠിരനോടു പറയുന്നതാണിത്. അർജുനനെ അപ്പോൾ പറഞ്ഞയച്ചത് ശരിയായില്ലെന്നും തന്നെ അനുവദിച്ചാൽ ആ നിമിഷം കൗരവന്മാരെ മുഴുവൻ കൊന്നൊടുക്കാമെന്നും ഭീമൻ പറയുന്നു. കോപം, താപം, അമർഷം എന്നിങ്ങനെ വ്യത്യസ്ത വികാരങ്ങൾ നിറഞ്ഞ് വിങ്ങുന്ന ഭീമനെയാണ് ഇവിടെ അവതരിപ്പിക്കുന്നത്. ഈ സന്ദർഭത്തിലെ ശ്ലോകം നടന് അഭിനയിക്കാനുള്ളതാണ്. മുദ്രാഭിനയമല്ല, തന്റെ ആത്മസംഘർഷം മുഴുവൻ പ്രകടമാക്കുന്നവിധത്തിലുള്ള ചലനങ്ങളും നൃത്തങ്ങളുംകൊണ്ടാണ് ഇതഭിനയിക്കുന്നത്. ഈ സന്ദർഭത്തിലെ വിഭാവാദികളെ ശ്ലോകത്തിൽ സൂചിപ്പിക്കുന്നുണ്ട്.
വിഭാവാനുഭാവ വ്യഭിചാരിസംയോഗാദ് രസനിഷ്പത്തിഃ
എന്ന ഭരതന്റെ രസസൂത്രം അനുസരിച്ച് രസോന്മീലനം എങ്ങനെ സാധ്യമാകുന്നുവെന്ന് ഈ ശ്ലോകത്തിന്റെ അഭിനയം തെളിയിക്കുന്നുണ്ട്.

ശസ്ത്രാർഥം ശക്രസൂനോ ഗതവതി
ശകുനേസ്താദൃശം ഛദ്മവൃത്തം
സ്മാരം സ്മാരം സമസ്ത
പ്രതിഭടപടലീഘസ്മരോഷ്മസഃ ഭീമഃ
ബദ്ധാമർഷാതിരേക
ഭ്രമിതപരിഘദത്താതിരൂക്ഷാക്ഷികോണഃ
ചിന്താസന്താപിതാന്തഃ
ശമനസുതമസൗവാചമിത്യാചചക്ഷേ

എന്നാണ് ശ്ലോകം. ദിവ്യായുധത്തിനായി അർജുനൻ പോയ സമയത്ത് ശകുനിയുടെ ഇപ്രകാരമുള്ള വഞ്ചനയെക്കുറിച്ചോർത്തോർത്ത് ശത്രുക്കൂട്ടങ്ങളെയെല്ലാം ദഹിപ്പിക്കാനുള്ള കോപത്തോടുകൂടിയ ഭീമൻ കൈയിലുള്ള ഗദ ചലിപ്പിച്ചുകൊണ്ട് രൂക്ഷമായി നോക്കി ചിന്താവാനായി ദുഃഖത്തോടെ യുധിഷ്ഠിരനോടു പറഞ്ഞു എന്നാണു ശ്ലോകാർഥം. ഇതിൽ ഭീമൻ, ആയുധത്തിനായുള്ള അർജുനന്റെ യാത്ര, നോട്ടം, സന്താപം എന്നിങ്ങനെ വിഭാവാനുഭാവാദികളെ കൃത്യമായി സൂചിപ്പിക്കുന്നുണ്ട്.

ശ്ലോകം കഥാപാത്രത്തിന്റെ സ്വഭാവം മുഴുവൻ പ്രകടമാക്കുന്ന സന്ദർഭങ്ങളും കുറവല്ല. ഇരയിമ്മൻ തമ്പിയുടെ *ഉത്തരാസ്വയംവരം* കഥയിൽ ദുര്യോധനനും ഭാനുമതിയുമായുള്ള ആദ്യരംഗത്തെ ശ്ലോകം ഇത്തരത്തിലുള്ളതാണ്.

ഉന്മീലത് പത്രവല്ലീം പൃഥുലകുചഭരാം
രാജമാനദ്വിജാളീം
സാന്ദ്രാച്ഛായാഭിരാമാം
സ്ഫുടരസകുസുമേഷാത്തഗന്ധാം നിതാന്തം
ആരാദാരാമ ലക്ഷ്മീം അപിനിജദയിതാം വീക്ഷ്യവിഭ്രാജമാനാം
കാലേ തസ്മിൻ കുരുണാംപതിരിതി മുദിത പ്രാഹ ദുര്യോധനാഖ്യഃ

ഉദ്യാനവർണനയാണ് ശ്ലോകത്തിൽ നിർവഹിക്കുന്നത്. എങ്കിലും ഇവിടെ നായികയെ ശ്ലേഷാർഥംകൊണ്ട് ഒരു ഉദ്യാനമായി കൽപ്പിച്ചിരിക്കയാണ്.

ഭാനുമതിയുടെ മറുപടിപ്പദത്തിൽ താനാകുന്ന ഉദ്യാനത്തെ ആസ്വദിക്കുവാൻ ഭർത്താവിനെ ക്ഷണിക്കുകയാണ് ചെയ്യുന്നത്.

വാക്കുകളുടെ അർഥത്തെ വികസിപ്പിച്ചും ആഴത്തിൽ സ്ഫുടമാക്കിയും അവതരിപ്പിക്കുന്ന രീതി പല സന്ദർഭങ്ങളിലും കാണാം. വാക്കിന്റെ അർഥസീമകളോളം ചെന്നെത്തുന്ന അഭിനയമാണ് ഇവിടെ നിർവഹിക്കുക. *കല്യാണസൗഗന്ധിക*ത്തിലെ ഹനുമാന്റെ 'ആരിഹ' എന്നുതുടങ്ങുന്ന പദം ഇവിടെ ഉദാഹരിക്കാം. ശ്രീരാമനെ ധ്യാനിച്ചുകൊണ്ട് കദളീവനത്തിൽ തപസുചെയ്യുന്ന ഹനുമാനെയാണ് കവി അവതരിപ്പിക്കുന്നത്. തികഞ്ഞ ആത്മീയഭാവമാണ് ഈ സന്ദർഭത്തിൽ ആവിഷ്കരിക്കേണ്ടത്. ഘനസാന്ദ്രമായ ആ രംഗത്തേക്കാണ് കാടുകൾ തല്ലിത്തകർത്തുകൊണ്ട് ഭീമൻ നടന്നടുക്കുന്നത്. 'വീരം ഉടൽ പൂണ്ടപോലെ നിർഭയനായി വരുന്ന താരാണ്?' എന്ന ഹനുമാന്റെ സന്ദേഹമാണ് 'ആരിഹ വരുന്നതിവനാരുമെതിരില്ലയോ?' എന്നു തുടങ്ങുന്ന പദം. ഊരുവേഗംകൊണ്ട് വലിയ വൃക്ഷങ്ങളെ ഭൂമിയിൽ പതിപ്പിച്ചുകൊണ്ടാണ് ഭീമൻ വരുന്നത്. നിർഭയനായി മുന്നോട്ടുപോകുന്ന ഭീമനെക്കണ്ട് മൃഗങ്ങൾ ഭയപ്പെട്ട് കരയുന്നു. ഇതുകേട്ടാൽ ഭീമന്റെ ശക്തിയേറിയ ചവിട്ടേറ്റ് മല കരയുകയാണോ എന്നുതോന്നും. ആനകൾ ഭയപ്പെട്ട് ഓടിപ്പോകുന്നു, സിംഹങ്ങൾ ഗുഹകളിൽ ചെന്നൊളിക്കുന്നു. ഇങ്ങനെ അഞ്ചുചരണങ്ങളിലൂടെ കാടിന്റെ അവസ്ഥയെ ചിത്രീകരിക്കുന്നു. കവി ഉപയോഗിച്ചിരിക്കുന്ന ഓരോ വാക്കും ദൃശ്യബിംബങ്ങളാക്കി പരിണമിപ്പിക്കാവുന്ന ആശയങ്ങളാണ്. സിംഹത്തിന്റെ വടിവാർന്ന്, പതുക്കെ നിരങ്ങിനീങ്ങി ഗുഹയിൽ ചെന്നൊളിക്കുന്നതും മറ്റും അഭിനയിക്കുന്നതിന് ശരീരഭാഷയുടെ സൂക്ഷ്മബോധം ഉള്ള നടനുമാത്രമേ കഴിയൂ. 'മനസിമമ കിമപിബത മമത പെരുകുന്നിവനിൽ' എന്ന അടുത്ത ചരണം ഇതുവരെയുള്ളതിൽനിന്നു ഭിന്നമായ ഒരു ഭാവതലത്തെയാണ് സൃഷ്ടിക്കുന്നത്. 'അനിലസുതൻ ഇവനെന്റെ അനുജനല്ലയോ' എന്ന അടുത്ത വരികൂടി കഴിയുമ്പോഴാണ് മമതയുടെ കാരണം നാം മനസിലാക്കുന്നത്. 'മമത' എന്നു വെറുതേ പ്രയോഗിച്ചതല്ല. ആധ്യാത്മികതയുടെ ഉത്തുംഗതയിലാണ് ഹനുമാൻ ആദ്യം പ്രത്യക്ഷപ്പെടുന്നത്. അവിടെനിന്നും ലൗകികതയുടെ സമതലത്തിലേക്ക് ഇറങ്ങിവന്നതിന്റെ സൂചനയാണ് 'മമത' എന്ന പദം. ഹനുമാനിൽ പ്രകടമാകുന്ന ഈ പരിണാമമാണ് തുടർന്നുള്ള ഭാഗങ്ങളെയെല്ലാം ശ്രദ്ധേയമാക്കുന്നത്.

ദൃശ്യവൽക്കരിക്കാനുതകുന്ന ഭാഷ എന്നത് കഥകളിയെ സംബന്ധിച്ചിടത്തോളം ഏറെ പ്രധാനമാണെന്ന് കണ്ടുവല്ലോ? എന്നാൽ ചിലപ്പോൾ ഭാഷയില്ലാതെയും അഭിനയം ഉണ്ടാകാം. ആലാപനം ഒഴിവാക്കിക്കൊണ്ടുള്ള ഇത്തരം അഭിനയരീതികളെ ആട്ടം, മനോധർമം, ഇളകിയാട്ടം എന്നെല്ലാം പറയുന്നു. സാഹിത്യത്തിൽ ഇല്ലാത്ത ചില സംഗതികളെ സൂചിപ്പിക്കേണ്ടതായി വരും. ഇത്തരം സന്ദർഭങ്ങളിൽ ആട്ടത്തിലൂടെയാണ് ഇത് നിർവഹിക്കുന്നത്. *നളചരിതം* രണ്ടാംദിവസത്തിൽ കലി 12

വർഷം താന്നിമരത്തിൽ കാത്തിരുന്നാണ് നളന്റെ ശരീരത്തിൽ കയറുന്നത്. ഈ പരാമർശം ആട്ടക്കഥയിലില്ല. *മഹാഭാരതം* നളോപാഖ്യാനത്തിൽ ഇങ്ങനെ പറയുന്നുണ്ടുതാനും. ഇവിടെ കലി വാചികമില്ലാത്ത ആട്ടത്തിലൂടെയാണ് ഇത് സൂചിപ്പിക്കുന്നത്. രണ്ടുരംഗങ്ങളെയോ സന്ദർഭങ്ങളെയോ പരസ്പരം ബന്ധിപ്പിക്കാൻ ആട്ടം ഉപയോഗിക്കുന്നു. *കാലകേയവധ*ത്തിൽ അച്ഛനായ ഇന്ദ്രന്റെ നിർദേശപ്രകാരം സ്വർഗത്തിൽ ച്ചെന്ന അർജുനൻ സ്വർഗം നടന്നുകാണുന്നു. ഈ സന്ദർഭത്തിലാണ് ഏതാനും അസുരന്മാർ ദേവസ്ത്രീകളെ പിടിച്ചുകൊണ്ടുപോകുന്നത് കാണുന്നത്. അർജുനൻ അവരെ രക്ഷിക്കുന്നു. ഉർവശിക്ക് അർജുനനോട് പ്രണയം ഉദിക്കുന്നതിനുള്ള കാരണം ഇതാണ്. രണ്ടു സന്ദർഭങ്ങളെ പരസ്പരം ബന്ധിപ്പിക്കുന്നതിനാണ് ഇവിടെ ആട്ടം ഉപയോഗിക്കുന്നത്.

തേരുകൂട്ടിക്കെട്ടുക, കൈലാസോദ്ധാരണം, പാർവതീവിരഹം എന്നിങ്ങനെ കഥാപാത്രത്തിന്റെ ഭാവവും സ്വഭാവവും പ്രകടമാക്കുന്നതിന് ചില ആട്ടങ്ങൾ കഥകളിയിൽ ഉപയോഗിക്കാറുണ്ട്. ചുറ്റുപാടുകളെ വർണിക്കുക, ചില ആശയങ്ങളെ വിസ്തരിച്ചുപപാദിക്കുക എന്നിങ്ങനെയുള്ളവയ്ക്കും ആട്ടം പതിവുണ്ട്. രംഗവിവരണത്തിനായി ഉദ്യാനവർണന, പർവതവർണന, സമുദ്രവർണന, ശബ്ദവർണന എന്നിവയെല്ലാം പല കഥകളിലും സാധാരണമാണ്.

പാത്രാവതരണത്തിന് സവിശേഷമായ ചില സങ്കേതങ്ങൾ കഥകളി പ്രയോജനപ്പെടുത്താറുണ്ട്. തിരനോട്ടമാണ് അവയിൽ പ്രധാനം. കത്തി, താടി, കരി തുടങ്ങിയ വേഷങ്ങൾക്കാണ് തിരനോട്ടം പതിവുള്ളത്. ചില കഥാപാത്രങ്ങൾക്ക് പ്രവേശനിഷ്ക്രമണങ്ങളിൽ സവിശേഷതകളുണ്ട്. *കിർമീരവധ*ത്തിൽ ധർമപുത്രർ ചൂട്, ശോകം, ഏകാന്തത എന്നിവ മാറി മാറി പ്രകടിപ്പിച്ചുകൊണ്ടാണ് പ്രവേശിക്കുന്നത്. നിഷ്ക്രമിക്കുമ്പോഴും ഇതാവർത്തിച്ചുകാണിക്കണം. കാർത്തിക തിരുനാളിന്റെ *നരകാസുരം കഥ*യിൽ നക്രതുണ്ഡിയുടെ നിഷ്ക്രമണത്തിന് ചില സവിശേഷതകളുണ്ട്. ദേവസ്ത്രീകളെ പിടിച്ചുകൊണ്ടുവരാനായി നരകാസുരൻ നക്രതുണ്ഡിയെ ദേവലോകത്തേക്കയയ്ക്കുന്നു. അവിടെവെച്ച് ഇന്ദ്രപുത്രനായ ജയന്തനെ കണ്ട് നക്രതുണ്ഡി സ്വന്തം രൂപം മറച്ച് സുന്ദരിയായി ജയന്തന് മുമ്പിൽ പ്രവേശിക്കുന്നു. നക്രതുണ്ഡിക്ക് രാക്ഷസിമാരുടെ കരി വേഷമാണ്. സുന്ദരിയായിട്ടാണ് (ലളിത) ജയന്തന്റെ മുമ്പിൽ പ്രവേശിക്കുന്നത്. നക്രതുണ്ഡി ജയന്തനെ കണ്ട് കാമാതുരയായി രംഗം വിടുമ്പോൾ ലളിതയുടെ (സുന്ദരിയായി രൂപം ധരിച്ച നക്രതുണ്ഡിയുടെ) ചില ചുവടുകൾ വച്ചുകൊണ്ടാണ് പതിവുള്ളത്. നക്രതുണ്ഡി ലളിതയായി മാറുന്നു എന്നതിന്റെ സൂചനയാണിത്.

ചില കഥാപാത്രങ്ങൾ പ്രവേശിക്കുമ്പോൾ 'കിടതകിധിതാം' എന്നീ എണ്ണങ്ങൾ മേളത്തിൽ കൊട്ടുന്നു. കഥാപാത്രസ്വഭാവമനുസരിച്ച് മൂന്ന്,

അഞ്ച് എന്നിങ്ങനെ കൊട്ടിന്റെ എണ്ണങ്ങൾ ആവർത്തിക്കാം. ചില കഥാപാത്രങ്ങൾ എടുത്തുകലാശം (പ്രത്യേകതരം നൃത്തം) ഉപയോഗിച്ചാണ് പ്രവേശിക്കുന്നത്. ചിലതു ഇരട്ടി (മുറുകിയ കാലത്തിൽ)യെടുത്തുകൊണ്ടാണ്. കഥാപാത്രത്തിന്റെ സ്വഭാവം, പിന്നിട്ട ദൂരം, ഭാവം എന്നിങ്ങനെയുള്ള ഘടകങ്ങളെ ആസ്പദമാക്കിയാണ് ഓരോ കഥാപാത്രത്തിന്റെയും പ്രവേശം നിശ്ചയിച്ചിരിക്കുന്നത്.

തിരശ്ശീല രംഗം മാറുന്നതിനു മാത്രമല്ല കഥകളിയിൽ ഉപയോഗിക്കുന്നത്. സവിശേഷമായ നാട്യസങ്കേതമെന്ന നിലയിൽ തിരശ്ശീല പ്രയോജനപ്പെടുത്താറുണ്ട്. തലം, സ്ഥലം എന്നിവയെ സൂചിപ്പിക്കാൻ തിരശ്ശീല ഉപയോഗിക്കുന്നു. തിരശ്ശീല രംഗമധ്യത്തിൽ പിടിക്കുക, വശങ്ങളിൽ പിടിക്കുക, കോണിൽ പിടിക്കുക എന്നിങ്ങനെ പല രീതികളും ഉപയോഗിക്കാറുണ്ട്. ഓരോ രീതിക്കും കഥകളിയിൽ പ്രത്യേക അർഥങ്ങളുണ്ട്. നടുക്ക് പിടിച്ച തിരശ്ശീല ഒന്നു ചുറ്റിയാൽ മറ്റൊരിടത്തെത്തിയെന്നാണ് സങ്കൽപ്പം. ബാലിസുഗ്രീവന്മാർ പർവതം ചുറ്റുന്നതായി കാണിക്കുന്നത് നടുക്കു പിടിച്ച തിരശ്ശീലയ്ക്ക് ചുറ്റും തിരിഞ്ഞാണ്.

പീഠം (സ്റ്റൂൾ) വൃക്ഷമായും പർവതമായും തേരായും സങ്കൽപ്പിക്കാറുണ്ട്. അതുപോലെതന്നെ വൈകാരികമായ ഉയർച്ചയും താഴ്ചയും പ്രകടമാക്കുന്നതിന് സ്റ്റൂളിൽ കയറുകയും ഇറങ്ങുകയും ചെയ്യുന്ന രീതിയും കഥകളിയിൽ കാണാം.

ഇങ്ങനെ ആശയങ്ങളെ പ്രതീകങ്ങളിലൂടെ പ്രത്യക്ഷവൽക്കരിക്കുകയെന്നതാണ് കഥകളിയുടെ രീതി. ഒരുപക്ഷേ, ലോകത്ത് ഇത്രയും സൂക്ഷ്മമായി ഈ തന്ത്രം ഉപയോഗിച്ചിട്ടുള്ള മറ്റൊരു കലയും ഉണ്ടായിരിക്കാൻ ഇടയില്ല. സൂചകങ്ങളുടെ ഒരു മഹാശൃംഖലയാണ് കഥകളി എന്ന കല. മനുഷ്യശരീരംകൊണ്ട് പ്രപഞ്ചം മുഴുവനും സൃഷ്ടിക്കാൻ ഒരു കലാകാരന് കഴിയുന്നു. കലയിലെ ഒരു മഹാത്ഭുതമാണ് കഥകളി. ആധുനികവും ആധുനികേതരവുമായ എത്രയോ കലാരൂപങ്ങൾ സൃഷ്ടിക്കപ്പെട്ടു. അവയ്ക്കൊന്നിനുംതന്നെ കഥകളിയെ കീഴ്പ്പെടുത്താനോ ഇല്ലായ്മ ചെയ്യാനോ ആയില്ല. ഇത്രത്തോളം കേരളീയനെ ആഴത്തിൽ സ്വാധീനിക്കാൻ മറ്റൊരു കലയ്ക്കും കഴിഞ്ഞിട്ടില്ല. സാഹിത്യത്തെയും സിനിമയെയും നാടകത്തെയും അതു സ്വാധീനിച്ചു. നമ്മുടെ ഭാഷയിലെ ശൈലികളിൽപ്പോലും അതുകടന്നുകൂടി. കേരളീയതയുടെ അടയാളമായി നൂറ്റാണ്ടുകളായി നിലനിൽക്കുന്ന മറ്റേതൊരു കലയുണ്ട് കഥകളിയല്ലാതെ?

ചടങ്ങുകൾ

പണ്ടുകാലത്ത് രാത്രിമുഴുവൻ നീളുന്ന ഉത്സവക്കളികളായിരുന്നു നടന്നിരുന്നത്. ഇപ്പോൾ ക്ലബുകളും മറ്റും സംഘടിപ്പിക്കുന്ന മൂന്നു മണിക്കൂർ ദൈർഘ്യം വരുന്ന അവതരണങ്ങളായി മാറിയിട്ടുണ്ട്. അതുകൊണ്ട് കഥകളിയുടെ ചടങ്ങുകളെല്ലാം കൃത്യമായി പരിപാലിക്കപ്പെടുന്നില്ല.

രാത്രി മുഴുവൻ നീളുന്ന കഥകളിക്ക് അഞ്ച് ഘട്ടങ്ങളുണ്ട്.

1. കേളി. കഥകളിയുണ്ട് എന്ന് അറിയിക്കുന്നതിനുവേണ്ടി സൃഷ്ടിച്ചതാണ് സന്ധ്യാസമയത്ത് നടത്തുന്ന കേളി. മദ്ദളത്തിൽ മാത്രം കേളികൊട്ടിന്റെ എണ്ണങ്ങൾ കൊട്ടിവയ്ക്കലാണ് കേളി.
2. തോടയം. തിരശ്ശീലയ്ക്കുള്ളിൽ നടത്തുന്ന ചടങ്ങാണിത്. 'ഹരിഹര വിധിനുത' എന്ന പദം ഇതിനായി ഉപയോഗിക്കുന്നു. കോട്ടയം തമ്പുരാനാണ് ഈ പദത്തിന്റെ രചയിതാവെന്ന് വിശ്വസിച്ചുപോരുന്നു. വന്ദനം, തോഷിപ്പിക്കൽ എന്നെല്ലാമാണ് തോടയത്തിനർഥമെന്ന് പറയുന്നു. തമിഴ്നാട്ടിൽ ഭജനോത്സവങ്ങൾക്കുമുമ്പ് പാടുന്ന സ്തുതികളെ തോടയം എന്നുവിളിക്കാറുണ്ട്. ചമ്പ, ചെമ്പട, അടന്ത, പഞ്ചാരി എന്നീ കഥകളിയിലുപയോഗിക്കുന്ന താളങ്ങളെല്ലാം തോടയത്തിൽ ഉപയോഗിക്കുന്നു.
3. തോടയം കഴിഞ്ഞാൽ വന്ദനശ്ലോകം ചൊല്ലുന്നു. കേദാരഗൗളത്തിലാണ് വന്ദനശ്ലോകം ചൊല്ലുന്നത്. തുടർന്ന് പുറപ്പാടാണ്. പുറപ്പാടിന്റെ ശ്ലോകം ചൊല്ലിക്കഴിഞ്ഞാൽ വേഷങ്ങൾ വന്ന് പുറപ്പാടെടുക്കുന്നു. സാധാരണയായി ആട്ടക്കഥാകാരന്മാർ പുറപ്പാടുപദങ്ങൾ കൂടി എഴുതിച്ചേർക്കാറുണ്ട്. *നളചരിത*ത്തിൽ 'ആസീത് പുരാപരമപാവന കീർത്തിഭൂമാ' എന്ന ശ്ലോകവും തുടർന്നുള്ള അരമതാമിത' എന്നു തുടങ്ങുന്ന പദവും പുറപ്പാടിനായി രചിച്ചിട്ടുള്ളതാണ്. ചിലപ്പോൾ രണ്ടോ നാലോ കൃഷ്ണവേഷങ്ങളോ കൃഷ്ണനും ബലരാമനുമായോ കൃഷ്ണനും രാധയുമായോ (സ്ത്രീവേഷം) വന്ന് പുറപ്പാടെടുക്കാറുണ്ട്. 'ദേവദേവ' എന്നുതുടങ്ങുന്ന പദമാണ് ഇതിനുപയോഗിക്കുന്നത്. തിരശ്ശീല താഴ്ത്തി നാലുതവണ സദസിനെ നോക്കി നാലുനോക്കായും ഒന്നും മൂന്നും നോക്കുകൾ മാത്രമായും പുറപ്പാട് പതിവുണ്ട്. പുറപ്പാടിന്റെ അവസാനം മഞ്ജുതര എന്ന അഷ്ടപദിയിലെ പദംചൊല്ലി കലാശിക്കുന്നു.
4. പുറപ്പാട് കഴിഞ്ഞാൽ മേളപ്പദമാണ്. മഞ്ജുതര എന്നതുമുതലുള്ള ചരണങ്ങളാണ് ഇതിൽ ഉപയോഗിക്കുന്നത്. മേളക്കാരുടെയും പാട്ടുകാരുടെയും വൈദഗ്ധ്യം പ്രകടമാക്കുന്നതിന് മേളപ്പദം പ്രയോജനപ്പെടുന്നു.
5. മേളപ്പദം കഴിഞ്ഞാൽ കഥ ആരംഭിക്കുന്നു.

ആവിഷ്കാരം - ഘടനയും സ്വഭാവവും

കഥകളിയുടെ ആവിഷ്കാരപരമായ പ്രത്യേകതകളെ ചില ഉദാഹരണങ്ങൾകൊണ്ട് വ്യക്തമാക്കാൻ ശ്രമിക്കാം. ആട്ടത്തിന് പ്രാധാന്യമുള്ള ഒരു കഥയാണ് *രാവണോത്ഭവം*. കല്ലേക്കുളങ്ങര രാഘവപ്പിഷാരടിയാണ് ഇതിന്റെ കർത്താവ്. തന്റേടാട്ടം, പകർന്നാട്ടം എന്നിവയ്ക്ക് പ്രാധാന്യമുള്ള *രാവണോത്ഭവ*ത്തിലെ ഒരു സന്ദർഭമാണ് ഇവിടെ ഉദാഹരിക്കുന്നത്. ലങ്കാധിപനായ രാവണൻ തനിക്ക് സമ്പത്തും സമൃദ്ധിയും കൈവ

ന്നതെങ്ങനെയെന്ന് പറയുന്നതാണ് സന്ദർഭം. ഇത്രയും ഭാഗത്ത് പദമില്ല. മുദ്രകളും ശരീരചലനവും ഉപയോഗിച്ചുള്ള ആട്ടം മാത്രമേയുള്ളൂ. താളമേളങ്ങളുടെയും ശരീരഭാഷയുടെയും സൂക്ഷ്മമായ വിന്യസനം ഉണ്ടാക്കുന്ന തീവ്രാനുഭവമാണ് *രാവണോത്ഭവ*ത്തെ ശ്രദ്ധേയമാക്കുന്നത്. 18–ാം നൂറ്റാണ്ടിൽ കപ്ലിങ്ങാടിന്റെ കാലത്താണ് ഈ കഥ ഇതേരീതിയിൽ ചിട്ടപ്പെടുത്തിയതെന്ന് പറയപ്പെടുന്നു. 'ലോകേശാത്തവരപ്രതാപബലവാൻ' എന്നുതുടങ്ങുന്ന ശ്ലോകവും കത്തിവേഷങ്ങൾക്കുള്ള തിരനോട്ടവും കഴിഞ്ഞാൽ ആട്ടം ആരംഭിക്കുകയായി. ത്രിപുടതാളം ഒന്നാം കാലത്തിലാണ് ഇതു ചിട്ടപ്പെടുത്തിയിരിക്കുന്നത്.

'എനിക്കേറ്റവും സുഖം ഭവിച്ചു' അതിന് കാരണമെന്ത്? ഓ..... മനസിലായി. ഞാൻ പണ്ട് ത്രിലോകങ്ങൾക്കും നാഥനായിട്ടുള്ള ബ്രഹ്മാവിനെ തപസുചെയ്ത് ആഗ്രഹമുള്ള വരങ്ങളൊക്കെയും വാങ്ങി. അതിനാൽ എനിക്ക് ഏറ്റവും സുഖം ഭവിച്ചു. എന്നാൽ ഞാൻ ബ്രഹ്മാവിനോട് 'അല്ലയോ, ബ്രഹ്മാവേ, എനിക്കു വരം തരണേ' എന്നു യാചിച്ചു വാങ്ങിയതല്ല. ഏറ്റവും ബലവീര്യത്തോടെ ബ്രഹ്മാവിനോട് താ, താ എന്നിങ്ങനെ പറഞ്ഞ് വാങ്ങിയതാണ്. എന്നാൽ ഞാൻ ബ്രഹ്മാവിനെ തപസുചെയ്യാനുള്ള കാരണമെന്ത്? ഓ മനസിലായി. ഞാൻ പണ്ട് അമ്മയോടും സഹോദരന്മാരോടുംകൂടി മധുവനത്തിൽ സഞ്ചരിക്കുന്ന ഒരുദിവസം അമ്മയുടെ മടിയിൽ കിടന്നുറങ്ങി. (തുടർന്ന് അമ്മയായ കൈകസിയായി നടിച്ച്) മടിയിൽ കിടന്നുറങ്ങുന്ന പുത്രനെ തലോടുന്നു. ലാളിക്കുന്നു. 'ഇവനെ ലഭിച്ചതിൽ താൻ എത്ര ഭാഗ്യവതി' എന്നു കാണിക്കുന്നു. ആ സമയത്ത് ഒരു ശബ്ദം കേൾക്കുന്നതായി നടിക്കുന്നു. എന്തെന്ന് ചെവിയോർത്ത് എന്തെങ്കിലുമാകട്ടെ എന്നു കാണിച്ച് വീണ്ടും പുത്രനെ ലാളിക്കുന്നു. പിന്നെയും ശബ്ദംകേട്ട് എന്തെന്ന് വിചാരിച്ച് വീണ്ടും എന്തെങ്കിലുമാകട്ടെ എന്തായാലും എനിക്കെന്താ എന്നുകാണിച്ച് വീണ്ടും ലാളിക്കുന്നു. വീണ്ടും അതിഭയങ്കരമായ ശബ്ദംകേട്ട് ശ്രദ്ധിച്ച് മുകളിൽ ദൃഷ്ടിയുറപ്പിച്ച് പതുക്കെപ്പതുക്കെ നീക്കി തന്റെ നേരെ മുകളിൽ കൊണ്ടുവന്ന് ഉറപ്പിച്ച് 'പെരുമ്പറമുഴക്കിക്കൊണ്ട് പുഷ്പകവിമാനത്തിൽ കയറി ഏറ്റവും പ്രതാപവാനായി ആകാശത്തിലൂടെ പോകുന്നത് ആരാണ്' എന്നു കാണിച്ച് അസൂയ നടിച്ച് 'അത് വൈശ്രവണൻ തന്നെ' എന്നു മനസിലാക്കി വൈശ്രവണനെ നോക്കി അസൂയയും തന്റെ മകനെ നോക്കി വ്യസനവും നടിച്ച് 'കഷ്ടം! അവന്റെയും (വൈശ്രവണനെ ശക്തിയായി ചൂണ്ടി) ഇവന്റെയും (രാവണനെ ചൂണ്ടി) അച്ഛൻ ഒന്നുതന്നെ. അവൻ ഏറ്റവും പ്രതാപിയായും ഇവൻ അത്രയും നിസ്സാരനായും ഭവിച്ചു എന്നു കാണിച്ച് അസൂയ, വ്യസനം എന്നിവ മാറിമാറി നടിച്ച് വൈശ്രവണനെയും പുത്രനെയും മാറിമാറി നോക്കുന്നു. വൈശ്രവണൻ പുഷ്പകവിമാനത്തിൽ കയറി മറയുന്നതുവരെ ദൃഷ്ടി ദൂരേക്കുദൂരേക്കു നോക്കി 'മറഞ്ഞു' എന്ന മുദ്ര കാണിക്കുന്നു. അതിനുശേഷം പുത്രനെ നോക്കി വ്യസനത്തോടെ കരയുന്നു.

അപ്പോൾ രാവണൻ സ്ത്രീത്വം വിട്ട് രാവണനായി കണ്ണുതുറന്ന് അൽപ്പനേരം നോക്കി വീണ്ടും ഉറങ്ങാൻ തുടങ്ങുന്നു. അൽപ്പം കഴിഞ്ഞ് വീണ്ടും ഉണർന്ന് കൈകൾ ഉയർത്തി ഉറക്കമുണർന്നതായി നടിച്ച് കൈകൾ കുടഞ്ഞ് വീണ്ടും ഉറങ്ങുന്നു. അൽപ്പസമയം കഴിഞ്ഞ് വീണ്ടും ഉണർന്ന് കണ്ണുകൾ തുറന്ന് അമ്മയോട് കരയുവാനുള്ള കാരണമെന്തെന്ന് അന്വേഷിക്കുന്നു. വൈശ്രവണൻ പ്രതാപിയായി കടന്നുപോയി എന്നു മുദ്രകാണിച്ച് പറഞ്ഞതു കേട്ടതായി നടിച്ച് 'അമ്മ ഒട്ടും വ്യസനിക്കേണ്ട ഞാൻ അവന്റെ കൈയും കാലും കൂട്ടിക്കെട്ടിക്കൊണ്ടുവന്ന് ഈ കാലുകളിൽ വയ്ക്കാം' എന്നുകാണിച്ച് 'ഞാൻ ബ്രഹ്മാവിനെ തപസു ചെയ്യാൻ പോകുന്നു' എന്നുപറഞ്ഞ് അമ്മയെ വന്ദിക്കുന്നു (ത്രിപുട രണ്ടാം കാലത്തിൽ).

തപസുചെയ്യാനായി നിശ്ചയിച്ച രാവണൻ 'ഇനി ബ്രഹ്മാവിനെ തപസു ചെയ്യുവാൻ പുറപ്പെടുകതന്നെ' എന്നു കാണിച്ച് തപസുചെയ്യാനുള്ള സ്ഥലമെവിടെ എന്ന് ആലോചിക്കുന്നു. 'ഗോകർണത്തിൽത്തന്നെ' എന്നു നിശ്ചയിച്ച് 'തപസു ചെയ്യേണ്ടതെങ്ങനെ?' എന്നാലോചിക്കുന്നു. 'പഞ്ചാഗ്നി മധ്യത്തിൽ ഇരുന്നുതന്നെ' എന്നു നിശ്ചയിച്ച് സോദരന്മാരോട് 'പോരികയല്ലേ' എന്നു ചോദിച്ച് 'ദേവകളെ ജയിക്കാനുള്ള വരം വാങ്ങിയാലും' എന്ന് ഉപദേശിച്ച് അവരെയും കൂട്ടി ഗോകർണത്തേക്ക് തപസിനായിപ്പോകുന്നു.

തുടർന്ന് താളം ത്രിപുട മൂന്നാം കാലത്തിലേക്ക് കടക്കുന്നു. ഗോകർണത്തെത്തി. ഹോമകുണ്ഡം തീർത്ത് സൂര്യനു നേരെ നോക്കി 'എന്റെ തപസു കഴിയുന്നതുവരെ ഇളകരുത്' എന്നു കാണിച്ച് തീക്കുണ്ഡത്തിൽ മേലേരി (വിറക്) അടുക്കി. അതിനുശേഷം കുളിച്ച് ദേഹശുദ്ധി വരുത്തി ഭസ്മലേപനം ചെയ്ത് ഹോമാഗ്നി ജ്വലിപ്പിച്ച് ഹോമം നടത്തുന്നതായി കാണിച്ച് ആദിത്യനെ ദൃഷ്ടിയുറപ്പിച്ച് തപസുചെയ്യുന്നു. ഇടയ്ക്ക് കണ്ണുതുറന്ന് ബ്രഹ്മാവു വരുന്നുണ്ടോയെന്നു നോക്കി 'പത്തുശിരസുകളുള്ളതിൽ ഒരു ശിരസെടുത്ത് ഹോമിക്കുക തന്നെ' എന്നു നിശ്ചയിക്കുന്നു. വാളെടുത്ത് മുകളിലേക്ക് ദേവന്മാരെ നോക്കി 'എന്റെ മനസിളകുമെന്ന് വിചാരിച്ച് നിങ്ങൾ സന്തോഷിക്കേണ്ട. ഞാൻ വാളിളക്കുന്നതല്ല' എന്നു കാണിച്ച് ശിരസുകൾ വേറെ വേറെ നോക്കി ഒരു ശിരസ്സ് അറുത്ത് തല മുടി വലിച്ചുകളഞ്ഞ് ഹോമിക്കുന്നു. തല പൊട്ടിത്തെറിക്കുന്നതായി കാണിച്ച് വീണ്ടും തപസു ചെയ്യുന്നു. വീണ്ടും ബ്രഹ്മാവു വരുന്നുണ്ടോയെന്നു നോക്കി 'ഇനിയും ബ്രഹ്മാവ് പ്രത്യക്ഷമായില്ല. ഇനി എന്താണ് ചെയ്യേണ്ടത്? എന്റെ ഒരു ശിരസല്ലാത്തതൊക്കെയും അറുത്ത് ഹോമിക്കുക തന്നെ' എന്നു കാണിച്ച് മറ്റു ശിരസുകൾ വെട്ടാനായി ആരംഭിക്കുന്നു. ഇവിടെ താളം ത്രിപുട നാലാം കാലത്തിലേക്ക് കടക്കുന്നു. വാളുകൊണ്ട് എട്ടുശിരസുകൾ ഓരോന്നായി അറുത്ത് നാലു കുണ്ഡങ്ങളിലായി ഹോമിക്കുന്നു. തല പൊട്ടിത്തെറിക്കുന്നതായി കാണിച്ച് മേലേരി (വിറക്) ഇടുന്നതായി കാണിക്കുന്നു. 'ഇനി തപസു ചെയ്യുക തന്നെ'

എന്നു നിശ്ചയിച്ച് തപസാരംഭിക്കുന്നു. കുറച്ചുകഴിഞ്ഞ് ബ്രഹ്മാവ് വരുന്നുണ്ടോയെന്നു നോക്കി. 'കഷ്ടം എന്റെ ശിരസൊക്കെയും നശിച്ചുവല്ലോ? ഇനി തപസുപേക്ഷിച്ചു പോകുക തന്നെ' എന്നു നിശ്ചയിച്ച് തിരിച്ചു പോകാനായി തുടങ്ങുന്നു. രണ്ടുമൂന്നടി പിന്നാക്കം വയ്ക്കുന്നതോടെ വീണ്ടും മുന്നോട്ടുവന്ന് (ഇവിടെ താളം ചെമ്പടയിലേക്ക് മാറുന്നു) 'ഇല്ല, പണ്ട് ഒരു രാക്ഷസൻ ബ്രഹ്മാവിനെ തപസുചെയ്ത് പ്രത്യക്ഷമാകാതെ ജീവനാശം വരുത്തിയെന്ന അപകീർത്തി നിനക്കുതന്നെ ഇരിക്കട്ടെ എന്നു ബ്രഹ്മാവിനെ ചൂണ്ടിക്കാണിച്ച് ഒരു ശിരസുകൂടിയുള്ളത് അറുത്ത് ഹോമിക്കുകതന്നെ എന്നുകാണിച്ച് വാളെടുത്തുവെട്ടാൻ ഒരുങ്ങുന്നു. ആ സമയം ബ്രഹ്മാവ് കൈയിൽ പിടിച്ചതായി നടിച്ച് ബ്രഹ്മാവായി തടഞ്ഞ് 'അരുത്, അരുത് ആഗ്രഹിച്ച വരങ്ങൾ ഇതാ' ശിരസൊക്കെയും വീണ്ടും ഉണ്ടായി. 'വരമെന്തു വേണമെന്നു പറഞ്ഞാലും' എന്നു കാണിക്കുന്നു. ബ്രഹ്മാവിനെ കണ്ട് അൽപ്പം കുനിഞ്ഞ് ആദ്യം ത്രൈലോക്യം ജയിക്കാനുള്ള വരം ചോദിക്കുന്നു. വരംവാങ്ങി ഐശ്വര്യമുണ്ടാകാനുള്ള വരം തരണേ എന്നു ചോദിക്കുന്നു. ആ വരവും വാങ്ങി, സമ്പത്തുണ്ടാകാനുള്ള വരം ചോദിക്കുന്നു. അതുംവാങ്ങി. എല്ലാമായി എന്നുകാണിച്ച് കുമ്പിടുന്ന നേരത്ത് വരട്ടെ വരട്ടെ ഒന്നുകൂടിയുണ്ട് എന്നു കാണിച്ച് മനുഷ്യനല്ലാതെ മറ്റൊരു ജീവിയിൽനിന്നു മരണം ഉണ്ടാകരുത് എന്നുകാണിച്ച് എല്ലാവരവുമായി എന്നുറപ്പിച്ച് ബ്രഹ്മാവിനോട് പൊയ്ക്കൊള്ളാൻ ആംഗ്യം കാണിക്കുന്നു. 'പോ, പൊയ്ക്കോ' എന്നുകാണിച്ച് ബ്രഹ്മാവ് മറയുന്നതായി നടിക്കുന്നു.

ഏകദേശം ഒന്നരമണിക്കൂർക്കൊണ്ട് നടൻ ആടിത്തീർക്കേണ്ട ഭാഗമാണിത്. നടന്റെ കഴിവുകൾ പരമാവധി പ്രയോജനപ്പെടുത്തി അഭിനയിക്കേണ്ട സന്ദർഭമാണിത്. ത്രിപുട ഒന്ന്, രണ്ട്, മൂന്ന്, നാല് കാലങ്ങളിൽ അനുക്രമം വികസിക്കുന്നതോടൊപ്പം നടന്റെ ചലനങ്ങളുടെ വേഗതയും വർധിക്കുന്നു. കൈകസിയായും സഹോദരന്മാരായും ബ്രഹ്മാവായും രാവണനായും മാറിമാറി പകർന്നാടേണ്ടതുള്ളതുകൊണ്ട് അഭിനയത്തികവുള്ള ഒരു നടന് മാത്രമേ ഇത് പൂർണമായും ആസ്വാദകനിലേക്ക് എത്തിക്കാനായി കഴിയൂ. നടന്റെ കരുത്തും അഭിനയസിദ്ധിയും ഒരുപോലെ പ്രയോജനപ്പെടുത്തേണ്ട ഒരു കഥയാണിത്. കല്ലിങ്ങാടൻ ശൈലിയുടെ മികച്ച സംഭാവനയാണ് *രാവണോത്ഭവം*. അതോടൊപ്പം പ്രതിനായകപ്രധാനമായ കഥകൾ കഥകളിയിലേക്ക് കടന്നുവരുന്നതും ഈ കഥയോടെയാണ്.

അടുത്തതായി പദാഭിനയത്തോടുകൂടിയുള്ള ഒരുദാഹരണമാണ് സൂചിപ്പിക്കുന്നത്. *കല്യാണസൗഗന്ധിക*ത്തിലെ ഭീമന്റെ പാഞ്ചാലിയോടുള്ള 'പാഞ്ചാല രാജതനയേ' എന്ന പദമാണ് ഉദാഹരിക്കുന്നത്. എട്ടക്ഷരമുള്ള നാലു ചെമ്പടകൂടിയ 32 അക്ഷരകാലത്തിലാണ് ഈ പദം നിബന്ധിച്ചിരിക്കുന്നത്. അതായത് ഒരു താളവട്ടമെന്നാൽ 32 അക്ഷരകാലമെന്നർഥം.

പാഞ്ചാലരാജ/രാജതനയേ
തനയേപങ്ക/പങ്കജേക്ഷണേ

എന്നിങ്ങനെ പല്ലവി പാടുന്നു. ആദ്യത്തെ നാലു താളവട്ടം നോക്കിക്കാണലാണ്. നായികയെ മുഖം മുതൽ പാദം വരെയും തിരിച്ചു മുഖം വരെയും കാണുകയും സ്ഥായീഭാവമായ രതി പ്രകടമാക്കുകയും ചെയ്യുന്നതാണിത്. അഞ്ചാമത്തെ താളവട്ടം മുതൽ മുദ്രാഭിനയം തുടങ്ങുന്നു.

പാഞ്ചാല, രാജാവ്, ന്റെ, പുത്രി, സംബോധന എന്നിങ്ങനെ അഞ്ചു മുദ്രകളാണ് ഈ സംബോധനയിലുള്ളത്. അഞ്ചുതാളവട്ടം കൊണ്ടാണ് ഈ അഞ്ചുമുദ്രകളും തീർക്കുന്നത്. ഒരു സംബോധനയ്ക്ക് അഞ്ചുതാളവട്ടം എന്നതല്ല അഞ്ചുവാക്കുകൾക്ക് അഞ്ചുതാളവട്ടം എന്നതാണ് പ്രധാനം. ഓരോ മുദ്രയും അംഗോപാംഗങ്ങളുടെ സഹായത്തോടെ വിസ്തരിച്ചഭിനയിക്കുന്നതിനു ഇടംകിട്ടുന്നു എന്നതാണ് ഇവിടുത്തെ പ്രത്യേകത.

എന്നാൽ ചരണങ്ങളിലേക്കെത്തുമ്പോൾ പദത്തിന്റെ ഘടന മാറുന്നു. ഇവിടെ താളവട്ടത്തിലെ അക്ഷരസംഖ്യകൾ തന്നെ ഇരട്ടിക്കുന്നു. ഇതിനനുസരിച്ച് ഹ്രസ്വാക്ഷരങ്ങളും ദീർഘമായ സമസ്തപദങ്ങളും കൊണ്ടാണ് രചന നിർവഹിച്ചിരിക്കുന്നത് എന്നു കാണാം.

പഞ്ചമകൂജിത/സുകോകിലേ/
പരമിഹദേവവിസുമംഗലേ
കിഞ്ചനരന്തുമനാകുലേ
കിളിമൊഴി വരിക/ശിലാതലേ

അടുത്ത ചരണത്തിൽ ഇതിന്റെ ഇരട്ടിയായി അക്ഷരസംഖ്യ വീണ്ടും മാറുന്നു. ഇവിടുത്തെ വാക്കുകളുടെ വിന്യാസം നോക്കുക.

നിൻചലലോചന/നിർദ്ധിതമധുരിമ
സഞ്ചിതഭയചല/ദഞ്ചിത കമലേ

വാക്കുകളുടെയും ചലനത്തിന്റെയും ഗതിവേഗമനുസരിച്ച് നൃത്തത്തിലും വ്യത്യാസം വരുത്തിയാണ് ഈ സന്ദർഭം അഭിനയിക്കുന്നത്. പദാഭിനയം തന്നെ നൃത്തമായി പരിണമിക്കുന്ന അപൂർവ രചനയാണ് ഈ പദത്തിന്റെ ആവിഷ്കാരം. ഈ പദത്തിന്റെ അവതരണത്തെക്കുറിച്ച് ഡോ. പി വേണുഗോപാലൻ പറയുന്നത് നോക്കുക.

> കഥകളിയുടെ തൗര്യത്രിക സൗന്ദര്യത്തെ ഒറ്റ പദാഭിനയത്തിൽ പരമാവധി സംഗ്രഹിച്ചിരിക്കുന്നു. പദാഭിനയംതന്നെ ഇരട്ടിനൃത്തമായി മാറുന്ന ഒരു അസാധാരണ ഘടനയാണ് ഈ പദരചനയിലും അതിനെ ചിട്ടപ്പെടുത്തിയിരിക്കുന്ന രാഗ-താള-നൃത്തഘടനകളിലും.

ഇത്തരത്തിൽ ഓരോ സവിശേഷത ഉൾക്കൊള്ളുന്നതാണ് കഥകളിയിലെ ഓരോ സന്ദർഭവും. നടന്റെ അഭിനയത്തിനുള്ള പരമാവധി സാധ്യതകൾ തുറന്നിട്ടുകൊണ്ടുതന്നെയാണ് ഇത്തരം പദങ്ങൾ സംവിധാനം ചെയ്തെടുത്തിരിക്കുന്നത് എന്നത് പ്രത്യേകം ശ്രദ്ധേയമാണ്. ഭാവങ്ങളെ മുഖത്ത് പ്രതിഫലിപ്പിക്കാനും ചലനങ്ങളെ സൂക്ഷ്മമായി വിന്യസിക്കാനും മുദ്രകളെ അവയുടെ ലാവണ്യം കൈവിടാതെ യഥാസ്ഥാനത്തു

വേണ്ട രീതിയിൽ പ്രയോഗിക്കുവാനും നടന് സിദ്ധിയും സാധനയും അഭ്യാസവും ഒരുപോലെയുണ്ടാകണം. എങ്കിൽ മാത്രമേ ഓരോ അരങ്ങും നവ്യമായ അനുഭൂതിയായി ആസ്വാദകന് തോന്നൂ. കലാമണ്ഡലം രാമൻകുട്ടിനായരുടെയും കലാമണ്ഡലം ഗോപിയുടെയും അഭിനയലോകം തികച്ചും വ്യത്യസ്തമായിരിക്കുന്നതിതുകൊണ്ടാണ്. ചിട്ടകൾക്കനുസരിച്ചുമാത്രം കാണിച്ചാൽ നല്ല അഭിനയമാകുമെങ്കിൽ എന്തുകൊണ്ട് ഈ നടന്മാർ ആസ്വാദകലോകത്തെ വശീകരിച്ചു? ചിട്ടയ്ക്കനുസരിച്ച് കാണിച്ചത് കൊണ്ടുമാത്രം ഒരിക്കലും ഒരു നല്ല നടനാകാൻ കഴിയുകയില്ല. പ്രതിഭയും അഭ്യാസവും ഒത്തുചേർന്നാൽ മാത്രമേ ഒരു നല്ല നടനാകാൻ കഴിയൂ. ഇതാണ് ഗോപിയുടെയും രാമൻകുട്ടിനായരുടെയും അരങ്ങുകൾ നമ്മെ ബോധ്യപ്പെടുത്തുന്നത്.

നളചരിതം

ആട്ടക്കഥാസാഹിത്യത്തിലെ അമൂല്യരത്നങ്ങളിലൊന്നായി വിശേഷിപ്പിക്കപ്പെടുന്ന ഉണ്ണായിവാരിയരുടെ *നളചരിത*ത്തെക്കുറിച്ചു കൂടി ഇവിടെ പ്രസ്താവിക്കേണ്ടിയിരിക്കുന്നു. *നളചരിത*ത്തെ ഉത്തമമായ ഒരു സാഹിത്യകൃതി എന്ന നിലയിൽ ആദ്യമായി സഹൃദയർക്ക് മുമ്പിൽ അവതരിപ്പിച്ചത് എ ആർ രാജരാജവർമയാണ്. 1905 ൽ ആണ് *കാന്താരകതാരകം* എന്ന വ്യാഖ്യാനത്തോടെയും വിസ്തൃതമായ ഒരവതാരികയോടെയും എ ആർ *നളചരിതം* പ്രസിദ്ധീകരിച്ചത്. ഇതോടെ ഈ കൃതിയുടെ മേന്മ തിരിച്ചറിഞ്ഞ ഏറെ പണ്ഡിതന്മാർ വ്യാഖ്യാനങ്ങളെഴുതി. ഇപ്പോഴും പലവിധത്തിൽ *നളചരിതം* പഠിക്കുകയും വിലയിരുത്തുകയും ചെയ്തുകൊണ്ടിരിക്കുന്നു.

ഉണ്ണായിവാരിയരുടെ കാലമോ കൃതിയുടെ കാലമോ സംബന്ധിച്ചു യാതൊരു രേഖയും ഇന്നുവരെ ലഭിച്ചിട്ടില്ല. കൊല്ലവർഷം 920 (1744) ശ്രീപത്മനാഭസ്വാമി ക്ഷേത്രത്തിലെ ഉത്സവത്തിന് *നളചരിതം* അവതരിപ്പിച്ചതായി ലഭിച്ചിട്ടുള്ള രേഖയാണ് ഉണ്ണായിയുടെ കാലത്തെക്കുറിച്ചറിയാനുള്ള ഏകപ്രമാണം. 18-ാം നൂറ്റാണ്ടിന്റെ രണ്ടാംപാദത്തിൽത്തന്നെ *നളചരിതം* തെക്കൻ പ്രദേശങ്ങളിൽ പ്രചാരം നേടിയിരുന്നതായി ഇതുകൊണ്ട് മനസിലാക്കാം. എന്നാൽ 1750നോട് അടുത്ത് തിരുവനന്തപുരത്ത് താമസിച്ച് കാർത്തികതിരുനാളിന്റെ *നരകാസുരവധ*വും മറ്റും ചിട്ടപ്പെടുത്തിയ കപ്ലിങ്ങാടിന്റെ കാലത്തിനു മുമ്പാകണം *നളചരിത*കാലം എന്നു വ്യക്തം. കാരണം, കപ്ലിങ്ങാടിന്റെ കാലമായപ്പോഴേക്ക് കഥകളിയുടെ സൗന്ദര്യശാസ്ത്രത്തിൽ പ്രകടമായ മാറ്റങ്ങളുണ്ടാകുന്നുണ്ട്. കപ്ലിങ്ങാട് ആവിഷ്കരിച്ച കഥകളിയുടെ സൗന്ദര്യശാസ്ത്രം ഉണ്ണായിയെ ഒട്ടുതന്നെ സ്വാധീനിച്ചിട്ടില്ലെന്ന് വ്യക്തമാണ്. കോട്ടയം കഥകളുടെ ഘടനാപരമായ പല സവിശേഷതകളും *നളചരിത*ത്തിൽ പ്രകടവുമാണ്. ഒരു സാഹിത്യകൃതി എന്ന നിലയിൽ *നളചരിതം* പലവിധത്തിൽ പഠിക്കപ്പെട്ടിട്ടുണ്ട്. നാടകീയത, കഥാപാത്രം, രസം എന്നിങ്ങനെ ഓരോ അംശത്തിലും ആ

കൃതി പുലർത്തുന്ന പുതുമയും ഔചിത്യദീക്ഷയും പലരും പലകുറി ആവർത്തിച്ചുറപ്പിച്ചിട്ടുമുണ്ട്. മലയാളത്തിലെ *ശാകുന്തള*മെന്നും ആദ്യ നാടകമെന്നും ഉത്തമമായ ഒരേ ഒരാട്ടക്കഥയെന്നും ഇതിനെ പലരും തങ്ങൾക്കാകുംവിധം പ്രശംസിച്ചു.

എന്നിരിക്കിലും ആവിഷ്കാരപരമായ സവിശേഷതകളിൽ ഊന്നി നിന്നുകൊണ്ട് ഈ കൃതിയെ വിലയിരുത്താനോ പഠിക്കാനോ ആരും കാര്യമായി ശ്രമിച്ചിട്ടില്ല. എസ് ഗുപ്തൻനായർ, കുമ്മിണി, വാഴേങ്കട കുഞ്ചുനായർ തുടങ്ങിയവരുടെ ചില പഠനങ്ങളും പട്ടിക്കാന്തൊടി രാമുണ്ണി മേനോന്റെ ചില ആട്ടക്കുറിപ്പുകളും മാത്രമാണ് *നളചരിതം* കഥകളിയെ സംബന്ധിച്ച് ഇന്നുവരെ ഉണ്ടായിട്ടുള്ള പഠനങ്ങൾ. ചില ദോഷവശങ്ങളും ഗുണങ്ങളും പറഞ്ഞുപോകുക എന്നതല്ലാതെ സമഗ്രമായ ഒരു പഠനം നടന്നിട്ടില്ലെന്നു പറയണം.

ഒന്നാമതായി നാം മനസിലാക്കേണ്ടത് ഒരു സാഹിത്യ കൃതിയുടെയും ദൃശ്യസാഹിത്യത്തിന്റെയും ഘടന വ്യത്യസ്തമാണ് എന്നുള്ളതാണ്. അംഗാംഗിപ്പൊരുത്തത്തോടുകൂടി വിന്യസിക്കപ്പെട്ടിട്ടുള്ള രസം *നളചരിത*ത്തിന്റെ അപൂർവതയായി പലരും ചൂണ്ടിക്കാണിച്ചിട്ടുണ്ട്. ഉചിതമായ വാക്കുകളും അലങ്കാരങ്ങളും പ്രയോഗിച്ചിട്ടുള്ളതിനെപ്പറ്റി ഏറെ പ്രശംസിച്ചു പറഞ്ഞു കേട്ടിട്ടുണ്ട്. പാത്രാവിഷ്കാരത്തിലെ ഔചിത്യവും അവരുടെ സംഭാഷണങ്ങളിലെ ഔചിത്യവും ഒരുപോലെ *നളചരിത*ത്തിന്റെ നേട്ടങ്ങളായി പറഞ്ഞുപോരുന്നുണ്ട്. മനുഷ്യകഥയും മനുഷ്യവികാരങ്ങളും അതിന്റെ മേന്മയായി ചൂണ്ടിക്കാണിക്കപ്പെട്ടിട്ടുണ്ട്.

എന്നാൽ, ഇതൊന്നുംതന്നെ ഒരാട്ടക്കഥയ്ക്ക് അനിവാര്യമായതല്ലെന്ന വസ്തുതയാണ് നാമാദ്യം മനസിലാക്കേണ്ടത്. ഇതൊന്നും രംഗപ്രയോഗക്ഷമതയെ വർധിപ്പിക്കുന്നുമില്ല. ഉദാഹരണമായി അംഗിരസമായ ശൃംഗാരം തുടക്കംമുതൽ ഒടുക്കംവരെ പരിരക്ഷിച്ചു വികസിപ്പിച്ചു കൊണ്ടുവരുന്നുണ്ടെന്നതു തന്നെയെടുക്കുക. *നളചരിതം* നാലുദിവസം ഒരുമിച്ച് ഒരേദിവസം അഭിനയിക്കുകയെന്നത് അസാധ്യമാണെന്നതിനാൽ അവതരണത്തിൽ ഇതൊരു പുതുമയും ഉണ്ടാക്കുന്നില്ല. ഒരു രംഗം അല്ലെങ്കിൽ രംഗങ്ങൾ സർവഥായോഗ്യമായ രീതിയിൽ അവതരിപ്പിക്കുകയാണ് ചെയ്യേണ്ടത്. അല്ലെങ്കിൽ ഒരു ദിവസത്തെ അവതരണത്തെ ഒരു യൂണിറ്റായി കരുതി ആവിഷ്കരിക്കുന്ന രീതിയാണ് കഥകളി പൊതുവിൽ പിന്തുടരുന്നത്. ഒരു ബിന്ദുവിനെ ഒരു മഹാപ്രപഞ്ചമാക്കി മാറ്റിയെടുക്കുക. ഒരുതുള്ളി വെള്ളത്തെ വൻകടലാക്കി മാറ്റുക. ഇതാണ് കഥകളി പിന്തുടരുന്ന രീതി. കൊട്ടും പാട്ടുമെല്ലാം അതിനനുയോജ്യമായ രീതിയിൽ ആവിഷ്കരിച്ചുകൊണ്ട് നടന്റെ ഒരഭിനയമുഹൂർത്തത്തെ സഫലമാക്കിത്തീർക്കുക എന്നതാണ് കഥകളി അനുവർത്തിക്കുന്നത്. പലതരം അഭിനയരീതികൾ ഉപയോഗിച്ചാണിത് നിർവഹിക്കേണ്ടത്. നടന്റെ ശരീരഭാഷയും കഥകളിയുടെ രംഗഭാഷയും സമന്വയിച്ചുണ്ടാകുന്ന ഒരു ദൃശ്യസന്ദർഭമാണ് കഥകളിയിൽ നാം കാണുന്നത്. ഓരോ പാറ്റേണുകളിൽ

നടൻ പ്രകടമാക്കുന്ന ദൃശ്യങ്ങളുടെ ശ്രേണീബദ്ധവും അനുസ്യൂതവുമായ കാഴ്ചയാണ് കഥകളി ആസ്വാദകൻ പ്രതീക്ഷിക്കുന്നത്.

എങ്ങനെ ഒരു രംഗത്തെ പൊലിപ്പിച്ചെടുക്കാൻ കഴിയുമെന്ന് പ്രാചീനാചാര്യന്മാർ നിർണയിച്ചിട്ടുണ്ട്. ഉദാഹരണമായി, *നിവാതകവചകാലകേയവധ*ത്തിലെ അർജുനന്റെ ഒരു രംഗം നോക്കുക. സ്വർഗത്തിലേക്ക് അർജുനനെ കൂട്ടിക്കൊണ്ടു ചെല്ലാനായി അച്ഛനായ ഇന്ദ്രൻ പറഞ്ഞയച്ചതനുസരിച്ച് ഇന്ദ്രസൂതനായ മാതലി വന്നെത്തി. ശിവനിൽനിന്ന് പാശുപതാസ്ത്രം കരസ്ഥമാക്കി വീര്യത്തോടും പ്രതാപത്തോടും കൂടിയിരിക്കുകയാണ് അർജുനൻ. രംഗഭാഷകൊണ്ട് ഈ വീര്യപ്രതാപങ്ങളെ പ്രത്യക്ഷമാക്കണം. മധ്യത്തിൽ പിടിച്ച് അരയിലേക്കു കുത്തിയ വില്ലും അമ്പുമായി രാജോചിത ചിഹ്നങ്ങളോടെ അർജുനൻ ഇരിക്കുകയാണ്. അൽപ്പം പുറകിലേക്ക് ഞെളിഞ്ഞാണ് ഇരിക്കുന്നത്. മുകളിൽ മേലാപ്പുപിടിച്ചിട്ടുണ്ട്. ഇരുവശത്തും കിരീടത്തിന് താഴെയായി ആലവട്ടമുണ്ട്. ഒപ്പം അനുകൂലമായ മേളവും. ശിൽപ്പസന്നിഭമായ ഈയൊരൊറ്റ ദൃശ്യം മതി അർജുനന്റെ ഭാവഗാംഭീര്യം മുഴുവൻ പ്രകടമാക്കുവാൻ. *കിർമീരവധ*ത്തിന്റെയും *രാവണോത്ഭവ*ത്തിന്റെയും മറ്റും ആവിഷ്കാരപരമായ സവിശേഷതകളെ മുമ്പേ വിവരിച്ചതാണല്ലോ? ഇത്തരത്തിൽ ഒരു കൃതി ദൃശ്യയോഗ്യമാകുന്നത് ആ കൃതിയിൽത്തന്നെ ഉള്ളടങ്ങിയിരിക്കുന്ന സവിശേഷതകൾകൊണ്ടാണ്. പലപ്പോഴും സാഹിത്യനിരപേക്ഷമായ രചനകൾപോലും അരങ്ങത്ത് ശോഭിക്കുന്നതിന് അനേകം ഉദാഹരണങ്ങൾ ആട്ടക്കഥാസാഹിത്യത്തിൽ ലഭിക്കും. അതുപോലെതന്നെ സാഹിത്യപരമായി മേന്മ പുലർത്തുന്ന രചനകൾ ഒന്നോ രണ്ടോ അവതരണങ്ങൾ പരീക്ഷണാർഥം നിർവഹിച്ച് അവസാനിപ്പിക്കുകയും ചെയ്തിട്ടുണ്ട്.

നളചരിതം ഒരു മഹത്തായ രചനയാണെന്ന കാര്യത്തിൽ ആർക്കും അഭിപ്രായഭേദമില്ല. എന്നാൽ, ഒരു കഥകളി ആസ്വാദകൻ പ്രതീക്ഷിക്കുന്ന പല അംശങ്ങളും *നളചരിത*ത്തിൽ നിന്നു ലഭിക്കുന്നില്ല എന്നതാണ് വാസ്തവം. അല്ലെങ്കിൽ *നളചരിത*ത്തിൽനിന്നും പ്രതീക്ഷിക്കുന്നതൊന്നും നൽകാൻ ഒരു കഥകളിനടന് സാധ്യമാകുന്നുമില്ല. ഈയർഥത്തിൽ *നളചരിതം* ഒരു കഥകളി എന്ന നിലയിൽ മറ്റു കൃതികളോളം പൂർണത കൈവരിക്കുന്നില്ല എന്ന വസ്തുത മറച്ചു വയ്ക്കേണ്ടതില്ല.

സംവേദനത്തെ പ്രതികൂലമായി ബാധിക്കുന്ന പ്രശ്നങ്ങളിൽ ഏറ്റവും പ്രധാനമായത് ദുരാന്വയമാണ്. വാക്യത്തിൽ പലയിടത്തായി കിടക്കുന്ന വാക്കുകളെ ഘടനയ്ക്കനുസരിച്ച് അന്വയിച്ചാണ് സാഹിത്യം വായിക്കുന്ന ഒരാൾ കൃതിയുടെ അർഥം മനസിലാക്കുന്നത്. എന്നാൽ കഥകളിയിൽ അങ്ങനെ അന്വയിച്ചർഥം മനസിലാക്കുവാനോ മുദ്രകളിലൂടെ പ്രകടമാക്കാനോ ഏറെ പ്രയാസമുണ്ട്. മുദ്രയ്ക്കനുസരിച്ച് വാക്ക് താളത്തിനനുസരിച്ച് മുദ്ര എന്ന ത്രിത്വഘടന കോട്ടയം കൃതികൾ പോലുള്ളവയിലെല്ലാം പരിരക്ഷിച്ചു പോരുന്നുണ്ട്. എന്നാൽ ഈ ബന്ധം *നള*

*ചരിത*ത്തെ സംബന്ധിച്ചിടത്തോളം ഏറെ ദുർബലമാണ്.

'ചൂതശരാഭഗുണൈരുചിതാ ദയിതാതവ
ജാതുനമിളിതാ സുലളിതാ'

ഒന്നാം ദിവസത്തിലെ ഹംസത്തിന്റെ ഈ ചരണഭാഗം അന്വയിക്കേണ്ടതിങ്ങനെയാണ്. ചൂതശരാഭ (കാമദേവന്റെ ശോഭയോടുകൂടിയവനേ) ഗുണൈഃഉചിത, സുലളിതാ ദയിതാ, തവജാതുന മിളിതാ (ഗുണങ്ങൾ കൊണ്ട് ഉചിതയും സുന്ദരിയുമായ ഭാര്യ നിനക്ക് ഉണ്ടായില്ല). ഗുണൈഃ ഉചിതാ സുലളിതാ എന്നിവ രണ്ടും ദയിതയുടെ വിശേഷണങ്ങളാണ്. സുലളിതാ എന്ന പദമാകട്ടെ വരികളുടെ ഏറ്റവും അവസാനവും. പാടുന്നതിനനുസരിച്ച് മുദ്രകാണിക്കുമ്പോൾ സുലളിത എന്ന മുദ്ര അവസാനമേ കാണിക്കാൻ കഴിയൂ. ഇങ്ങനെ ചെയ്താൽ അർഥം കൃത്യമായി സംവേദനം ചെയ്യപ്പെടുകയില്ല എന്നു വ്യക്തമാണല്ലോ?

ആട്ടക്കഥയിൽ സാമാന്യമായി ശ്ലോകം കവി വാക്യവും പദം സംഭാഷണവുമായിട്ടാണല്ലോ പതിവുള്ളത്. സന്ദർഭമേത്, ആര്, ആരോട് പറയുന്നു? എന്നിങ്ങനെയുള്ളതെല്ലാം ശ്ലോകത്തിൽ ഉൾക്കൊള്ളിക്കാം. രണ്ടാം ദിവസത്തിൽ ഇന്ദ്രാദികൾ കലിദ്വാപരന്മാരെ കണ്ടെത്തുന്ന രംഗത്ത്

ത്രിദശപതയോ നാകം യാന്തോവിലോക്യ കലിംപഥി
പ്രകടിത നിജാടോപം പാപം പദാനതമൂചിരേ

എന്ന് ശ്ലോകത്തിൽ ദേവന്മാർ സ്വർഗത്തിലേക്ക് പോകുന്ന വഴിയിൽ വെച്ച് ഗർവിഷ്ഠനും പാപിയും കാൽക്കൽ കുമ്പിട്ടവനുമായ കലിയോടു പറഞ്ഞു എന്നാണു പറയുന്നത്. പറഞ്ഞു തുടങ്ങുന്നതാകട്ടെ കലിയും

'എങ്ങു നിന്നെഴുന്നരുളി സുരാധിപാ

എന്നു തുടങ്ങുന്ന പദം കലിയുടേതാണ്.

നാലാം ദിവസത്തിൽ ദമയന്തിയുടെ ബാഹുകനോടുള്ള വാക്യങ്ങൾ അന്വയിച്ചർഥം പറയുകതന്നെ അസാധ്യം. എന്നിരിക്കേ അതു മുദ്രയിലൂടെ ആവിഷ്കരിക്കുമ്പോഴുള്ള പ്രശ്നങ്ങൾ പ്രത്യേകം പറയേണ്ടതില്ലല്ലോ.

പ്രേമാനുരാഗിണി ഞാൻ വാമാ രമണീയശീല
ത്വാമാതനോമി ഹൃദി സോമാഭിരാമമുഖ
ശ്യാമാശശിനം രജനി വാമാകലിതമുപൈതു-
കാമാ ഗതയാമാ കാമിനീ

എന്ന ചരണമാണ് ദുരാന്വയംകൊണ്ട് വീർപ്പുമുട്ടുന്നത്. സോമാഭിരാമ മുഖ വാമാരണീയശീല എന്നിവ രണ്ടും ബാഹുകന്റെ വിശേഷണങ്ങളാണ്. പ്രേമാനുരാഗിണി ഞാൻ എന്നതിന്റെയും. ഈ പദം അന്വയിക്കേണ്ടത് വാമാരമണീയശീല സോമാഭിരാമമുഖ പ്രേമാനുരാഗിണി ഞാൻ. അമാകലിത ശശിനം ഉപൈതുകാമാ ഗതയാമാ ശ്യാമാ രജനീ ഇവ ത്വാംഹൃദി ആതനോമി എന്നിങ്ങനെയാണ്.

സുന്ദരിമാരെ ആനന്ദിപ്പിക്കുന്ന ശീലമുള്ളവനേ ചന്ദ്രനെപ്പോലെ മനോഹരമായ മുഖത്തോടുകൂടിയവനേ പ്രേമത്താൽ അനുരാഗവതിയായ ഞാൻ കറുത്തവാവിൽ മറഞ്ഞിരിക്കുന്ന ചന്ദ്രനെ പ്രാപിക്കാൻ ആഗ്രഹിക്കുന്നവളും യാമങ്ങൾ കഴിഞ്ഞവളും ആയ കറുത്തരാത്രിയെപ്പോലെ നിന്നെ ഹൃദയത്തിൽ ചിന്തിച്ചുകൊണ്ടിരിക്കുന്നു.

വാക്കുകളെ വിന്യസിച്ചു ഘടനയനുസരിച്ച് മുദ്ര കാണിക്കുമ്പോൾ അർഥം ഗ്രഹിക്കാൻ കഴിയുകയില്ല. അന്വയിച്ച് അർഥം കാണിക്കുകയെന്നത് കഥകളിയിൽ പ്രയാസവുമാണ്. അഭിധയായാലും ലക്ഷണയായാലും കഥകളിയിൽ വാക്കിനാണ് മുദ്ര. വാക്കും മുദ്രയും താളവും തമ്മിലുള്ള ബന്ധം ഇവിടെ കൈവിട്ടു.

മൂന്നാംദിവസത്തിൽ ഋതുപർണ രാജാവിന്റെ കൊട്ടാരത്തിൽ എത്തിച്ചേർന്ന നളൻ രാത്രിയിൽ തനിയെ ഓരോന്നു ചിന്തിച്ചും പറഞ്ഞമിരിക്കുന്ന ഒരു രംഗമുണ്ട്. 'വിജനേബത' എന്നു തുടങ്ങുന്നതാണ് പദം. ഇവിടെ ചരണത്തിൽ

ദയിതേ ലഭിപ്പതെന്തെങ്ങയി തേവിശക്കുംനേരം
മയി ദേവി മായാമോഹ ശയിതേ
അരുതേ ശിവശിവ സുചരിതേ നിന്നെ നിനപ്പാൻ
കിരവാണി ഭൈരവാണി സാരവ
ഫേരവാണി ഘോരകാനനാനിച

ഈ ചരണത്തിന്റെ അന്വയം നോക്കുക.

ദയിതേ, മയിമായാമോഹശയിതേ സുചരിതേ ശിവ ശിവ നിന്നെ നിനപ്പാൻ അരുതേ

കീരവാണി, ഭൈരവാണി സാരവഫേരവാണി ച ഘോരകാനനാനി

പ്രിയപ്പെട്ടവളേ എന്നിലുള്ള വിശ്വാസം നിമിത്തം മയങ്ങിക്കിടക്കുന്നവളേ പതിവ്രതേ നിന്നെക്കുറിച്ച് ചിന്തിക്കാൻപോലും വയ്യ. കിളിമൊഴി, ഘോരശബ്ദങ്ങളോടുകൂടിയതും കുറുക്കന്മാരുടെ ശബ്ദത്തോടുകൂടിയതുമായ ആ കാടുകൾ.

ഇവിടെയൊക്കെ ഒരുവിധം അർഥം ഒപ്പിച്ചു മുദ്ര കാണിച്ചുപോകുകയെന്നതല്ലാതെ കൃത്യമായ മുദ്രയ്ക്ക് യാതൊരു പ്രസക്തിയുമില്ല.

പലപ്പോഴും താളത്തിലൊതുങ്ങുന്നതല്ല *നളചരിത*ത്തിലെ ഭാഷ. ഇക്കാര്യം എ ആർ തന്നെ *കാന്താര താരക*ത്തിന്റെ അവതാരികയിൽ കുറച്ചൊന്നു സൂചിപ്പിച്ചിട്ടുമുണ്ട്.

മൂന്നാംദിവസത്തിൽ ദമയന്തിയുടെ രണ്ടാംസ്വയംവര വാർത്തകേട്ട ബാഹുകന്റെ ചിന്തകളാണ് 'മറിമാൻകണ്ണി' എന്നുതുടങ്ങുന്ന പദം. ഈ പദത്തിന്റെ അവസാനചരണത്തിന്റെ അന്ത്യഭാഗം നോക്കുക. ചെമ്പടയാണ് ഇവിടെ താളം. ഏഴടിയും ഒരു വീശുമായാണ് താളംപിടിക്കുന്ന രീതി.

അതി/പരി/ചിത/മെനി/ക്കവൾ/ശീ/ലം
ഇവിടെ ഓരോ രണ്ടക്ഷരങ്ങൾക്കിടയിലും കൃത്യമായി അടിവീഴുന്നുണ്ട്. അവസാനം ശീലം എന്നിവ ഗുരുക്കളായതുകൊണ്ട് ഒരക്ഷരത്തിന് ഒരടി കൃത്യവുമാണ്. എന്നാൽ തൊട്ടുതാഴെയുള്ള വരി നോക്കാം.
അല/മല/മതി/ചല/വിലപിത/വിലസിത/മിതുനൂനം/
അതിചല എന്നുകാണിക്കാൻ നിലവിലുള്ള കാലത്തിൽ പോരാ അടി. അൽപ്പം കൂട്ടിപ്പിടിച്ചാലോ അക്ഷരങ്ങൾ ചേർത്തു പറഞ്ഞാലോ മാത്രമേ കഷ്ടിച്ചു താളത്തിൽ ഒപ്പിക്കാൻ കഴിയൂ.

ഇതുകൊണ്ടൊക്കെത്തന്നെയാണ് *നളചരിതം* കഥകളിസാഹിത്യമെന്ന നിലയിൽ പരാജയമാണെന്നു പല പണ്ഡിതന്മാരും വാദിക്കുന്നത്. *നളചരിത*ത്തെക്കുറിച്ച് എൻ കൃഷ്ണപിള്ള പറഞ്ഞ ഒരഭിപ്രായം ഇവിടെ ഓർമിക്കുന്നതു കൊള്ളാം. 'ഉണ്ണായിയുടെ വാക്കുകളുടെ അർഥം ഏതു സമർഥനായ നടന്റെയും മുദ്രക്കൈകളിൽനിന്നു ചോർന്നുപോകുന്നതായി നമുക്കു തോന്നാം. നാട്യകലയോടു കാവ്യകല നടത്തുന്ന വെല്ലുവിളിയാണ്' *നളചരിത*മെന്നു കൃഷ്ണപിള്ള ചൂണ്ടിക്കാണിക്കുകയുണ്ടായി.

'ഭൂതലനാഥൻ എൻ നാഥൻ വന്നു
കോസലനാഥനു സുതൻ'

എന്നീ വരികളിലെ 'നാഥ' ശബ്ദങ്ങൾ വ്യത്യസ്താർഥങ്ങളിലാണ് പ്രയോഗിച്ചിട്ടുള്ളത്. ഈയർഥങ്ങളെ വേർതിരിച്ചു കാണിക്കുവാൻ കഥകളി മുദ്രകൾകൊണ്ട് അസാധ്യമാണ്.

'പ്രിയമാനസാ നീ പോയ് വരേണം'

എന്ന നളന്റെ ഹംസത്തോടുള്ള പദത്തിലെ പ്രിയമാനസൻ എന്നതിന് ശ്ലേഷാർഥമാണുള്ളത്. മാനസസരസിൽ പ്രിയമുള്ളവനേ പ്രിയമുള്ള മനസോടു കൂടിയവനേ - സ്നേഹിത. ഈയർഥങ്ങൾ ഒറ്റമുദ്രയിലൊതുക്കുവാൻ ഒരു നടനെക്കൊണ്ടുമാകില്ല.

കുസുമസൗരഭം നാസാകുഹരസരസൈരിഭം (പൂക്കളുടെ ഗന്ധം സരസിൽ പോത്തിറങ്ങിയപോലെ മൂക്കിന് തോന്നുന്നു) എന്ന ദമയന്തിയുടെ വാക്യം വായിച്ചുകേൾക്കാൻ കൊള്ളാം. മുദ്രകാണിക്കുമ്പോൾ അത്യധികം അരോചകമാണിത്.

നളചരിതം ഒരു നല്ല കൃതിയാകാത്തതുകൊണ്ടല്ല കഥകളിരംഗത്ത് പൂർണത പ്രാപിക്കാത്തത്. ദൃശ്യവൽക്കരണത്തിന്റെ സാധ്യതകളല്ല കാവ്യാത്മകതകൊണ്ടുള്ള അഗാധസൗന്ദര്യമാണ് അതിൽ നിറഞ്ഞുനിൽക്കുന്നത്. *നളചരിതം* ഒന്നാന്തരം കാവ്യമാണ്. എന്നാൽ ഒന്നാന്തരം ആട്ടക്കഥയല്ല.

കർണശപഥം

1970-80 കാലങ്ങളിൽ കഥകളിരംഗത്ത് ഒരു പുതിയ സൗന്ദര്യ സങ്കൽപ്പം വിരിയിച്ചെടുത്ത കഥയാണ് മാലിയുടെ *കർണശപഥം*. സാധാരണ ആസ്വാദകരിൽനിന്നും വളരെയേറെ നല്ല സ്വീകരണമാണ് ഈ കഥയ്ക്ക് ലഭിച്ചത്. കഥകളിയുടെ നിലവിലുള്ള ലാവണ്യ സങ്കൽപ്പത്തെ തിരുത്തിയെഴുതാൻ കെൽപ്പുറ്റതായിരുന്നു ആ കൃതി.

കർണശപഥം മുന്നോട്ടുവച്ച ചില പ്രശ്നങ്ങളുണ്ടായിരുന്നു. ഒപ്പം അതു പ്രകടമാക്കിയ ചില നവീനതകളും. ഈ രണ്ടു കാരണങ്ങൾ കൊണ്ടും അതു ചരിത്രത്തിൽ ഇടംനേടി. നേരത്തെ പറഞ്ഞതുപോലെ കഥകളിയുടെ നിലവിലുള്ള ലാവണ്യ സങ്കൽപ്പങ്ങളെ അതു തിരുത്തി ക്കുറിച്ചു. ആ പുതിയ രംഗഭാഷ ഒരുപറ്റം ആസ്വാദകരെ വല്ലാതെയാകർഷിച്ചു. അതു പ്രകടമാക്കിയ ആശയങ്ങൾക്കും നവീനതയുണ്ടായിരുന്നു. ഇതും ആസ്വാദകശ്രദ്ധയെ ആകർഷിക്കാൻ കാരണമായി.

എന്താണ് *കർണശപഥം* പ്രകടമാക്കിയ മൗലികതകൾ? ഏറ്റവും പ്രധാനമായി കർണനെ മുഖ്യകഥാപാത്രമാക്കി - നായകനാക്കി - അവതരിപ്പിച്ചതുതന്നെയാണ്. അതേവരേക്കും കർണൻ നായകനെന്നല്ല പ്രധാന കഥാപാത്രമായിപ്പോലും കഥകളിയിൽ പ്രത്യക്ഷപ്പെട്ടിട്ടില്ല. ഇങ്ങനെ നായകനെ സംബന്ധിച്ച ഒരു പുതിയ സങ്കൽപ്പമാണ് *കർണ ശപഥം* ആവിഷ്കരിച്ചത്.

മറ്റൊന്നാകട്ടെ, കർണന്റെ ജീവിതകഥയാണ് ഇതിവൃത്തമെന്നതുതന്നെയാണ്. മാരാരുടെ *കർണന്റെ അരങ്ങേറ്റ*വും പി കെ ബാലകൃഷ്ണന്റെ *ഇനി ഞാൻ ഉറങ്ങട്ടെ* എന്ന നോവലുമെല്ലാം മലയാളിയുടെ കർണാഭിമുഖ്യത്തെ വളർത്തിക്കൊണ്ടുവന്ന ഒരു കാലഘട്ടത്തിലാണ് *കർണശപഥം* കടന്നുവരുന്നത്. അതുകൊണ്ടുതന്നെ മലയാളിക്ക് ആ കൃതിയെ നെഞ്ചേറ്റാൻ അധികം പ്രയാസമുണ്ടായില്ല. കർണനെന്ന ദുരന്തകഥാപാത്രത്തെ കേരളീയമനസ്സ് സ്വീകരിച്ചു. കർണന്റെ ദയ, സ്നേഹം, ദാനശീലം, ആത്മാർഥത എന്നീ ഗുണങ്ങളെല്ലാം കർണനെ ഉൾക്കൊള്ളാൻ ഏറെ സഹായകമായി. ദുഷ്ടനെന്നു മുദ്രകുത്തപ്പെട്ട ഒരു കഥാപാത്രത്തിൽ ശിഷ്ടതയുടെ അംശങ്ങൾ കണ്ടെത്താൻ കഴിഞ്ഞതോടെ ആ കഥാപാത്രം ഏറെ ആകർഷണീയമായി മാറി. മാത്രമല്ല, എഴുപതുകളിൽ കേരളത്തിലേക്ക് കടന്നുവന്ന് ഏറെ സ്വാധീനിച്ച ആധുനികസാഹിത്യവും അതിലെ അന്യതാബോധവും മലയാളിയുടെ വായന സംസ്കാരത്തിൽ പുതിയ വർണഭേദങ്ങളുണ്ടാക്കി. ഏകാകിതയും അനാഥത്വവും സൃഷ്ടിച്ച അന്യതാബോധം കർണൻ എന്ന കഥാപാത്രത്തിലും ഏറെ പ്രകടമായിരുന്നു. ഇങ്ങനെ ആധുനികതയുടെ ദർശനബോധങ്ങളോട് ഒട്ടിനിൽക്കുന്ന ഒരു ദർശനം കർണനിലൂടെ ആവിഷ്കരിക്കാൻ മാലിക്ക് കഴിഞ്ഞു. *കർണശപഥ*ത്തെ സ്വീകരിക്കാൻ മലയാളിക്ക് ഇതിലേറെയൊന്നും വേണ്ടിയിരുന്നില്ല.

എന്നാൽ, ഇതിനെക്കാളേറെ പ്രധാനമായ മറ്റു ചിലതുകൂടി *കർണ ശപഥ*ത്തിന്റെ പ്രചാരത്തിനു സാധ്യതകളുണ്ടാക്കി. നാടകത്തോടു സാമ്യം പുലർത്തുന്ന അവതരണരീതിയായിരുന്നു അത്. ദുര്യോധനന്റെ ആദ്യരംഗത്തെ തിരനോട്ടവും ശൃംഗാരപ്പദവും മാത്രമാണ് കഥകളിയുടെ ചട്ടക്കൂട്ടിൽ അതിനെ ഉറപ്പിച്ചു നിർത്തിയത്. തുടർന്നുള്ള രംഗങ്ങളെല്ലാം റിയലിസ്റ്റിക് നാടകങ്ങളുടെ സ്വഭാവമായിരുന്നു പുലർത്തിയിരുന്നത്. കഥ കളിയുടെ ഘടനാപരമായ പല അംശങ്ങളെയും അത് വെല്ലുവിളിച്ചു. ഒരു താടിവേഷം പെട്ടെന്നു കയറിവരിക തുടങ്ങി എത്രയോ രംഗങ്ങൾ നാടകത്തോട് ചേർന്നുനിൽക്കുന്നതായിരുന്നു.

ഇതിനെല്ലാം പുറമേ മറ്റുചില പ്രധാന ഘടകങ്ങളെക്കൂടി ചൂണ്ടി ക്കാട്ടാനുണ്ട്. പ്രഗത്ഭരായ നടന്മാരും പാട്ടുകാരും ആയിരുന്നു ഇതിന്റെ പ്രശസ്തിയെ വ്യാപിപ്പിച്ചതിൽ പ്രധാനികൾ. കലാമണ്ഡലം കൃഷ്ണൻ നായർ, കോട്ടയ്ക്കൽ ശിവരാമൻ, കലാമണ്ഡലം ഗോപി, ശങ്കരൻ എമ്പ്രാ ന്തിരി, ഗംഗാധരൻ, ഹരിദാസ്, ഹൈദരാലി തുടങ്ങിയ പ്രഗത്ഭരായ നട ന്മാരും പാട്ടുകാരും *കർണശപഥ*ത്തെ ഒട്ടേറെ പ്രചരിപ്പിച്ചു. ഭാവാഭിനയ ത്തിന്റെ മൂർത്തരൂപമായിരുന്ന കൃഷ്ണൻനായർ, ആവിഷ്കാരത്തിലെ സൗന്ദര്യം മുറ്റിനിൽക്കുന്ന ഗോപി, കഥാപാത്രങ്ങളിലൂടെ യഥാർഥമായി ജീവിച്ച ശിവരാമൻ എന്നിവർ കർണൻ, കുന്തി തുടങ്ങിയ കഥാപാത്ര ങ്ങളെ അനശ്വരരാക്കി. എമ്പ്രാന്തിരിയുടെയും ഹൈദരാലിയുടെയും ഹരി ദാസിന്റെയും ഭാവനിർഭരമായ ആലാപനം ഏറെപ്പേരെ കഥകളിയിലേക്കാ വാഹിച്ചു.

എന്നാൽ കാലവും കലാകാരന്മാരും മാറി കൃഷ്ണൻനായരും ശിവ രാമനും എമ്പ്രാന്തിരിയും ഹരിദാസും ഹൈദരാലിയുമെല്ലാം മൺമറ ഞ്ഞു. എഴുപതുകളിലെ തീക്ഷ്ണചിന്തകൾ ആവഹിച്ചിരുന്ന യുവമനസു കൾ ഇന്നില്ല. ദർശനങ്ങളും സങ്കൽപ്പങ്ങളും മാറി. *കർണശപഥം* പഴയ പോലെ പ്രചാരത്തിലില്ലാതായിത്തീർന്നു. ആവർത്തന വിരസത തോന്നി ക്കുന്ന ഒരു ഇതിവൃത്തമെന്ന നിലയിൽ ആസ്വാദകർക്കുള്ള ആഭിമുഖ്യ വും കുറഞ്ഞു. ഇതിനിടയിൽ സങ്കേതഭദ്രമായ കഥകളിയെക്കുറിച്ചുള്ള ചിന്തകൾ വളർന്നുവരാൻ ആരംഭിച്ചു. 1990 കളോടെ ചിട്ടപ്രധാനമായ കഥകളുടെ ശക്തിയും ഓജസും തിരിച്ചറിഞ്ഞ അന്നത്തെ യുവആസ്വാ ദകർ ശിൽപ്പശാലകളും സെമിനാറുകളും സംഘടിപ്പിക്കുകയും സാങ്കേ തികത്തികവുള്ള കഥകളെ പ്രചരിപ്പിക്കാൻ ശ്രമിക്കുകയും ചെയ്തു. കഥ കളിയിൽ ഇതൊരു വഴിത്തിരിവായി. ഇതോടെ *കർണശപഥം* പോലുള്ള കഥകൾ അപ്രത്യക്ഷമാകാൻ തുടങ്ങി. എന്നിരിക്കിലും ഒരുകാലത്തെ ജനതയുടെ ആസ്വാദകബോധത്തെ ഇളക്കിമറിച്ച *കർണശപഥ*ത്തെ മറ ന്നുകൊണ്ട് കഥകളിയുടെ ചരിത്രം രചിക്കാനാവില്ല.

ചുഴിപ്പുകൾ അഭ്യാസങ്ങൾ
കഥകളി

കളരിയിൽ

ചുഴിപ്പ്

വച്ചിരുത്തൽ

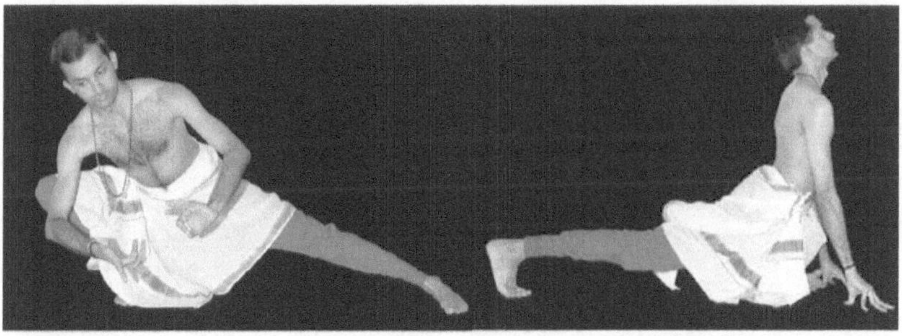

വച്ചിരുത്തൽ

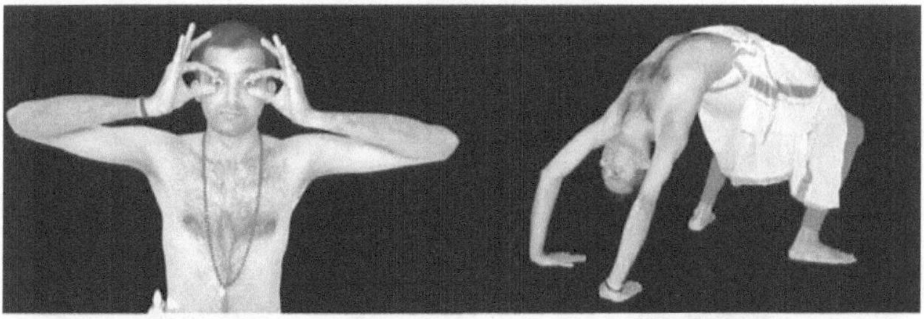

കണ്ണുസാധകം

തിരിച്ചുകുത്തൽ

നീ–സമന്മാരോട്

ബഹുമാനപുരസ്സരം

കോപത്തോടെ
ശത്രുക്കളോടുംമറ്റും

നവരസം - കഥകളി

ശൃംഗാരം

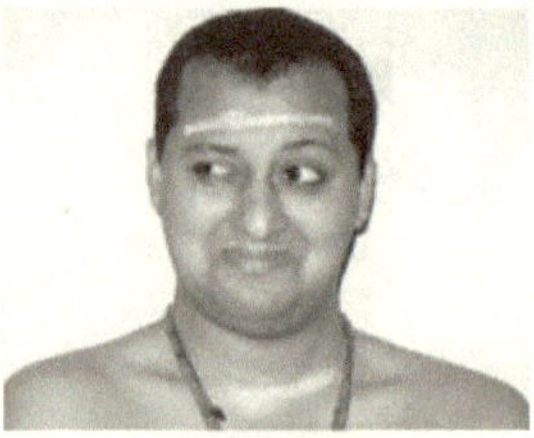
ഹാസ്യം

കരുണം

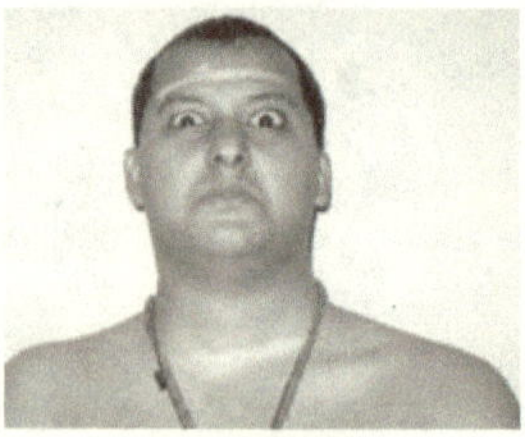
രൗദ്രം

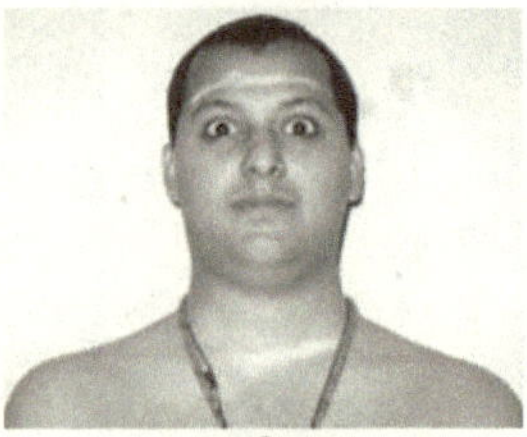
വീരം

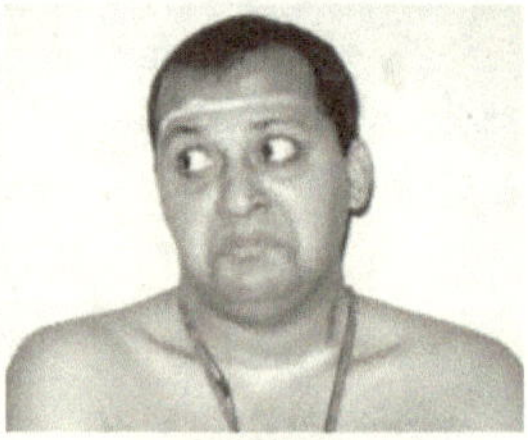
ഭയാനകം

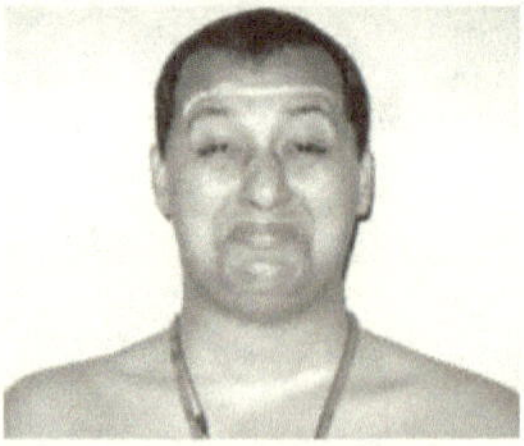
ബീഭത്സം

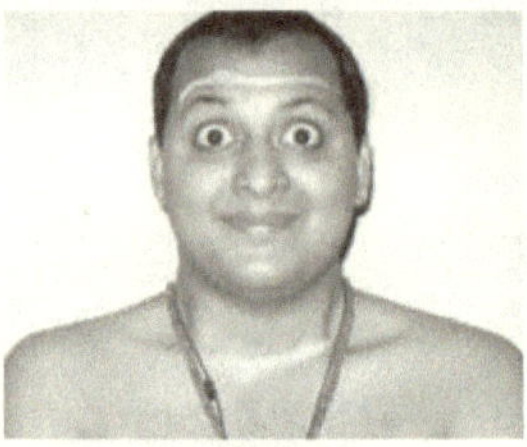
അത്ഭുതം

ശാന്തം

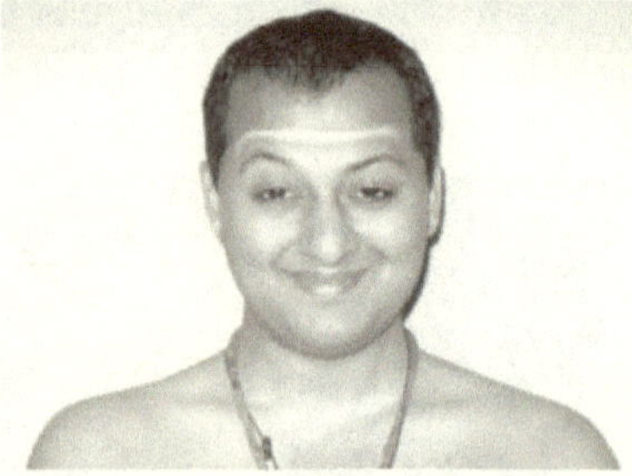
ലജ്ജ

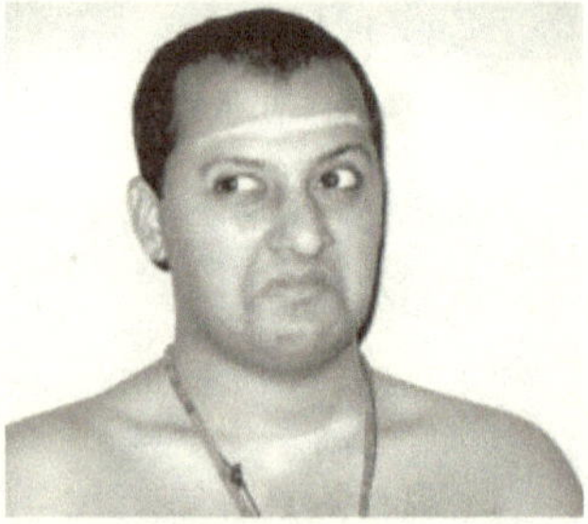
പരിഭവം

5

കൂടിയാട്ടം

ഭാരതത്തിൽ സജീവമായൊരു നാട്യവേദി നിലനിന്നിരുന്നുവെന്ന തിന് തെളിവാണ് ഭരതന്റെ *നാട്യശാസ്ത്രം*. രസം മുതൽ രംഗവേദിയെ ക്കുറിച്ചുവരെ പ്രതിപാദിച്ചിട്ടുള്ള *നാട്യശാസ്ത്രം* ഭാരതത്തിലെ അതി ശക്തമായൊരു നാടകപാരമ്പര്യത്തെ വിളിച്ചറിയിക്കുന്നു. എന്നാൽ നാട കങ്ങൾ എങ്ങനെയാണ് അവതരിപ്പിച്ചിരുന്നതെന്നോ എവിടെയെല്ലാമാ യിരുന്നെന്നോ അറിയുന്നതിന് യാതൊരു നിർവാഹവുമില്ല. ഭാരതത്തിലെ സംസ്കൃതനാടകാഭിനയ സമ്പ്രദായത്തിന്റെ പ്രത്യക്ഷമായ തെളിവായി ഇന്ന് നിലനിൽക്കുന്നത് കേരളത്തിലെ കൂടിയാട്ടം മാത്രമാണ്.

കേരളത്തിൽ അനുഷ്ഠാനമെന്ന നിലയിൽ ക്ഷേത്രങ്ങളിലാണ് കൂടി യാട്ടം അവതരിപ്പിച്ചു പോന്നിട്ടുള്ളത്. പ്രധാന ക്ഷേത്രങ്ങളിലെല്ലാം കൂത്ത മ്പലങ്ങളുണ്ടായിരുന്നു. ശ്രീകോവിലിന്റെ വലതുഭാഗത്ത് ക്ഷേത്രമതിൽ ക്കെട്ടിനുള്ളിലാണ് കൂത്തമ്പലങ്ങൾ സ്ഥിതിചെയ്യുന്നത്. തൃശൂർ വടക്കും നാഥൻ, ഇരിങ്ങാലക്കുട, കിടങ്ങൂർ, ഹരിപ്പാട്, ഗുരുവായൂർ, പെരുവനം, മൂഴിക്കുളം തുടങ്ങിയ ക്ഷേത്രങ്ങളിലെല്ലാം കൂത്തമ്പലങ്ങളുണ്ട്. കൂത്ത മ്പലങ്ങളില്ലാത്ത ക്ഷേത്രങ്ങളിൽ നാലമ്പലത്തിലോ മണ്ഡപത്തിലോ വച്ചാണ് കൂത്ത് അവതരിപ്പിക്കുക. തൃപ്രയാറിലും മാടായി ക്ഷേത്ര ത്തിലും ക്ഷേത്രമണ്ഡപത്തിലാണ് കൂത്ത് പതിവുള്ളത്.

*നാട്യശാസ്ത്രാ*നുസാരിയായല്ല കേരളത്തിലെ കൂത്തമ്പലങ്ങളുടെ നിർമാണം നിർവഹിച്ചിരിക്കുന്നത്. തന്ത്രസമുച്ചയം മുതലായവയാണ് ഇതിനാധാരം. ശബ്ദം ഒട്ടുംതന്നെ പ്രതിധ്വനിക്കാത്തവിധം ശാസ്ത്രീയ മാണ് കൂത്തമ്പലങ്ങളുടെ വാസ്തുവിദ്യ.

13-ാം നൂറ്റാണ്ടിലോ അതിനടുത്തോ നിർമിച്ചതായി കരുതപ്പെടുന്ന *ഉണ്ണുനീലി സന്ദേശ*ത്തിലാണ് കൂടിയാട്ടാവതരണത്തെക്കുറിച്ചുള്ള ഒരു

കൂടിയാട്ടം

വിവരണം ലഭിക്കുന്നത്. *തപതീസംവരണം* നാടകം അവതരിപ്പിച്ചതിനെക്കുറിച്ചാണതിൽ സൂചിപ്പിക്കുന്നത്. 16-ാം നൂറ്റാണ്ടിന് മുമ്പുള്ള ഭാഷയാണ് *ആട്ടപ്രകാരങ്ങളി*ലും *ക്രമദീപിക*കളിലും കാണുന്നത്. എന്നാൽ ഭാഷ പരിശോധിച്ചാൽ എല്ലാം ഒരേകാലത്ത് എഴുതിയവയാണെന്ന് തോന്നുകയില്ല. അല്ലെങ്കിൽ കാലാനുസൃതമായ മാറ്റങ്ങൾക്ക് വിധേയമായിട്ടുണ്ടാകണം.

ചാക്യാർ വിഭാഗത്തിൽപ്പെട്ടവരായിരുന്നു കൂത്തും കൂടിയാട്ടവും അവതരിപ്പിച്ചിരുന്നത്. ശാക്യൻ (ബുദ്ധമതാനുയായി) ശ്ലാഘ്യൻ, ചാക്കൈയൻ എന്നിങ്ങനെ ചാക്യാർ എന്ന പദത്തിന് പല നിഷ്പത്തികളും പറഞ്ഞുകേട്ടിട്ടുണ്ട്.

പതിനെട്ടു ചാക്യാർ കുടുംബങ്ങളുണ്ടായിരുന്നു എന്നാണ് ഐതിഹ്യം. ഇന്ന് ഏഴു ചാക്യാർ കുടുംബങ്ങളേ നിലവിലുള്ളൂ. പൊതിയിൽ, ചെറിയപരിഷ, വലിയ പരിഷ, അമ്മന്നൂർ, കുട്ടഞ്ചേരി, കൊയ്പ, മാണി എന്നിവയാണ് ഈ ഏഴുചാക്യാർ കുടുംബങ്ങൾ.

കൂത്തിന് മിഴാവ് വായിക്കുന്നത് നമ്പ്യാരാണ്. കുഴിത്താളം പിടിക്കുന്നത് നമ്പ്യാർ സ്ത്രീകളായ നങ്ങിയാർമാരും. കവിയൂർ, തൃക്കാരിയൂർ, വെള്ളിവട്ടം, എടനാട്, ചാത്തക്കുടം, കലക്കത്ത്, കോച്ചാമ്പിള്ളി എന്നീ ഏഴു നമ്പ്യാർ കുടുംബങ്ങളാണ് ഇന്നുള്ളത്. ചാക്യാർ പുരുഷവേഷവും നങ്ങിയാർ സ്ത്രീവേഷവും കെട്ടും. നൂറ്റാണ്ടുകൾക്ക് മുമ്പുതന്നെ സ്ത്രീ

കൾ കേരളത്തിൽ വേഷംകെട്ടി അരങ്ങത്തുവന്നിരുന്നു എന്നത് ശ്രദ്ധേയമാണ്. നങ്ങിയാർ അവതരിപ്പിക്കുന്നതാണ് നങ്ങ്യാർക്കൂത്ത്. *ശ്രീകൃഷ്ണചരിതമാണ്* നങ്ങ്യാർക്കൂത്തിനവലംബം.

കൂത്തും കൂടിയാട്ടവും നിർവഹിച്ചു പോന്നത് ചാക്യാന്മാർ എന്ന വിഭാഗക്കാരായിരുന്നു എന്നു പറഞ്ഞുവല്ലോ? രണ്ടായിരം വർഷത്തോളം പഴക്കം കൂത്തിനും കൂടിയാട്ടത്തിനുമുണ്ട് എന്നാണ് പറയപ്പെടുന്നത്. *ചിലപ്പതികാരത്തിൽ* പറവൂർ കൂത്തച്ചാക്യാർ അവതരിപ്പിച്ച അർധനാരീശ്വര നൃത്തത്തെക്കുറിച്ചുള്ള വിവരണമുണ്ട്. ഇന്നും ചാക്യാന്മാർ അർധനാരീശ്വര വർണ്ണന നടത്താറുണ്ട്. ഇതുതന്നെയാണോ *ചിലപ്പതികാരത്തിലെ* വർണ്ണനയെന്നു കൃത്യമായിപ്പറയുക വയ്യ. എന്നാൽ കൂത്ത്, ചാക്കിയാർ എന്നീ വാക്കുകൾ അന്നുമുതലേ ഉപയോഗിച്ചുവന്നിരുന്നുവെന്ന് പറയാം. അതുകൊണ്ടുതന്നെ കൂത്തിന് 1800 വർഷത്തെ പഴക്കം കൽപ്പിക്കുന്നതിൽ അയുക്തികതയൊന്നുമില്ല.

ഭാസന്റെ *പ്രതിജ്ഞായൗഗന്ധരായണം, സ്വപ്നവാസവദത്തം, അഭിഷേകം, പ്രതിമാനാടകം, ശ്രീഹർഷന്റെ നാഗാനന്ദം, കുലശേഖരവർമയുടെ സുഭദ്രാധനഞ്ജയം, തപതീസംവരണം,* ശക്തിഭദ്രന്റെ *ആശ്ചര്യചൂഡാമണി* നീലകണ്ഠന്റെ *കല്യാണസൗഗന്ധികം,* മഹേന്ദ്രവിക്രമന്റെ *മത്തവിലാസം,* ബോധായനന്റെ *ഭഗവദജ്ജുകീയം* എന്നിവയാണ് പണ്ടുമുതലേ കൂടിയാട്ടത്തിനുപയോഗിച്ചുവന്ന നാടകങ്ങൾ.

നാടകം പൂർണമായിട്ടല്ല അങ്കമായിട്ടാണ് അഭിനയിക്കുകയും പറയുകയും ചെയ്തു പോന്നിരുന്നത്. ഉദാഹരണത്തിന് മന്ത്രാങ്കം (*പ്രതിജ്ഞായൗഗന്ധരായണം*) ബാലിവധാങ്കം, തോരണയുദ്ധാങ്കം, മായസീതാങ്കം (*അഭിഷേകം*), പറക്കുംകൂത്ത് (*നാഗാനന്ദം*) എന്നിങ്ങനെയാണ് അഭിനയിച്ചും പറഞ്ഞും പോന്നിരുന്നത്.

സംസ്കൃത നാടകങ്ങളായിരുന്നു കൂടിയാട്ടത്തിന് ഉപയോഗിച്ചിരുന്നതെങ്കിലും പൂർണമായും നാടകത്തെ പിന്തുടരുകയായിരുന്നില്ല. ഇടയ്ക്ക് വിദൂഷകൻ കയറിവന്ന് പ്രധാന കാര്യങ്ങളെ മലയാളത്തിൽ വിവരിക്കുന്ന പതിവുമുണ്ടായിരുന്നു. ശ്ലോകം ചൊല്ലി ആംഗികവും സാത്വികവുമായ അഭിനയംകൊണ്ട് വിവരിക്കുന്നതും സാധാരണമാണ്. ഉദാഹരണമായി *സുഭദ്രാധനഞ്ജയത്തിൽ* ആശ്രമത്തിലെത്തുന്ന അർജുനൻ കാണുന്ന കാഴ്ചകൾ ആദ്യം സാത്വികാഭിനയം - മുഖാഭിനയംകൊണ്ട് നിർവഹിച്ച ശേഷം മുദ്രകളിലൂടെ വീണ്ടും അഭിനയിക്കുകയാണ് ചെയ്യുന്നത്. ഇങ്ങനെ വാചികം, ആംഗികം, സാത്വികം എന്നീ മൂന്നഭിനയ രീതികൾകൊണ്ടും ഒരു രംഗത്തിന്റെ വർണ്ണന നിർവഹിക്കുന്നു. 'ശിഖിനീശലഭോ' എന്നു തുടങ്ങുന്ന ശ്ലോകത്തിൽ ഒരു ദിക്കിൽ തീ കത്തുന്നു. അതിൽ ഒരു പാറ്റ വന്നു വീണിട്ടും അതിന് യാതൊരു കേടും സംഭവിക്കാതിരിക്കുന്നു. മറ്റൊരു രംഗത്ത് ഒരു മാൻകുട്ടി പെൺപുലികളുടെ അകിടിൽ ച്ചെന്ന് പാൽ കുടിക്കുന്നു. വേറൊരിടത്ത് ആനക്കുട്ടി താമരവളയമാണെന്നു കരുതി സിംഹത്തിന്റെ ദംഷ്ട്ര പിടിച്ചുവലിക്കുന്നു. പാമ്പ്

കീരിയെ നക്കിയുറക്കുന്നു എന്നിങ്ങനെ വ്യത്യസ്തവും വിസ്മയകരവുമായ കാഴ്ചകളാണ് വർണിക്കുന്നത്. ആദ്യം മുഖം, കണ്ണ് എന്നിവകൊണ്ട് ഓരോന്നും അഭിനയിച്ച് പിന്നീട് ശ്ലോകം ചൊല്ലി മുദ്രകാട്ടി അഭിനയിക്കുന്നു.

നിശ്ചിതമായ നാടകസങ്കേതങ്ങൾക്കനുസരിച്ചാണ് കൂടിയാട്ടം അവതരിപ്പിക്കുന്നത്. നായകൻ, നായിക, പ്രതിനായകൻ എന്നിങ്ങനെ പാത്രഭേദവും സ്വഭാവവും അനുസരിച്ച് ആഹാര്യത്തിന് വ്യത്യാസമുണ്ട്. നായകന് പച്ചയും പഴുക്കയുമാണ് മുഖത്ത് തേപ്പ്. അർജുനന് പച്ചയാണ്, *കല്യാണസൗഗന്ധിക*ത്തിലെ ഭീമന് പഴുക്കയാണ്. രാവണൻ, ഘടോൽക്കചൻ എന്നിവർക്ക് കത്തിയാണ്. *ബാലിവധ*ത്തിൽ ബാലിക്ക് ചുവന്ന താടിയാണ്. സുഗ്രീവന് കറുത്ത താടിയാണ്.

വിദൂഷകൻ ദേഹത്ത് അരിമാവ് തേക്കണം. കണ്ണും പുരികവുമെഴുതും. ചുവന്നപൊട്ട് നെറ്റിയിലും കവിളിലും നാസാഗ്രത്തിലും താടിയിലും മാറിലും ഉണ്ടാകും. കരികൊണ്ട് മീശവരയ്ക്കും ഒരറ്റം താഴോട്ടും മറ്റേ അറ്റം മേലോട്ടുമായിരിക്കും. അൽപ്പം ചില വ്യത്യാസങ്ങൾ കഥയ്ക്കനുസരിച്ച് ഓരോ വിദൂഷകനുമുണ്ടാകും.

ഒട്ടധികം രംഗസജ്ജീകരണങ്ങളുണ്ട് കൂടിയാട്ടത്തിൽ. ഇങ്ങനെ സൃഷ്ടിക്കപ്പെടുന്ന രംഗങ്ങളിൽ പ്രധാനമാണ് *നാഗാനന്ദ*ത്തിലെ പറക്കും കൂത്ത്. ഇതിനായി ക്ഷേത്രത്തിൽ കൂത്തുപറമ്പുകളുണ്ടാകും. നാൽപ്പത്തിരണ്ടുകോൽ ഉയരത്തിൽ ഒരു തട്ടു കെട്ടും. ഇതിന്റെ മധ്യത്തിൽ ഒരു ദ്വാരമുണ്ടാകും. ഗരുഡവേഷം ധരിച്ച ചാക്യാരുടെ ശരീരത്തിൽ ബന്ധിച്ച ചരട് മുകളിലെ ദ്വാരത്തിലൂടെ മുകളിലേക്ക് വലിച്ചുകെട്ടും. അതിനുമുകളിൽ കയറിനിന്ന് നമ്പ്യാർ ചരട് അയക്കുകയും വലിക്കുകയും ചെയ്യും. ഇതിനനുസരിച്ച് ഗരുഡൻ ഉയരുകയും താഴുകയും ചെയ്യും. ഗരുഡൻ പറക്കുകയാണെന്ന പ്രതീതിയുണ്ടാക്കാൻ ഇതുകൊണ്ടു കഴിയുന്നു. *സ്വപ്നവാസവദത്ത*ത്തിൽ സമുദ്രഗൃഹം കാണിക്കുമ്പോൾ ജലധാരായന്ത്രം പോലുള്ളവ ഉപയോഗിക്കാറുണ്ട്.

സുഭദ്രാധനഞ്ജയം

സംസ്കൃത നാടകാഭിനയമാണ് കൂടിയാട്ടം എന്നുപറഞ്ഞു കഴിഞ്ഞു. എന്നാൽ ഒരു നാടകം മുഴുവനായി അഭിനയിക്കുക എന്നതു പതിവില്ല. ഒരങ്കം മാത്രമാണ് ഏഴോ ഒമ്പതോ ദിവസംകൊണ്ട് അവതരിപ്പിക്കുന്നത്. കുലശേഖരന്റെ *സുഭദ്രാധനഞ്ജയം* കൂടിയാട്ടം പതിനൊന്നുദിവസംകൊണ്ടാണ് അവതരിപ്പിക്കുക.

ഒരുകൊല്ലത്തെ തീർഥയാത്രയ്ക്കായി തിരിച്ച അർജുനൻ പ്രഭാസതീർഥത്തിൽ എത്തിച്ചേരുന്നു. അവിടെവച്ച് കൃഷ്ണന്റെ സഹോദരി സുഭദ്രയെക്കുറിച്ചുകേട്ട് അവളിൽ അനുരക്തനാകുന്നു. സന്യാസവേഷധാരിയായി അദ്ദേഹം ദ്വാരകയിലേക്ക് പുറപ്പെടുന്നു. വിദൂഷകനായ കൗണ്ഡിന്യൻ അർജുനനെ പിന്തുടരുന്നു. ഒരാശ്രമപ്രദേശത്ത് എത്തിയ അർജു

നൻ ഒരു ഭൂതം ഒരു കന്യകയെ എടുത്തുകൊണ്ട് ആകാശത്തിലൂടെ പോകുന്നതായി കാണുന്നു. അർജുനൻ അസ്ത്രം പ്രയോഗിക്കാൻ ആരംഭിച്ചപ്പോഴേക്ക് ഭൂതം കന്യകയെ ഉപേക്ഷിച്ച് പോകുന്നു. കന്യകയെ അർജുനൻ കൈയിൽ താങ്ങുന്നു. അതു സുഭദ്രയാണെന്നറിയാതെ തന്നെ അർജുനൻ അവളിൽ അനുരാഗവാനായിത്തീരുന്നു. *ധനഞ്ജയം* ഒന്നാമങ്കത്തിലെ ഈ കഥ പൂർണമായും അഭിനയിക്കുന്നതിന് പതിനൊന്നു ദിവസം വേണം. ഒന്നാമത്തെ ദിവസം അർജുനന്റെ പ്രവേശമാണ്. നായകന്റെ പുറപ്പാട് സ്ഥായീഭാവമായ രതിയുടെ പ്രകടനമാണ്. ഇതോടെ നായകൻ അർജുനനാണെന്നും രതിസ്ഥായിയായ ശൃംഗാരമാണ് അംഗിരസമെന്നും പ്രേക്ഷകർ മനസിലാക്കിക്കൊള്ളും.

രണ്ടാംദിവസം നായകന്റെ നിർവഹണമാണ്. താനാരാണെന്നും തന്റെ അവസ്ഥ എന്താണെന്നും നായകൻ അഭിനയിച്ചു കാണിക്കുകയാണ് ഇവിടെ. കഥാപാത്രത്തെ പരിചയപ്പെടുത്തലാണ് നിർവഹണം. യഥാർഥത്തിൽ ഇതു നാടകത്തിലില്ലാത്ത രംഗമാണ്. കൂടിയാട്ടത്തിന്റെ ചിട്ടയ്ക്കനുസരിച്ച് പ്രധാന കഥാപാത്രത്തെ അവതരിപ്പിക്കുന്നത് ആദ്യം പുറപ്പാടും പിന്നീട് നിർവഹണവുംകൊണ്ടാണ്.

മൂന്നാംദിവസം ദ്വാരകയിലേക്ക് പോകുന്ന വഴി ഒരാശ്രമത്തിൽ അർജുനൻ എത്തിച്ചേരുന്നതിന്റെ വിവരണമാണ്.

ശിഖിനിശലഭോജ്വാലചക്രൈർന്ന വിക്രിയതേപതൻ
പിബതിബഹുശഃ ശാർദൂലീനാം സ്തനം മൃഗശാബകഃ
സ്പൃശതി കളഭഃ സൈംഹീദംഷ്ട്രാം മൃണാളധിയാമുഹുഃ
നയതി നകുലം നിദ്രാതന്ദ്രീം ലിഹന്നഹി പോതകഃ

എന്ന ശ്ലോകം ചൊല്ലി വ്യാഖ്യാനിച്ചഭിനയിക്കുന്നു.

തീയിൽ വീണ പാറ്റയ്ക്ക് തീനാളങ്ങൾകൊണ്ട് യാതൊരു മാറ്റവും സംഭവിക്കുന്നില്ല. പെൺപുലിയുടെ മുല മാൻകുട്ടി കുടിക്കുന്നു. താമരവളയമാണെന്നു കരുതി ആനക്കുട്ടി സിംഹത്തിന്റെ ദംഷ്ട്ര പിടിച്ചു വലിക്കുന്നു. ചെറിയ പാമ്പ് കീരിയെ നക്കിയുറക്കുന്നു.

നാലാംദിവസം വിദൂഷകന്റെ പുറപ്പാടാണ്. ചാരി (വിദൂഷകസ്തോഭം പ്രകടിപ്പിച്ചുകൊണ്ടുള്ള പ്രത്യേകനൃത്തം) പോലുള്ള ചടങ്ങുകളെല്ലാം കഴിഞ്ഞാൽ വിദൂഷകൻ ഒരു ശ്ലോകം ചൊല്ലുന്നു.

ബ്രഹ്മായേന കുലാലവന്നിയമിതോ ബ്രഹ്മാണ്ഡഭാണ്ഡോദരേ
വിഷ്ണുര്യേന ദശാവതാര ഗഹനേ ക്ഷിപ്തോ മഹാസങ്കടേ
ശംഭുര്യേന കപാലപാണിപുടകോ ഭിക്ഷാടനം സേവതേ
സൂര്യോഭ്രാമ്യതി നിത്യമേവ ഗഗനേ തസ്മൈഃ നമഃ കർമണേ*

* ബ്രഹ്മാവ് കുശവനെപ്പോലെ സൃഷ്ടി നിർവഹിച്ചുകൊണ്ടേയിരിക്കുന്നു.
വിഷ്ണു പത്തവതാരങ്ങളിൽ സങ്കടങ്ങൾ സഹിച്ചു.
ശിവൻ കപാലവുമായി ഭിക്ഷ യാചിച്ചു.
സൂര്യൻ എപ്പോഴും തിരിഞ്ഞുകൊണ്ടേയിരിക്കുന്നു.
ഇതിനെല്ലാം കാരണമായ കർമത്തെ നമസ്കരിക്കുന്നു.

എന്നാണ് ശ്ലോകം. കർമം എന്താണെന്ന് കാണിക്കാൻ ഒട്ഠകിഴാൻ മൂസ് എന്നൊരാളുടെ കഥ പറയുന്നു. മൂസ്സ് വിവാഹം കഴിച്ച് ഏറെക്കാലത്തേക്ക് സന്തതിയൊന്നുമുണ്ടായില്ല. അനേകം പ്രാർഥനകളും വഴിപാടുകളും ചെയ്ത് അവസാനം ഭാര്യ ഗർഭം ധരിച്ച് ഒരു പെൺകുട്ടിയെ പ്രസവിക്കുകയും ചെയ്തു. വീണ്ടും ഗർഭം ധരിച്ചു പ്രസവിച്ചു. ഇങ്ങനെ കുറേയേറെ പെൺകുട്ടികളുണ്ടായി. ഒടുവിൽ വയസുകാലത്ത് ഒരുണ്ണിയുണ്ടായി. ഒരുദിവസം കുട്ടികളെല്ലാം കളിക്കാൻ പോയി. അവിടെ ഒരു പൊട്ടക്കിണറുണ്ടായിരുന്നു. കുട്ടികളെല്ലാം അതിൽ എത്തിനോക്കി. ആ സമയത്ത് കാൽതെറ്റി ഉണ്ണി കിണറ്റിൽ വീണു. ആളുകളെല്ലാം അറിഞ്ഞ് എത്തിയപ്പോഴേക്കും ഉണ്ണി മരിച്ചു കഴിഞ്ഞിരുന്നു. ഇത് ഒട്ഠക്കിഴായന്റെ കർമം തന്നെ! എന്നു പറഞ്ഞുവയ്ക്കുകയാണ്. തുടർന്ന് ത്രിമൂർത്തികളും സൂര്യനുമെല്ലാം കർമത്തിന്നധീനരായി എങ്ങനെ പ്രവർത്തിക്കുന്നു എന്നു പറയുന്നു. തന്റെ കർമത്തിന്റെ ഫലമായിട്ടാണ് കാട്ടിൽ ഇങ്ങനെ കഴിയേണ്ടി വരുന്നതെന്ന് ഇതിവൃത്തവുമായി അന്നത്തെ കഥയെ ബന്ധിപ്പിച്ച് നാലാംദിവസം തീരുന്നു.

അഞ്ചാം ദിവസം വാതുതീർക്കലാണ്. അനധീതമംഗലം ഗ്രാമത്തിലെ രണ്ടു നമ്പൂതിരിമാരാണ് കീഴ്ക്കാന്തലയും മേക്കാന്തലയും. ഗ്രാമത്തിലെ ഊരാളന്മാരായ ഇവർ തമ്മിലുള്ള മത്സരംമൂലം ഗ്രാമത്തിന് വന്നുചേർന്ന ആപത്തുകൾ മാറ്റി ഗ്രാമത്തെ രക്ഷിക്കാനായി മധ്യസ്ഥനായ ഒരാൾ വരുന്നു. ഇവർ തമ്മിലുള്ള വിവാദം അവസാനിപ്പിച്ച് സന്ധിയാക്കുന്നു.

'വിവാദോ നൈവ കർത്തവ്യം'

എന്നു തുടങ്ങുന്ന ശ്ലോകം വ്യാഖ്യാനിക്കുന്നിടത്താണ് ഈ കഥപറയുന്നത്. കുകവികളെ പരിഹസിക്കുന്നതും മറ്റും ഈ സന്ദർഭത്തിലെ പ്രധാന ഭാഗമാണ്. പ്രാസഭ്രമം, അതിശയോക്തി, നിരർഥകത, അലങ്കാരബാഹുല്യം എന്നിവയെല്ലാം ഇവിടെ പരിഹസിക്കപ്പെടുന്നു.

ആറാംദിവസം പുരുഷാർഥത്തെക്കുറിച്ചാണ്. പുരുഷാർഥക്കൂത്ത് എന്നാണിതിനു പൊതുവിൽ പറയുക. വഴിവിട്ട ബ്രാഹ്മണ്യത്തിന്റെ തെളിഞ്ഞചിത്രം പുരുഷാർഥക്കൂത്തിൽ കാണാം. ധർമാർത്ഥകാമമോക്ഷങ്ങൾക്കുപകരം കലികാലത്ത് വേശ്യവിനോദം, വേശ്യാവഞ്ചനം, അശനം, രാജസേവ എന്നിവയാണ്. ഗ്രാമത്തിലുള്ളവരെല്ലാം ഒത്തുചേർന്ന് വിനോദത്തിനായി പുറപ്പെടുകയാണ്. ചൊറിയൻ, ഒട്ടൊട്ടു ചൊറിയൻ, പെരുഞ്ചൊറിയൻ, എലിവാലുശി എന്നിങ്ങനെ പേരുകളുള്ളവരാണ് ഗ്രാമവാസികളായ ബ്രാഹ്മണർ. കൂടാതെ ശാന്തിക്കാർ, വാരിയന്മാർ, പുഷ്പകന്മാർ, പിഷാരടിമാർ, പൊതുവാൾമാർ എന്നിങ്ങനെയുള്ളവരും കൂടുന്നുണ്ട്.

ഏഴാംദിവസം അശനമാണ്. ഗണപതിവന്ദനത്തിനുശേഷം ഗണപതി പ്രാതൽ വിവരിക്കുന്നു. വൈശ്രവണൻ ഗണപതിയെ പ്രാതലിന് ക്ഷണിക്കുന്നതും ഉണ്ടാക്കിയതത്രയും ഭക്ഷിച്ച് തൃപ്തിവരാതെ ഗണേശൻ പാത്രങ്ങളും വിളക്കുകളും എന്നുവേണ്ട സകലതും അകത്താക്കി 'വൈശ്രവണാചോറ് എന്നുപറഞ്ഞ് വൈശ്രവണന്റെ പിന്നാലെ ഓടു

ന്നതും ഒടുവിൽ ശിവൻ വൈശ്രവണനെ രക്ഷിക്കുന്നതുമൊക്കെയായ കഥയാണ് ഗണപതി പ്രാതൽ. സരസവിരസൻ, വിരസസരസൻ, വിരസ വിരസൻ, സരസസരസൻ എന്നീ നാലുതരം ആതിഥേയരെക്കുറിച്ചും മറ്റും ഇവിടെ വർണിക്കുന്നു.

സരസവിരസഗേഹേ ഭോക്തുകാമോനഗച്ഛേൽ

എന്നുതുടങ്ങുന്ന ശ്ലോകം വ്യാഖ്യാനിച്ച് അവതരിപ്പിക്കുന്നിടത്താണ് ഇത് പറയുന്നത്. ഇണ്ടിണ്യാക്കന്റെ പന്ത്രണ്ടാംമാസത്തിന് (മരിച്ച് ഒരുവർഷം തികയുന്ന ചടങ്ങ്) ബ്രാഹ്മണർ സദ്യക്കായി പുറപ്പെടുന്നതും ചുടലപ്പറമ്പ്, ആശാരിയുടെ വീട്, വെളുത്തേടന്റെ വീട് എന്നിങ്ങനെ പലസ്ഥലങ്ങളിലും കയറി ഒടുവിൽ ഇണ്ടിണ്യാക്കന്റെ ഗൃഹത്തിലെത്തുന്നതും മറ്റുമാണ് ഇവിടെ പറയുന്നത്. സദ്യയുടെ വർണനയും സദ്യക്കായി വന്നവരുടെ വർണനയും സദ്യ ഒരുക്കുന്നതിന്റെ വർണനയുമെല്ലാം ഉൾപ്പെടുത്തിക്കൊണ്ടാണ് ഈ ഭാഗം പറയുന്നത്.

എട്ടാംദിവസം രാജസേവയാണ്. 'രാജസേവ മനുഷ്യാണാം അസിധാരാവലേഹനം' എന്നുതുടങ്ങുന്ന ഒരു ശ്ലോകം വിസ്തരിച്ചു വ്യാഖ്യാനിക്കുന്നു രാജാക്കന്മാർ എങ്ങനെയുള്ളവരായിരിക്കണമെന്നും മറ്റുമുള്ള വിഷയങ്ങൾ ഇവിടെ വിസ്തരിച്ചു ചർച്ച ചെയ്യും. ഗ്രാമവാസികളുടെ നിർബന്ധംമൂലം താൻ അർജുനനെ സേവിക്കാനായി പുറപ്പെട്ടതും ഒടുവിൽ ഈയൊരവസ്ഥയിൽ വന്നെത്തി ദുരിതമനുഭവിക്കേണ്ടിവന്നതുമായ കാര്യങ്ങൾ പറഞ്ഞ് 8-ാം ദിവസം നാടകവുമായി മറ്റുദിവസങ്ങളിലെ കഥയെ ബന്ധിപ്പിക്കുന്നു.*

ഒമ്പതാംദിവസം സുഭദ്രയെ, അസുരൻ കൊണ്ടുപോകുന്ന കന്യകയെ, അർജുനൻ രക്ഷിക്കുന്നു. പത്താംദിവസം കന്യകയിൽ ആസക്തിയോടുകൂടിയ അർജുനനെ അവതരിപ്പിക്കുന്നു. പതിനൊന്നാം ദിവസം വിപ്രലംഭ ശൃംഗാരത്തിന്റെ വിവിധ അവസ്ഥകൾ അർജുനൻ പ്രകടമാക്കുന്നതും നായികയെ അന്വേഷിക്കാൻ പുറപ്പെടുന്നതുമാണ്. അപ്പോഴേക്കും സന്ധ്യയായതിനാൽ യാത്ര തൽക്കാലം മാറ്റിവയ്ക്കുകയും സന്ധ്യയുടെ വർണനയോടുകൂടി അങ്കം അവസാനിപ്പിക്കുകയും ചെയ്യുന്നു.

ഇതുപോലെതന്നെ ഭാസന്റെ *പ്രതിജ്ഞായൗഗന്ധരായണ*ത്തിലെ മന്ത്രാങ്കത്തിന് 41 ദിവസമാണ് പണ്ട് പതിവുള്ളത്. ആദ്യദിവസം വസന്തകനെന്ന വിദൂഷകന്റെ പുറപ്പാടാണ്. മുഖത്തു പഴുക്കതേച്ച് കണ്ണും പുരികവുമെഴുതി കുറിയിട്ട് തോളിൽ ഒരു ഭാണ്ഡവും കൈയിൽ നീണ്ട ഒരു ദണ്ഡുമായിട്ടാണ് വിദൂഷകൻ പ്രത്യക്ഷപ്പെടുന്നത്. കൂത്തിലെ പ്രാഥമിക ചടങ്ങുകൾക്കുശേഷം വത്സരാജാവായ ഉദയനനെ മഹാസേനൻ പിടിച്ചുകെട്ടി ബന്ധനത്തിലാക്കിയിരിക്കുന്നു എന്ന ഇതിവൃത്തപശ്ചാത്തലം വ്യക്തമാക്കിക്കഴിഞ്ഞാൽ എന്റെ മോദകവളയം കാണാനില്ലെന്ന് പ്രാകൃത ഭാഷയിൽപ്പറയുന്നു. തുടർന്ന് അതിന്റെ അർഥം പറയുന്ന

* ഈ കഥതന്നെ മറ്റു നാടകങ്ങളിലും ഉപയോഗിക്കും.

തോടെ ഒന്നാംദിവസം കഴിയുന്നു. രണ്ടും മൂന്നും ദിവസങ്ങൾ കഴിഞ്ഞ് നാലാം ദിവസമാണ് ഉദയനകഥ പറയുന്നത്. ഉദയനരാജാവിനെ മോചിപ്പിക്കാനുള്ള തന്ത്രങ്ങളെ കുറിച്ചാണിവിടെ പറയുന്നത്. ബാർഹസ്പത്യന്യായമായ ആത്മോദയമോ ശുക്രനയമായ പരജ്യാനിയോ വേണ്ടതെന്നാലോചിച്ച് ശുക്രനീതിയെ തൃജിച്ച് സാമദാനഭേദദണ്ഡങ്ങളുടെ ആപേക്ഷികതയെ ഉദാഹരിച്ച് ബാർഹസ്പത്യന്യായം സ്വീകരിക്കാൻ നിശ്ചയിക്കുന്നു ഓരോ സന്ദർഭത്തിലും പ്രയോഗിക്കേണ്ട മാർഗങ്ങൾ മാത്രമേ പ്രയോഗിക്കാവൂ എന്നുകാണിക്കാൻ പറയുന്ന കഥകളിലൊന്നാണ് ആമജ്വരത്തിന് ജലധാര വിധിച്ച കഥ. ആമജ്വരമെന്ന രോഗത്തിന് വെള്ളം സ്പർശിക്കുക പോലും പാടില്ല. എന്നാൽ ഒരു വൈദ്യൻ ഒരാൾക്ക് ജലധാര ചികിത്സയായി നിശ്ചയിക്കുന്നു. അവിടെ വന്ന വേറൊരാളുടെ ഉപദേശംകൊണ്ട് ജലധാര ഉപേക്ഷിച്ചു. ഏതു തന്ത്രമാണോ ഉചിതമായത് അതുപയോഗിച്ചാണ് ശത്രു രാജാവിനെ കീഴ്പ്പെടുത്തേണ്ടതെന്നും ഓരോ രാജാവിനും വേണ്ട മാർഗമാണ് മനസിലാക്കി സ്വീകരിക്കേണ്ടതെന്നും ഇവിടെ സ്ഥാപിക്കുന്നു. പരജ്യാനിയെ ഉപേക്ഷിക്കുന്നതിന് പറയുന്ന കഥയാണ് കിഴുക്കാന്തല മണികിലുക്കിയ കഥ. ദരിദ്രനായ ഒരു നമ്പൂതിരിയും ധനവാനായ മറ്റൊരു നമ്പൂതിരിയുമുണ്ട്. ഒരു ദേവതയുടെ പ്രസാദത്താൽ ദരിദ്രനായ കിഴുക്കാന്തലയ്ക്ക് ഒരു മണികിട്ടി. അതു കിലുക്കിയാൽ ഉദ്ദേശിച്ചതെല്ലാം ലഭിക്കുമെന്നായിരുന്നു അനുഗ്രഹം. എന്നാൽ കീഴ്ക്കാന്തലയ്ക്ക് കിട്ടുന്നതിന്റെ ഇരട്ടി ധനവാനായ മേക്കാന്തലയ്ക്കും കിട്ടുമെന്നതായിരുന്നു മണിയുടെ വിശേഷം. മണികിലുക്കി കീഴ്ക്കാന്തലയ്ക്ക് ധാരാളം സ്വത്തുണ്ടായി. അതിന്റെ ഇരട്ടി മേക്കാന്തലയ്ക്കുമുണ്ടായി. ഇതുകണ്ട് അസൂയപ്പെട്ട കീഴ്ക്കാന്തല മണികിലുക്കി എല്ലാം നശിക്കട്ടെ എന്നു പ്രാർഥിച്ചു. തന്റെ ഒരു കാലും ഒരു കണ്ണും നശിക്കട്ടെ എന്നു പ്രാർഥിച്ചു. എല്ലാം സംഭവിച്ചു. ഒപ്പം മേക്കാന്തലയുടെ രണ്ടുകാലും രണ്ടു കണ്ണും പോയി. അവസാനം അവർ തമ്മിൽ ഒത്തുതീർപ്പായി. മേക്കാന്തലയുടെ മക്കളെക്കൊണ്ട് കീഴ്ക്കാന്തലയുടെ മക്കളെ വിവാഹം ചെയ്യിച്ചു. മറ്റൊരാൾക്ക് ദോഷം വരുത്തി സ്വയം സുഖിക്കാൻ ശ്രമിക്കരുത്. അതുകൊണ്ട് ശുക്രനീതി ഉപേക്ഷിക്കാം. അങ്ങനെയാണ് ബാർഹസ്പത്യന്യായം പിന്തുടരാൻ വസന്തകൻ തീരുമാനിച്ചത്.

ഇതുപോലെതന്നെ ബാർഹസ്പത്യന്യായം വിശദമാക്കുന്നതിന് ഉപയോഗിക്കുന്നതാണ് വിഡ്ഢിയുടെ കിളിയുടെ കഥ. ഇതുപോലെ അനേകം പേക്കഥകൾ പ്രയോജനപ്പെടുത്തിക്കൊണ്ടാണ് കഥ പറയുന്നത്. ഇതെല്ലാം കഴിഞ്ഞ് 38-ാം ദിവസമാണ് ആദ്യദിവസത്തെ മോദകവളയം കാണാനില്ലെന്ന സംഗതിയിലെത്തുന്നത്.

ഇത്തരം ധാരാളം പേക്കഥകൾ ചാക്യാന്മാരുടെ കൈവശമുണ്ട്. ഓരോന്നും ഓരോ സന്ദർഭത്തിൽ ഉപയോഗിക്കാനായിട്ടാണ്. ഇവയെ കണ്ടെത്തി പഠിക്കേണ്ടത് ആവശ്യമാണ്. നമ്മുടെ വാചികപാരമ്പര്യത്തെ വേണ്ടപോലെ മനസിലാക്കാൻ ഇത്തരം കഥകളുടെ പഠനം കൊണ്ടു സാധിക്കും.

പണ്ഡിതന്മാരെയും പാമരന്മാരെയും ഒരുപോലെ രസിപ്പിക്കുക എന്ന ധർമമാണ് വിദൂഷകന്മാരുടെ അവതരണം കൊണ്ടുണ്ടാകുന്നത്. മലയാള ഭാഷയുടെ വികാസപരിണാമങ്ങളിൽ ഇത്തരം കഥകൾക്ക് ഏറെ പ്രാധാന്യമുണ്ട്. സംസ്കൃത നാടകങ്ങളിൽ വിദൂഷകൻ പ്രാകൃതം പറയുന്നതാണ് രീതി. പ്രാകൃതംവിട്ട് മലയാളം പറയാൻ തുടങ്ങിയതോടെ നാടകത്തെ കൂടുതൽ ജനകീയമാക്കാൻ കഴിഞ്ഞു. അതുകൊണ്ടുതന്നെ കൂടിയാട്ടത്തിന്റെ ചരിത്രത്തിലും വിദൂഷകന് പ്രസക്തിയുണ്ട്.

ശൂർപ്പണഖാങ്കം

*ആശ്ചര്യചൂഡാമണി*യിലെ ശൂർപ്പണഖാങ്കം അഞ്ചുദിവസംകൊണ്ടാണ് അവതരിപ്പിക്കുന്നത്. രണ്ടും മൂന്നും നാലും ദിവസങ്ങൾ നിർവഹണമാണ്. ശ്രീരാമൻ പൂർവകഥകൾ അഭിനയിക്കുകയാണ്. പഞ്ചവടിയിൽ എത്തിച്ചേർന്ന് പർണശാല നിർമിക്കുന്നതിന്റെ വിശദമായ വിവരണമുണ്ട്. ലക്ഷ്മണന്റെ ജ്യാഘോഷം (ഞാണൊലി ശബ്ദം) കേട്ട് മൃഗങ്ങൾ ഭയപ്പെട്ടോടുന്നു. *കല്യാണസൗഗന്ധികം* കഥകളിയിലെ ഹനുമാന്റെ 'ആരിഹ' എന്ന പദത്തിന്റെ അവതരണത്തിനിടയിൽ മൃഗങ്ങൾ ഭയപ്പെട്ടോടുന്നതും മറ്റും അഭിനയിക്കാറുണ്ട്. പർണശാലാങ്കത്തിന്റെ സ്വാധീനം ഇവിടെ പ്രകടമാണ്.

ലക്ഷ്മണൻ മരംവെട്ടിക്കൊണ്ടുവന്ന് തൂണുകൾ നാട്ടി ഉത്തരംവച്ച് കഴുക്കോലുവച്ച് വള്ളി ഉപയോഗിച്ച് കെട്ടി ഇലകൾകൊണ്ടു മേൽപ്പുര മേയുന്നു. വാതിലുകളും പീഠങ്ങളും തളിരിലകൾ ഉപയോഗിച്ച് മെത്തയും നിർമിക്കുന്നു.

സീതയോടുകൂടി വിശ്രമിക്കുന്ന ശ്രീരാമനെ പർണശാല പണി തീർന്ന വിവരം അറിയിക്കുവാൻ ലക്ഷ്മണൻ പുറപ്പെടുന്നു. വഴിക്കുവെച്ച് സുന്ദരിയായ ഒരു സ്ത്രീ ലക്ഷ്മണന്റെ നേരെ വരുന്നു. സുന്ദരീരൂപം ധരിച്ചുവന്ന ശൂർപ്പണഖയാണത്. ലക്ഷ്മണൻ തൽക്കാലം അവളെ പറഞ്ഞയക്കുന്നു. വിദ്വിജ്ജിഹ്വന്റെ ഭാര്യയും രാവണന്റെ സഹോദരിയുമാണ് ശൂർപ്പണഖ. രാവണനോടൊപ്പം പാതാളത്തിലേക്ക് യുദ്ധത്തിനു പോയ അയാൾ മരിച്ചു. രാവണന്റെ ആയുധമേറ്റ് അബദ്ധത്തിലാണ് മരിച്ചത്. ആളെ തിരിച്ചറിയരുതെന്നുവച്ച് രാവണൻ തലയും ഉടലും വേറെ വേറെ ഇടങ്ങളിലിട്ടു. ഭർത്താവിനെ അന്വേഷിച്ചുപോയ ശൂർപ്പണഖ പാതാളത്തിൽവച്ച് അയാൾ മരിച്ചുപോയെന്ന് മനസിലാക്കുന്നു. അലമുറയിട്ടു കരഞ്ഞുകൊണ്ടുവന്ന ശൂർപ്പണഖയെ ഇഷ്ടമുള്ള വരനെ തേടിപ്പിടിച്ചുകൊള്ളുവാൻ അനുവദിച്ചുകൊണ്ട് രാവണൻ സമാധാനിപ്പിച്ചയക്കുന്നു. സ്വർഗത്തിലും പാതാളത്തിലും അവൾ വരനെ തേടിയലഞ്ഞു. ഒടുവിൽ പഞ്ചവടിയിലെത്തി. അവിടെയോ സുന്ദരിയായ ഒരു സ്ത്രീയെ മടിയിലിരുത്തി സുന്ദരനായൊരാൾ ലാളിക്കുന്നു. അവൾ സ്വന്തം രൂപം മായകൊണ്ടുമാറി സുന്ദരിയായി രാമന്റെ സമീപത്തു ചെല്ലുന്നു. രാമൻ, താൻ വിവാഹിതനാണെന്നും അനുജൻ ലക്ഷ്മണനു ഭാര്യയില്ലാത്തതി

നാൽ അങ്ങോട്ടു പൊയ്ക്കൊള്ളുവാനും പറഞ്ഞു. ലക്ഷ്മണൻ തിരസ്കരിച്ചതോടെ അവൾ രാക്ഷസീരൂപം ധരിക്കുന്നു. ലക്ഷ്മണൻ അവളെ കുചനാസികാഛേദം ചെയ്യുന്നു. കുചനാസികാഛേദം ചെയ്യപ്പെട്ടവളായി, രക്താഭിഷിക്തയായി വരുന്ന ശൂർപ്പണഖയാണ് കൂടിയാട്ടത്തിലെ നിണം.

ശൂർപ്പണഖ തന്റെ കഥയും പഞ്ചവടിയിൽ വച്ചുകണ്ട കാഴ്ചകളും മലയാളത്തിൽ ഹാസ്യരൂപേണ അവതരിപ്പിക്കുന്നു. മലയാളമെന്നാൽ വികലമായ ഒരുതരം ഉച്ചാരണത്തോടുകൂടിയാണിത്.

"എന്നേ, തുകമേതുകം എത്രയും തുകമുണ്ടായേ, താനേ തുകമെന്നു ചൊല്ലിയാലും പോരായേ തുകം തുകം തുകം എന്ന പലവട്ടം ചൊല്ലിയാലേ മതിയാവേ. അതെന്തെന്നല്ലീ എല്ലാടവും നടപ്പൻ ഞാൻ. ഓരോ തേയങ്ങളിലും ഓരോ രാച്യങ്ങളിലും ഓരോ നയരങ്ങളിലും ഓരോ വനപത്രേയങ്ങളിലും ഓരോ നസീതീരങ്ങളിലും മറ്റും പല പ്രതേയങ്ങളിലും എല്ലാടവും നടപ്പൻ ഞാൻ." തന്റെ പൂർവകഥ അവൾ ഇങ്ങനെ വിസ്തരിക്കും. രാമന്റെ മടിയിൽ ഇരിക്കുന്ന സീതയെക്കണ്ട് അസൂയമൂത്ത് പറയുന്നതു നോക്കുക. "അരി! ചീതേച്ചി അവൾക്കൊരു പാവമുണ്ട്, എന്നോളം ഒരു ചുന്തരിയായിട്ട് ആരുമില്ലെന്ന്, അവളുടെ പൂച്ചൂട്ടും തൊടുകുറീം, കണ്ണെഴുത്തും മറ്റും! എന്റെ പൂച്ചൂട്ടു കണ്ടോ? തൊടുകുറി കണ്ടോ? കണ്ണെഴുത്തു കണ്ടോ? നീ എന്റെ കുത്തുമുല കണ്ടു കൊതിച്ചു കളയരുതേ?"

ഇതിന്റെ അവസാനമാണ് നിണത്തിൽ കുളിച്ചു ശൂർപ്പണഖ പ്രത്യക്ഷപ്പെടുന്നത്. ആഹാര്യത്തിന്റെ കാര്യത്തിൽ പ്രാചീന നാടകവേദി എത്ര സമൃദ്ധമായിരുന്നുവെന്ന് കരിവേഷവും (ശൂർപ്പണഖയുടെ സ്വരൂപം) നിണവും മറ്റും കണ്ടാൽ നമുക്കു മനസിലാകും. ഒരു കഥാപാത്രത്തിന്റെ വ്യത്യസ്തഭാവങ്ങളെ വ്യത്യസ്തവേഷങ്ങൾകൊണ്ട് ആവിഷ്കരിക്കുകയെന്ന രീതിയാണ് ഇവിടെ കൂടിയാട്ടം പിന്തുടരുന്നത്. പിന്നീട് ഇതു കഥകളിയിലേക്കും വ്യാപിച്ചു. ഓരേ കഥാപാത്രം പല കഥാപാത്രങ്ങളായി പകർന്നാടുന്നതും ഒരേ കഥാപാത്രം പല ആഹാര്യഭേദങ്ങളോടെ പ്രത്യക്ഷപ്പെടുന്നതും നമുക്ക് കൂടിയാട്ടത്തിൽ കാണാം. ഇത്രത്തോളം ശക്തമായ അവതരണരീതിയുള്ള ഒരു തിയേറ്ററിനെയാണ് നാം അനാഥമാക്കി അശ്രദ്ധമായി കൈവിടുന്നത് എന്നത് അപരിഹാര്യമായ അപരാധം തന്നെയാണ്.

പ്രഹസനങ്ങൾ

ദേശീയമായ ബൃഹത്പാരമ്പര്യവും പ്രാദേശികമായ ലഘുപാരമ്പര്യവും സമന്വയസംഘർഷങ്ങളിലൂടെ രൂപംകൊടുത്തതാണ് കേരള സംസ്കാരം എന്നു ഇന്നു നാം വിശേഷിപ്പിക്കുന്ന സവിശേഷ ജീവിത ക്രമം. കലയിലും സാഹിത്യത്തിലും ഭാഷയിലുമെല്ലാം ഈ സ്വാധീനം പ്രത്യക്ഷമായി നിലനിൽക്കുന്നുണ്ട്. ക്ഷേത്രങ്ങളെ കേന്ദ്രീകരിച്ചായിരുന്നു ഇവ വളരുകയും വികസിക്കുകയും ചെയ്തത്. വൈദികവിദ്യാകേന്ദ്രങ്ങൾ

മുതൽ കലകൾ വരെ ക്ഷേത്രകേന്ദ്രീകൃതമായാണ് ഉത്ഭവിക്കുകയും വളരുകയും ചെയ്തത്. ക്ഷേത്രങ്ങൾ ആരാധനാലയങ്ങൾ എന്ന നില വിട്ട് സാമൂഹികമായ ആശയസംഹിതകളെ ഉൾക്കൊള്ളുന്ന സ്ഥാപന മായി വളർന്നുനിൽക്കുന്നത് നമുക്ക് കാണാം. കാവുവട്ടങ്ങളിലെ അനു ഷ്ഠാനകലകളിൽനിന്ന് ക്ഷേത്രകേന്ദ്രിതമായ ക്ലാസിക്കൽ കലകളിലേ ക്കുള്ള വികാസത്തെ ഈ ആശയസംഹിതയുടെ ഭാഗമായിട്ടാണ് നോക്കി ക്കാണേണ്ടത്. മിക്ക ക്ഷേത്രങ്ങളും ഒരു ഊരാളന്റെയോ ഊരാളന്മാരു ടെയോ അധികാരത്തിലാണ് നിലനിന്നിരുന്നത്. ഊരാളൻ എന്ന വാക്കു തന്നെ സൂചിപ്പിക്കുന്നതുപോലെ ദേശത്തിന്റെ അല്ലെങ്കിൽ ഊരിന്റെ ഭര ണവും ഊരാളനിൽ നിക്ഷിപ്തമായിരുന്നിരിക്കണം. തന്ത്രി, ശാന്തിക്കാർ, കഴകക്കാർ, വാദ്യങ്ങൾ വായിക്കുന്നവർ, അനുഷ്ഠാന കലകൾ നടത്തു ന്നവർ, ഭരണംനിർവഹണത്തിന് സഹായിക്കുന്ന പൊതുവാൾമാർ തുട ങ്ങിയവർ, അടിച്ചുതളിക്കാർ, പാത്രം കഴുകുന്നവർ എന്നിങ്ങനെ പല തൊഴിലുകളും ചെയ്യുന്നവരുടെ ശ്രേണികൾ ക്ഷേത്രവുമായി ബന്ധപ്പെട്ട് നിലനിന്നിരുന്നു. ഇതിനുപുറമെ കാരാളരും ക്ഷേത്രഭൂമികൾ പാട്ടത്തി നെടുത്തു കൃഷിചെയ്യുന്നവനും മറ്റൊരു വൃത്തം സൃഷ്ടിച്ചുകൊണ്ട് ഉണ്ടായിരുന്നു. ഇങ്ങനെ ഗ്രാമത്തിന്റെ കേന്ദ്രസ്ഥാനമെന്ന നിലയിലാണ് ക്ഷേത്രങ്ങൾ പ്രവർത്തിച്ചിരുന്നത്.

ഭക്തിയും ധർമസംഹിതകളും പ്രചരിപ്പിക്കുവാനുള്ള സ്ഥാനമെന്ന നിലയിലും ക്ഷേത്രങ്ങൾ ഉപയോഗിക്കപ്പെട്ടു. *മഹാഭാരതരാമായണങ്ങൾ* പാരായണം ചെയ്യുന്ന രീതി ഇങ്ങനെയാണ് ക്ഷേത്രങ്ങളോടനുബന്ധിച്ച് വളർന്നുവന്നത്. 'മാവാരതപട്ടത്താനം' ഇങ്ങനെ രൂപംകൊണ്ടതാണ്. ഇതിനായി ഭട്ടകളെ നിയമിച്ചിരുന്നു. *രാമായണം കൂത്ത്* കേരളത്തിലെ പല ക്ഷേത്രങ്ങളിലും ചാക്യാന്മാർ അവതരിപ്പിച്ചു പോന്നിരുന്നു. ഇതോ ടൊപ്പമോ തുല്യ പ്രാധാന്യത്തോടെയോ അവതരിപ്പിച്ചിരുന്നതാണ് *മത്ത വിലാസം കൂത്ത്.* മഹേന്ദ്രവിക്രമനെന്ന പല്ലവ രാജാവിന്റെ കൃതിയാണ് *മത്തവിലാസം.* ഭക്തി മാത്രമല്ല ധർമസംഹിതകളെയും പ്രചരിപ്പിക്കുന്ന തിന് കൂത്തും കൂടിയാട്ടവും ഉപയോഗിച്ചിരുന്നു. *മത്തവിലാസം കൂത്തും ഭഗവദജ്ജുകം* പ്രഹസനവും ഈ വഴിക്കാണ് കേരളീയ ക്ഷേത്രങ്ങളിൽ എത്തുന്നത്. *മത്തവിലാസം* സന്തതിക്കുവേണ്ടി വഴിപാടായാണ് അവ തരിപ്പിച്ചിരുന്നത്. വടക്ക് മാടായി ക്ഷേത്രത്തിലും കൊട്ടിയൂരും മധ്യകേര ളത്തിലെ പെരുമനം ശിവക്ഷേത്രത്തിലും *മത്തവിലാസം* അവതരിപ്പിച്ചി രുന്നു. മൂന്നുദിവസംകൊണ്ടാണ് *മത്തവിലാസം* അഭിനയിച്ചിരുന്നത്. ഒന്നും രണ്ടും ദിവസം പശ്ചാത്തലമായി ശിവന്റെ ശക്തിയെ പ്രകടമാക്കുന്ന അഭിനയമാണ്. കാമദഹനം കഥയാണ് അവതരിപ്പിച്ചിരുന്നത്. അതിന്റെ തുടർച്ചയെന്നോണം ഗണപതി, സുബ്രഹ്മണ്യൻ, കാളി എന്നിവരുടെ ജന നവും കാളി രക്തബീജന്മാരെ ഒടുക്കുന്നതും ഒടുവിൽ കോപവും വിശ പ്പുമൊടുങ്ങാതെ കാളി ദേവലോകത്തെത്തുന്നതും ദേവന്മാർ ശിവനെ അഭയം പ്രാപിക്കുന്നതുമായ സംഭവങ്ങളാണ് അവതരിപ്പിക്കുന്നത്. കാളി

യെ ശാന്തയാക്കാൻ ശിവൻ നൃത്തം ചെയ്യാൻ തുടങ്ങി. ഒപ്പം കാളിയും നൃത്തം തുടർന്നു. ഇങ്ങനെയാണ് നൃത്തം ഉത്ഭവിച്ചതെന്നു സൂത്രധാരൻ പറഞ്ഞവസാനിപ്പിക്കുന്നു. ശിവൻ നിർമിച്ച നൃത്തം കപാലിയെന്ന ബ്രാഹ്മണനിലൂടെ പ്രേക്ഷകർക്കു പ്രത്യക്ഷമാക്കിക്കൊടുക്കാം എന്നു പറഞ്ഞുകൊണ്ടാണ് സൂത്രധാരൻ രംഗം വിടുന്നത്.

സത്യസോമനെന്ന ബ്രാഹ്മണൻ ബ്രാഹ്മണശാപം നിമിത്തം കപാലിയായി.

ഭസ്മാലങ്കാര ഗൗരഃ ശശികുസുമജടാശൂല
കൗപീനധാരി
നൃത്താരംഭ പ്രസക്തോ മുഖരസമരുകോ ദേവ-
സോമാസഹായ
പീത്വാപീത്വാ കപാലാൽ സഹയുവതി സുരാ-
മട്ടഹാസം വിതന്വ-
ന്നാധാവത്യേഷമത്തഃ സ്ഖലിത പദയുഗഃസത്യ-
സോമഃകപാലീ

എന്നതാണ് ശ്ലോകം. ഭസ്മം ധരിച്ച് ജടയോടുകൂടി ശൂലം ധരിച്ച് അടുത്തുള്ള ദേവസോമയ്ക്ക് മദ്യം പകർന്നു കപാലത്തിൽനിന്നും വീണ്ടും വീണ്ടും കുടിച്ചും അട്ടഹാസം മുഴക്കിയും മത്തനായി ഇടറുന്ന കാലുകളോടെ നൃത്തം ചെയ്യാൻ തുടങ്ങി എന്നർഥം വരുന്ന ശ്ലോകം നങ്ങ്യാർ ചൊല്ലുമ്പോൾ നേപത്ഥ്യ ശ്ലോകത്തോടെ കപാലി പ്രവേശിക്കുന്നു. ദേവസോമ അരികിലുണ്ടെന്ന സങ്കൽപ്പത്തോടെയാണ് ആട്ടം. തപസിലൂടെ ദേവസോമയ്ക്ക് സൗന്ദര്യം കൈവന്നതിനെക്കുറിച്ച് സൂചിപ്പിച്ച് കപാലിയുടെ പൂർവകഥ പറയാൻ തുടങ്ങുന്നു. ഈ കഥ മൂലകഥയിലില്ല. ചാക്യാന്മാരുടെ ക്രമദീപികയിലുള്ള കഥയാണ്. സത്യസോമൻ എന്ന ബ്രാഹ്മണൻ ദേവസോമയെ വിവാഹം ചെയ്ത് സുഖമായി ജീവിക്കുന്ന കാലത്ത് ഒരിക്കൽ കുറേ ബ്രഹ്മചാരികളായ കുട്ടികൾ ഹോമത്തിനുള്ള ചമത മരത്തിൽക്കയറി വെട്ടുന്നതു കണ്ടു. ബ്രഹ്മചാരികൾ മരംകേറാൻ പാടില്ലെന്നുപറഞ്ഞ് സത്യസോമൻ മരത്തിൽക്കയറി ചമത വെട്ടിക്കൊടുക്കുന്നു. അതിനിടയിൽ അബദ്ധത്തിൽ സത്യസോമന്റെ കൈയിൽനിന്ന് ആയുധം താഴെ വീണു. ചമത പെറുക്കിയിരുന്ന ഒരു ബ്രഹ്മചാരിയുടെ കഴുത്തിൽ അതു വന്നുവീണു, കുട്ടി മരിക്കുകയും ചെയ്തു. സത്യസോമൻ ബ്രാഹ്മണസഭയിൽ കുട്ടിയുടെ ശവവുമായി ചെന്നു. ബ്രാഹ്മണർ സത്യസോമനെ ശപിച്ച് ഭ്രഷ്ട് കൽപ്പിച്ച് പുറത്താക്കി. പാപം തീരുന്നതിന് പരമേശ്വരനെ ഉപാസിക്കുവാൻ ഉപദേശിക്കുകയും ചെയ്തു. സത്യസോമൻ ശിവനെ തപസുചെയ്തു. ശിവൻ പ്രത്യക്ഷപ്പെട്ട് തന്റെ രൂപം ധരിച്ച് മദ്യം സേവിച്ച് നൃത്തം ചെയ്യുവാൻ പറഞ്ഞു. ഉടൻ സത്യസോമൻ കപാലിയായി മാറി. ശൂലം, പാനപാത്രമായ കപാലം എന്നിവയെല്ലാം അയാൾക്ക് ലഭിച്ചു. അയാൾ കപാലിയായി ദേവസോമയോടുകൂടി മദ്യപാനം ചെയ്ത് കഴിഞ്ഞുകൂടി എന്നു പറഞ്ഞ് കൂത്ത് അവസാ

നിപ്പിക്കുന്നു. മദ്യപാനം നിഷിദ്ധമായി കരുതുന്ന ബുദ്ധമതത്തെ പരിഹസിക്കുവാൻ വേണ്ടിയും ശിവന്റെ ശക്തി വെളിപ്പെടുത്താൻ വേണ്ടിയും ആകുമോ ഈ കഥ ക്ഷേത്രങ്ങളിൽ അവതരിപ്പിച്ചിരുന്നത് എന്നു തോന്നാം. ബുദ്ധമതത്തിനെതിരെയുള്ള ഹിന്ദുമത തത്വങ്ങളുടെ ആശയപരമായ സംഘട്ടനമാണ് *മത്തവിലാസം* പ്രഹസനം. അതുതന്നെയാവാം ചാക്യാന്മാർ ഉപയോഗിച്ചു വന്നതിന്റെ കാരണവും.

ഭഗവദജ്ജുകം

സംസ്കൃതത്തിൽ ദൃശ്യകലകളെ ദശരൂപകങ്ങൾ എന്നാണു വിളിക്കുന്നത്. നാടകം, ഡിമം, വ്യായോഗം, അങ്കം, വീഥി സമവകാരം, ഈഹാമൃഗം, ഭാണം, ഉൽസൃഷ്ടി പ്രഹസനം എന്നിവയാണ് ദശരൂപകങ്ങൾ. ഇതിൽ ഹാസ്യത്തിനു പ്രാധാന്യമുള്ളതാണ് പ്രഹസനം. ബോധായനനാണ് *ഭഗവദജ്ജുക*ത്തിന്റെ കർത്താവെന്ന് കരുതിപ്പോരുന്നു. *മത്തവിലാസം* എന്നൊരു പ്രഹസനം രചിച്ച മഹേന്ദ്രവിക്രമനാണ് എന്നൊരു വാദവുമുണ്ട്. എന്നാൽ കേരളപാരമ്പര്യമനുസരിച്ച് ബോധായനൻ എന്നാണ് കരുതിപ്പോരുന്നത്.

എ ഡി 610ലെ മാമണ്ടൂർ ശാസനത്തിൽ *ഭഗവദജ്ജുക*ത്തെപ്പറ്റി പരാമർശിച്ചിട്ടുണ്ട്. ഇതിൽനിന്ന് 610നു മുമ്പാണ് *ഭഗവദജ്ജുക*ത്തിന്റെ കാലമെന്ന് ഗണിക്കാം. 15-ാം നൂറ്റാണ്ടിന് മുമ്പുള്ളതാണ് ഇതിന്റെ അവതരണങ്ങളെ വിശദമാക്കുന്ന ക്രമദീപികയുടെ കാലം എന്നു പറയാം. കാരണം ഭാഷയ്ക്ക് അത്രയ്ക്ക് പഴക്കവും തോന്നാം.

'പിന്നെ ഭഗവര് എട്ടുനാളൊടു, അടുക്കംവണ്ണം അണിഞ്ഞ് കൊള്ളു. എല്ലാമീരണ്ടു കട്ടിയാവും ഈരണ്ടു പുടവയും ദണ്ഡുമിനെല്ലാം കൂട്ടിക്കൊൾവൂ. പൊയ്ത കക്കാൽ നീട്ടുകിലുമാന്നിട്ടാകിലുമാം.'

എന്നിങ്ങനെയാണ് ഭാഷ. 'ന്റ' രൂപകങ്ങൾ ധാരാളമായിട്ടുണ്ട്. ഇതിൽനിന്നെല്ലാം 15-ാം നൂറ്റാണ്ടിന് മുമ്പായിരിക്കണം ക്രമദീപികയുടെ കാലമെന്ന് ഗണിക്കാം.

*മത്തവിലാസ*ത്തോടു ചേർത്തുവച്ചു പറയേണ്ട പ്രഹസനമാണ് *ഭഗവദജ്ജുകം*. മുപ്പത്തിയഞ്ചു ദിവസംകൊണ്ടാണ് പണ്ട് *ഭഗവദജ്ജുകം* അഭിനയിച്ചിരുന്നത്. ഇപ്പോഴത് ഒരുദിവസംകൊണ്ട് അവതരിപ്പിക്കുന്നവിധത്തിൽ ഒതുക്കി സംവിധാനം ചെയ്തെടുത്തിട്ടുണ്ട്. ശാണ്ഡില്യൻ എന്നൊരു ബ്രാഹ്മണൻ, ഭിക്ഷു, വസന്തസേന, തോഴി, അമ്മ, വൈദ്യൻ, വസന്തസേനയുടെ കാമുകൻ രാമളികൻ, യമകിങ്കരൻ ഇത്രയുമാണിതിലെ കഥാപാത്രങ്ങൾ. ശാണ്ഡില്യന് ഭക്ഷണം തന്നെയാണ് പ്രധാനം. ബ്രാഹ്മണനെന്ന പേരേ ഉള്ളൂ. ശ്രാദ്ധത്തിനു ശവുണ്ഡിയായിപ്പോകുകയാണ് അയാളുടെ കുടുംബത്തിന്റെ പാരമ്പര്യം. ഭക്ഷണത്തിന് വകയില്ലാതെ തെണ്ടിനടന്ന് ഒടുവിൽ അയാൾ ബുദ്ധമതത്തിൽ ചേരുന്നു. അവർക്ക് ഒരു നേരമേ ഭക്ഷണമുള്ളൂ. അതിനാൽ അവിടെനിന്നും പോന്നു. ഇപ്പോൾ യോഗിയുടെകൂടെ കൂടിയിരിക്കുകയാണയാൾ.

ഒരിക്കൽ ഉദ്യാനത്തിലിരുന്ന് ഗഹനതത്വങ്ങൾ പഠിക്കുകയാണയാൾ. അപ്പോൾ കാമുകനെ കാത്തിരിക്കുന്ന വസന്തസേനയെന്ന ഗണികയെ കണ്ടു. പെട്ടെന്ന് ഒരു പാമ്പു കടിയേറ്റ് അവൾ മരിച്ചു. ശിഷ്യന് സങ്കടമായി. സങ്കടം തീർക്കാൻ ഗുരു പരകായപ്രവേശം ചെയ്ത് ഗണികയെ രക്ഷപ്പെടുത്തി. വസന്തസേന ഉണർന്നെണീറ്റപോലെ പ്രവർത്തിക്കാൻ തുടങ്ങി. എന്നാൽ സ്വഭാവമാകെ മാറിയിരുന്നു. യോഗിയെപ്പോലെ സംസാരിക്കാനും പെരുമാറാനും തുടങ്ങി. ഈ വസന്തസേനയല്ല മറ്റൊരുവളാണ് മരിക്കേണ്ടിയിരുന്നത്. അതിനാൽ വസന്തസേനയുടെ ആത്മാവിന് പരലോകം ലഭിച്ചില്ല. യമദൂതൻ അവളുടെ ആത്മാവുമായി ഉദ്യാനത്തിൽ തിരിച്ചുവന്നു. അപ്പോഴേക്കും വസന്തസേന എഴുന്നേറ്റു. അവളുടെ ആത്മാവിനെ മരിച്ചുകിടക്കുന്ന യോഗിയിൽ നിക്ഷേപിച്ച് യമദൂതൻ പോയി. യോഗി എഴുന്നേറ്റ് ഗണികയെപ്പോലെ പ്രവർത്തിക്കാൻ തുടങ്ങി. ഇതിനിടയിൽ ഒരു വൈദ്യൻ പ്രത്യക്ഷപ്പെടുന്നുണ്ട്. ഒടുവിൽ എല്ലാം മംഗളമായി കലാശിച്ചു. ഗുരുവിന്റെ ആത്മാവ് ഗുരുവിനും ഗണികയുടെ ആത്മാവ് ഗണികയ്ക്കും കിട്ടി.

ബുദ്ധമതത്തെ നിന്ദിക്കാനും ആര്യമതത്തിന്റെ ശ്രേഷ്ഠത ഉൽഘോഷിക്കുവാനും വേണ്ടിയാണ് ഈ പ്രഹസനം എഴുതിയതെന്ന് വ്യക്തം. കൂടിയാട്ടം ആ ധർമംതന്നെ അനുസരിക്കുന്നുമുണ്ട്.

ഇങ്ങനെ മതപ്രചരണം ലക്ഷ്യമാക്കിയാണ് കൂത്തും കൂടിയാട്ടവും ക്ഷേത്രങ്ങളിൽ ആവിഷ്കരിക്കപ്പെട്ടു പോന്നത് എന്നു വ്യക്തമാകുന്നു. എന്നാൽ കലയായാലും മറ്റേതു വ്യവഹാരരൂപമായാലും അതുപണ്ട് നിർവഹിച്ചിരുന്ന ധർമമല്ല പിൽക്കാലത്ത് വ്യവഹരിച്ചു പോന്നത് എന്നു കാണാം. ഇന്ന് ധർമസംഹിതകൾ പഠിക്കാൻ വേണ്ടി ആരും കൂടിയാട്ടം കാണാൻ പോകാറില്ല. അതിന്റെ ആവിഷ്കാരപരമായ സൗന്ദര്യം മാത്രമാണ് ഇന്നത്തെ പ്രേക്ഷകന്റെ ലക്ഷ്യം. അതുതന്നെയാണ് ഇത്തരം കലാരൂപങ്ങളുടെ മഹത്വവും. നായികയുടെ മുഖം താമരപ്പൂപോലെ മനോഹരമാണെന്ന് നായകൻ അഭിനയിക്കുമ്പോൾ അതിന്റെ അർഥം സമകാലിക ലോകത്ത് ഒട്ടും പ്രസക്തമല്ലെന്ന് നാം അറിയുന്നുണ്ട്. എന്നാൽ ഈ ആശയം ആവിഷ്കരിക്കാൻ നടൻ നടത്തുന്ന മാർഗത്തെയാണ് നാം ശ്ലാഘിക്കുന്നത്. ക്ലാസിക്കൽ കലകളിൽനിന്ന് ഇന്നത്തെ സമൂഹം പ്രതീക്ഷിക്കുന്നതും ഇതുമാത്രമാണ്.

6

തുള്ളൽ

ഓട്ടൻ തുള്ളൽ

കൂടിയാട്ടം, കൃഷ്ണനാട്ടം, കഥകളി എന്നിങ്ങനെയുള്ള ക്ലാസിക്കൽ കലകളുടെ പരമ്പരയിൽ അവസാനം ഉടലെടുത്തതാണ് തുള്ളൽ. 18–ാം നൂറ്റാണ്ടാണ് തുള്ളലിന്റെ ഉപജ്ഞാതാവായ കുഞ്ചൻനമ്പ്യാരുടെ കാലമെന്ന് ചരിത്രകാരന്മാർ നിർണയിക്കുന്നു. നമ്പ്യാർ തുള്ളൽ എന്ന കലയ്ക്ക് രൂപംകൊടുത്തതിനെ സംബന്ധിച്ച് പ്രസിദ്ധമായ ഒരു കഥയുണ്ട്. ഒരിക്കൽ അമ്പലപ്പുഴ ക്ഷേത്രത്തിൽ ചാക്യാർ കൂത്തു പറഞ്ഞുകൊണ്ടിരിക്കേ പിന്നിൽ മിഴാവു കൊട്ടിക്കൊണ്ടിരുന്ന നമ്പ്യാർ ഉറങ്ങിപ്പോയി. ഇതു കണ്ട് ചാക്യാർ നമ്പ്യാരെ പരിഹസിച്ചു. അടുത്തദിവസം കൂത്തമ്പലത്തിനു പുറത്ത് നമ്പ്യാർ താനെഴുതിയ *കല്യാണസൗഗന്ധികം* തുള്ളൽ അവതരിപ്പിച്ചു. കൂത്തിനു വന്നിരുന്നവരെല്ലാം പുതിയ കലാരൂപം കാണാൻ ചെന്നു. ചരിത്രകാരന്മാരെല്ലാം ഈ കഥ രേഖപ്പെടുത്തിയിട്ടു

ണ്ടെങ്കിലും ഉള്ളൂരും മറ്റും ഇതിനെ അംഗീകരിക്കുന്നില്ല. തുള്ളലിന്റെ ഉത്ഭവത്തെ സംബന്ധിച്ച് ഉള്ളൂർ ഇങ്ങനെ അഭിപ്രായപ്പെടുന്നു.

> ആ പ്രസ്ഥാനത്തിന്റെ യഥാർഥ കാരണം പിന്നെയെന്തായിരിക്കാം? വാസ്തവത്തിൽ അവിടെ നടന്നതെന്തെന്ന് അനുമാനദൃഷ്ട്യാ പരിശോധിക്കാം. കൂത്തമ്പലങ്ങളിൽ പൊതുജനങ്ങൾക്ക് കടന്നുചെല്ലാനുള്ള സൗകര്യം പരിമിതമായിരുന്നു. എന്നുമാത്രമല്ല, ബ്രാഹ്മണർക്കല്ലാതെ അവിടെ ഉപവിഷ്ടരാകുവാൻ അവകാശമുണ്ടായിരുന്നില്ല. സംസ്കൃതസാഹിത്യത്തിലും നാട്യകലയിലും അനഭിജ്ഞരായ സാധാരണ ജനങ്ങൾക്ക് ആനന്ദിക്കുന്നതിന് പടയണി മുതലായ ആഘോഷാവസരങ്ങളിൽ പല വിനോദാന്തരങ്ങളും ഉണ്ടായിരുന്നു. തകഴിയിലെ ശാസ്താംകോവിലിൽ പഴയ കാലം മുതൽക്കുതന്നെ മേടമാസം 1 നു മുതൽ 12 ദിവസത്തേക്ക് ഒരു പടയണി ദേവതാപ്രീതികരമായി നടത്തപ്പെട്ടു വന്നിരുന്നു. ആ പടയണിക്കാലത്തു പറയൻ, ശീതങ്കൻ, ചോവൻ, പരദേശി മുതലായ പല വേഷങ്ങളും രംഗപ്രവേശനം ചെയ്തിരുന്നുവെന്നും ശീതങ്കൻ കുരുത്തോല അണിഞ്ഞിരുന്നുവെന്നും അവരുടെ അപരിഷ്കൃതങ്ങളായ ഗാനങ്ങൾക്കു പറയൻ തുള്ളൽ, ശീതങ്കൻ തുള്ളൽ എന്നും മറ്റുമാണ് പേർ പറഞ്ഞിരുന്നതെന്നും പഴമക്കാർ പറയുന്നു. നമ്പിയാർ തന്റെ ഒന്നാമത്തെ തുള്ളൽക്കഥയായ *കല്യാണസൗഗന്ധിക*ത്തിൽ 'ഹരിഹരസുതനയ്യൻ തിരുവടിയടിയന്റെ മനതാരിൽ പരിഭവമകലുവാൻ തുണക്കേണം' - എന്നു തകഴിയിലെ ശാസ്താവിനെയും ഗണപതിയെയും സരസ്വതിയെയും സർവ സാധാരണമായ രീതിയിൽ നമസ്കരിച്ചതിനുമേൽ പ്രാർഥിക്കുന്നതും അവിടത്തെ നന്തിക്കാടു തറവാട്ടിലെ പരദേവതയായ കണ്ടങ്കരിക്കാവിൽ ദുർഗയെ "നന്ദികാരാണ്യമാം മന്ദിരേവാഴുന്ന മന്ദാരദാരുവാം ബാലരവിയുടെ നന്ദി വരുത്തുന്ന കണ്ടങ്കരിക്കാവിലിനു ഇന്ദുചൂഡപ്രിയേ വന്ദേഭഗവതി" എന്നു വർണിക്കുന്നതും പ്രകൃതത്തിൽ സ്മരണീയമാണ്.

പടയണിയിലെ വേഷങ്ങളും പാട്ടുകളും സ്വീകരിച്ച് അവയുടെ മാതൃകയിൽ പുരാണകഥാഖ്യാനം ചെയ്യുകയായിരുന്നു നമ്പ്യാരെന്നാണ് ഉള്ളൂരിന്റെ പ്രബലമായ പക്ഷം.

തുള്ളൽക്കാരന്റെ അഭിനയത്തിനുള്ള സങ്കേതങ്ങൾ നമ്പ്യാർ സ്വീകരിച്ചത് ചാക്യാന്മാരുടെ അഭിനയരീതികളിൽ നിന്നുമാണ്. മിഴാവിനു പകരം തുള്ളലിൽ തൊപ്പിമദ്ദളമായിരുന്നുവെന്നു മാത്രം. ഇന്നിപ്പോൾ മദ്ദളത്തിനുപകരം മൃദംഗമായി തീർന്നിട്ടുണ്ട്.

തമിഴിൽ ചെപ്പൽ, അകവൽ, തുള്ളൽ, തൂങ്കൽ എന്നീ നാലുവിധം ഗാനശാഖകളുണ്ട്. തുള്ളലിൽ പാടുന്ന പാട്ടുകളുടെ തരംഗിണി വൃത്ത

ത്തോട് അടുത്തുവരുന്നതാണ് തമിഴിലെ തുള്ളൽ എന്ന് ഉള്ളൂർ നിരീക്ഷിക്കുന്നു. കേരളത്തിന്റെ പ്രാക്തനമായ കലാപാരമ്പര്യവും കാവ്യരചനാപദ്ധതികളും നമ്പ്യാരെ തുള്ളൽക്കവിതകളുടെ നിർമാണത്തിനും കലാരൂപത്തിന്റെ നവീകരണത്തിനും പ്രാപ്തനാക്കിയെന്നു കെ പി നാരായണപ്പിഷാരടിയും അഭിപ്രായപ്പെടുന്നുണ്ട്.

ചാക്യാരോടു മത്സരിച്ചാണ് നമ്പ്യാർ തുള്ളൽ രചിച്ചതെന്ന കഥയുടെ സാധുത എന്തുതന്നെയായിരുന്നാലും ചാക്യാന്മാർ കൂത്തിനുപയോഗിച്ചിരുന്ന കഥകളാണ് നമ്പ്യാർ തുള്ളൽക്കഥകളാക്കി മാറ്റിയത്. ചാക്യാർ ഫലിതം പോലും നമ്പ്യാർ പല സന്ദർഭങ്ങളിലും സ്വീകരിക്കുന്നുണ്ട്. ഗണപതി പ്രാതൽ തുടങ്ങിയവ നമ്പ്യാർ അതേപടി സ്വീകരിച്ചിട്ടുണ്ട്. ചാക്യാരുടെ പേക്കഥകൾപോലെ നമ്പ്യാരും തുള്ളലിൽ ചിലതെല്ലാം ഉപയോഗിച്ചിട്ടുണ്ട്. ചുരുക്കത്തിൽ നമ്പ്യാർക്ക് ചാക്യാരോടുള്ള ആധമർണ്യം വളരെ പ്രകടമാണ്. ഇങ്ങനെ പടയണിപോലുള്ള നാടൻകലകളെയും കൂത്ത്, കൂടിയാട്ടം, കഥകളി എന്നിവപോലുള്ള ക്ലാസിക്കൽ കലകളെയും സമഞ്ജസമായി സമ്മേളിപ്പിച്ച് രൂപംകൊടുത്തതാണ് തുള്ളൽ. ഇതല്ലാതെ ഒരുദിവസംകൊണ്ട് പെട്ടെന്ന് എഴുതിയുണ്ടാക്കി അവതരിപ്പിച്ച കലയാണെന്ന വിശ്വാസം യാഥാർഥ്യത്തിനു നിരക്കുന്നതല്ല.

തുള്ളൽ മൂന്നുതരം

തുള്ളൽ എന്നാൽ ഓട്ടൻതുള്ളലിനെയാണ് പ്രായേണ അർഥമാക്കുന്നതെങ്കിലും ഓട്ടൻതുള്ളൽ കൂടാതെ മറ്റു രണ്ടുതരം തുള്ളലുകൾ കൂടിയുണ്ട്. പറയൻതുള്ളൽ, ശീതങ്കൻതുള്ളൽ എന്നിവയാണവ. പറയൻ എന്നൊരു ജാതി കേരളത്തിലുണ്ട്. ഇവരുടെ പേർ ചേർന്നാണ് പറയൻ തുള്ളൽ എന്നു സംജ്ഞ സ്വീകരിച്ചിരിക്കുന്നത്. പറയൻ കഥ പറയുന്ന രീതിയാണ് പറയൻതുള്ളൽ ആരംഭിക്കുന്നത്. താൻ പാക്കനാരുടെ വംശത്തിൽ പിറന്നവനാണെന്നും ജ്ഞാനത്തിൽ ആരുടെയും പിന്നിലല്ലെന്നും വാക്കുകൊണ്ട് ആർക്കുംതന്നെ തോൽപ്പിക്കാനാകുകയില്ലെന്നും പല തുള്ളലുകളിലും ആമുഖമായി പറയുന്നുണ്ട്. *സഭാപ്രവേശം* തുള്ളലിൽനിന്ന് ഒരു ഭാഗം നോക്കുക.

പാക്കനാരുടെ വംശലേശമതിൽ പിറന്നവനേഷ ഞാൻ
വാക്കിനാരൊടുമെത്തിനേർത്തു മടങ്ങി മാറുകയില്ലെടോ

പറയൻതുള്ളലിൽ തലയിൽ വാല് (തുണി) കെട്ടി നാഗഫണമുള്ള കിരീടം ചൂടുന്നു. മുഖം കണ്ണെഴുതി വാലിട്ട് അലങ്കരിക്കും. കാലിൽ ചിലമ്പും കച്ചമണിയുമുണ്ടാകും. ശരീരം ഭസ്മലേപനം ചെയ്യും. ആകെക്കൂടി ശൈവസ്വഭാവമാണ് പറയൻതുള്ളലിനുള്ളത് എന്നു തോന്നാം. ഓട്ടൻതുള്ളലിലെ പോലെ ആടയാഭരണങ്ങളും മറ്റു മെയ്ക്കോപ്പുകളും പറയൻതുള്ളലില്ല. സാമാന്യേന ലളിതമാണ് പറയൻതുള്ളലിലെ വേഷം.

ശീതങ്കന് തലയിൽ കൊണ്ടകെട്ടുന്നതുപോലെ വെളുത്ത തുണി ചരിച്ചുകെട്ടും. കുരുത്തോലകൊണ്ട് കൊണ്ട അലങ്കരിക്കും. ശരീരം മുഴു

വൻ കുരുത്തോലകൊണ്ടുള്ള അലങ്കരണങ്ങളാണ്. ഞൊറിവച്ച് പാവാട ഞാത്തിയുടുക്കും. മുട്ടുവരെ നീളമുണ്ടാകും.

മുഖത്തു പച്ചതേച്ച് കിരീടമണിഞ്ഞ് കഥകളിയെ ഓർമിപ്പിക്കുന്ന വിധത്തിൽ ആഭരണങ്ങൾ അണിഞ്ഞാണ് ഓട്ടൻതുള്ളൽ അവതരിപ്പിക്കുന്നത്.

തുള്ളൽ ആരംഭിക്കുന്ന രീതിക്ക് ശീതങ്കനും ഓട്ടനും സാമ്യമുണ്ട്. ശീതങ്കനിൽ ദ്രുതകാലത്തിൽ ചടങ്ങനുസരിച്ച് നൃത്തം കഴിഞ്ഞാൽ വിളമ്പകാലത്തിലാണ് കഥ പറയാൻ തുടങ്ങുന്നത്. ഓട്ടനിലും ഇതിനു വലിയ വ്യത്യാസമില്ല. പറയൻതുള്ളലിൽ ദ്രുതകാലത്തിൽ നൃത്തം കഴിഞ്ഞാൽ കാലം അധികം താഴാതെ തന്നെ കഥപറയാൻ ആരംഭിക്കുന്നു.

അവതരണം

കഥ പറയുന്നതിനുമുമ്പ് ഗണപതി, സരസ്വതി എന്നിങ്ങനെ ദേവതമാരെ വന്ദിച്ച് ഓരോ തുള്ളലിനും നിശ്ചിതമായ കലാശം ചവിട്ടി കഥ ആരംഭിക്കുന്നു. കഥാവതരണത്തിന് മുൻപുചെയ്യുന്നതായതുകൊണ്ട് ഇതിനെ മുന്നരങ്ങ് എന്ന് വിശേഷിപ്പിക്കാറുണ്ട്.

‘കുംഭീന്ദ്രൻപോലെ വക്ത്രം കുടവയറുമണിഞ്ഞോരു
ചാരുസ്വരൂപം
മുമ്പിൽ ശ്രീ പാർവതിക്കും ശിവനുമിഹ പിറന്നോ
രോമലുണ്ണിഗ്ഗണേശാ
വമ്പിച്ചുള്ളൊരു വിഘ്നം വിരവിനൊടഖിലം തീർത്തു
രക്ഷിച്ചുകൊൾവാൻ
വമ്പേറും തമ്പുരാനെ തവപദകമലം
സന്തതം കുമ്പിടുന്നേൻ’

എന്ന ശ്ലോകമാണ് ഗണപതിവന്ദനത്തിനായി ചൊല്ലുന്നത്. തുടർന്ന് സരസ്വതി, അമ്പലപ്പുഴ കൃഷ്ണൻ, കിള്ളിക്കുറിശ്ശിമംഗലം ശിവൻ, മാത്തൂർ ഭഗവതി തുടങ്ങിയവരെ വന്ദിക്കുന്ന തുള്ളലിലെ വരികൾ ചൊല്ലി കഥ പറയാൻ ആരംഭിക്കുന്നു. സമയമനുസരിച്ച് സ്തുതികളിൽ കുറവു വരുത്താറുണ്ട്.

ചതുർവിധാഭിനയരീതികളും സമന്വയിപ്പിച്ചുകൊണ്ടാണ് തുള്ളൽ അവതരിപ്പിക്കുന്നത്. ഓരോതരം തുള്ളലിനും ആഹാര്യത്തിൽ വ്യത്യാസമുണ്ടെന്ന് ചൂണ്ടിക്കാണിച്ചുവല്ലോ? ഇതിനു പുറമേ വാചികമായി ഗാനവും ആംഗികസാത്വികങ്ങളും സമഞ്ജസമായി സമന്വയിപ്പിക്കുന്നു.

മുദ്രകൾ കഥകളിയിലേതുപോലെതന്നെയാണ് തുള്ളലിലും. എന്നാൽ കഥകളിയിലെയും കൂടിയാട്ടത്തിലെയുംപോലെ വിസ്തരിച്ച് മുദ്രകാണിക്കുന്ന രീതി ഇല്ല. ആവശ്യത്തിനു മാത്രമേ മുദ്ര പതിവുള്ളു താനും. വാക്യാർഥത്തിനാണ് പദാർഥത്തിനല്ല പലപ്പോഴും തുള്ളലിൽ മുദ്രപതിവുള്ളത്. പകർന്നാട്ടസമ്പ്രദായമാണ് തുള്ളൽ ഏറ്റവുമധികം പിന്തുടരുന്നത്. ഉദാഹരണമായി,

'പാഞ്ചാലിയെന്നൊരു പെണ്ണിനെ കണ്ടിട്ട്
പഞ്ചബാണാർത്തിമുഴുത്ത നിമിത്തമായ്'

എന്ന *കല്യാണസൗഗന്ധിക*ത്തിലെ വരി അഭിനയിക്കുമ്പോൾ പാണ്ഡവന്മാരായി പകർന്നാടി പാഞ്ചാലിയെ കണ്ടപ്പോൾ അവർക്കുണ്ടായ അഭിലാഷം അഭിനയിച്ചു കാണിക്കുന്നു. ഇങ്ങനെ മുദ്രകളെക്കാളേറെ അഭിനയത്തിനാണ് തുള്ളലിൽ പ്രാധാന്യമുള്ളത്.

രസാഭിനയം

കഥകളിയിലെയോ കൂടിയാട്ടത്തിലെയോപോലെ രസപ്രകാശനം നിർവഹിക്കുന്ന രീതി തുള്ളലിലില്ല. നടൻ വ്യത്യസ്ത കഥാപാത്രങ്ങളായി മാറി അഭിനയിക്കുന്ന സമ്പ്രദായമാണ് തുള്ളലിലുള്ളത്. കഥാഖ്യാനത്തിനാണ് അഭിനയത്തേക്കാൾ പ്രാധാന്യമുള്ളതും. ആഖ്യാനത്തിനിടയിൽ വരുന്ന സന്ദർഭങ്ങളെ അതതു ഭാവങ്ങൾ പ്രകടമാക്കിക്കൊണ്ട് അഭിനയിക്കുക മാത്രമേ തുള്ളലിൽ ചെയ്യുന്നുള്ളൂ.

ആഖ്യാനത്തിന്റെ ഘടന

തുള്ളൽ ഒരു ആഖ്യാനകലയാണ്. തുള്ളൽക്കാരന്റെ വേഷം കെട്ടിയ നടൻ കഥ പറയുകയും സാന്ദർഭികമായി സംഭാഷണങ്ങൾ ചേർത്ത് ആഖ്യാനത്തെ ആകർഷകമാക്കുകയും ചെയ്യുന്നു.

'ശാസ്ത്രിബ്രാഹ്മണനൊരുവൻ വന്നഥ
ശാസ്ത്രമൊരൽപ്പം വായിച്ചൻപൊടു
ധാത്രീശ്വരനെ ബോധിപ്പിച്ചതു
മാത്രം ഞാനിഹ കഥനം ചെയ്യാം'

എന്നിങ്ങനെ താനൊരു കഥയാണ് പറയാൻ പോകുന്നതെന്ന് ആദ്യമേ ബോധിപ്പിച്ചുകൊണ്ടാണ് ആഖ്യാനം തുടങ്ങുന്നത്. മുമ്പിലിരിക്കുന്ന പ്രേക്ഷകരോടാണ് താനിതു പറയുന്നതെന്നും അറിയിക്കുന്നുണ്ട്. ആഖ്യയെയും ആഖ്യാതാവിനെയും സൂചിപ്പിച്ചുകൊണ്ട് തന്റേത് ഒരാഖ്യാനമാണെന്ന് തെളിയിച്ചുപറഞ്ഞുകൊണ്ടാണ് നമ്പ്യാർ കഥ തുടങ്ങുന്നത്.

ആഖ്യാനത്തിനിടയിലുള്ള സംഭവങ്ങളെ കഥാപാത്രപ്പകർച്ച വരുത്തി മാറിമാറി അഭിനയിക്കുകയാണ് ചെയ്യുന്നത്. അർജുനന്റെ തപസു മുടക്കാനായി വരുന്ന സ്വർഗസുന്ദരികളെ നമ്പ്യാർ അവതരിപ്പിക്കുന്നതു നോക്കുക.

'ഒന്നിച്ചുനാരീവൃന്ദം വന്ദിച്ചു വഴിപോലെ
നന്ദിച്ചുപുറപ്പെട്ടു മന്ദിച്ചിടാതെ തന്നെ'

എന്നു സന്ദർഭം സൂചിപ്പിച്ചശേഷം പാത്രവതരണത്തിലേക്കു കടക്കുന്നു.

സുരതരുണികളങ്ങു നടന്ന സുരഗിരികടകങ്ങൾ കടന്ന
പരിമൃദുവചനങ്ങൾ തുടർന്നു പരിചൊടുമന
മൊന്നു വിടർന്നു

എന്നിങ്ങനെ കഥാപാത്രങ്ങളെ അവതരിപ്പിച്ചശേഷം അവർ വീണവായിക്കുന്നതും വെറ്റില മുറുക്കുന്നതുമെല്ലാം വിവരിക്കുന്നു. ഓരോ സുന്ദരിമാരായി ആടുകയും പാടുകയും ചെയ്ത് അർജ്ജുനനെ ആകർഷിക്കുന്നതിനുള്ള ശ്രമം നടത്തുന്നതായുള്ള ഭാഗത്ത് ഓരോരുത്തരായി നിർവഹിക്കുന്ന കാര്യങ്ങളെ മാറിമാറി അഭിനയിക്കുന്നു.

കഥാപാത്രങ്ങളുടെ സ്ഥായി പ്രകടമാക്കിക്കൊണ്ടാണ് ഇത്തരത്തിലുള്ള അഭിനയം നടത്തുന്നത്. ഭീമനും ഹനുമാനുമായുള്ള സംഭാഷണത്തിന്റെ സ്ഥാനത്ത് ഹനുമാന്റെയും ഭീമന്റെയും സ്ഥായി പ്രകടമാക്കിക്കൊണ്ടാണ് അഭിനയിക്കുന്നത്.

കഥാസന്ദർഭത്തെ നാടകീയവും വിസ്തൃതവുമാക്കി അവതരിപ്പിക്കുന്ന രീതിയാണ് നമ്പ്യാരുടേത്. തുള്ളലും ഈ രീതിയെ അങ്ങനെ തന്നെ പിന്തുടരുന്നു.

കിരാതം കഥയിൽ പാണ്ഡവന്മാർക്ക് ആ കാട്ടിൽ സൗഖ്യമാണെന്നും അർജ്ജുനൻ പാശുപതാസ്ത്രം ലഭിക്കാൻവേണ്ടി ശിവനെ തപസുചെയ്യാൻപോയിരിക്കുകയാണെന്നുമുള്ള വാർത്ത കൗരവന്മാർക്കു ലഭിക്കുന്നത് ബ്രാഹ്മണരിൽനിന്നാണ്. ആ ഭാഗത്തെ നാടകീയരംഗംകൊണ്ട് നമ്പ്യാർ അവതരിപ്പിക്കുന്നു.

ഹസ്തിനപുരത്തിലെത്തിച്ചേർന്ന ബ്രാഹ്മണരോട് ദുര്യോധനൻ പാണ്ഡവരെക്കുറിച്ചു ചോദിക്കുന്നതും അവർ മറുപടി പറയുന്നതുമായ രീതിയിലാണ് ഈ രംഗം ആവിഷ്കരിക്കുന്നത്.

അന്തണവരരേ കാട്ടിലിരിക്കും
കുന്തീസുതരുടെ വാർത്തകൾ പറവിൻ

എന്ന ദുര്യോധനന്റെ ചോദ്യത്തിനുള്ള മറുപടിയായി കാട്ടിലെ വിശേഷങ്ങൾ ബ്രാഹ്മണർ അറിയിക്കുന്നു.

ഇപ്പോളർജ്ജുനനവിടത്തില്ല
അൽപ്പം നീരസമതുകൊണ്ടുണ്ട്
എങ്ങുഗമിച്ചു ഫൽഗുനനിപ്പോൾ?

എന്നിങ്ങനെ ചോദ്യോത്തര രീതിയിലാണവതരണം. തുള്ളൽക്കാരനും ഓരോ കഥാപാത്രമായി മാറി ചോദ്യോത്തരമായി അവതരിപ്പിക്കുന്നു.

സംഗീതാത്മകത

രാഗതാളാധിഷ്ഠിതമായ അവതരണമാണ് തുള്ളലിലുള്ളത്. തുള്ളൽക്കാരൻ പാടുകയും പിൻപാട്ടുകാർ ആവർത്തിക്കുകയും ചെയ്യുന്നു. ചമ്പ, ചെമ്പട തുടങ്ങിയവയ്ക്കൊപ്പം ലക്ഷ്മി, കുംഭതാളം, കുണ്ടനാച്ചി തുടങ്ങിയ താളങ്ങളും ഉപയോഗിച്ചിട്ടുണ്ട്. ലക്ഷ്മിതാളം, കുംഭതാളം തുടങ്ങിയവയ്ക്ക് നമ്പ്യാർ ലക്ഷണങ്ങളും നൽകിയിട്ടുണ്ട്. ആനന്ദഭൈരവി, അഠാണ, ഇന്ദിശ, എരിക്കില, കാമോദരി എന്നിങ്ങനെ കഥകളിയിൽ സാധാരണമായുപയോഗിക്കുന്ന രാഗങ്ങളെല്ലാം നമ്പ്യാർ തുള്ളലിലും ഉപയോഗിച്ചിട്ടുണ്ട്. അതുകൊണ്ട് തുള്ളൽക്കാരൻ സംഗീതജ്ഞൻ

കൂടിയായിരിക്കണം എന്നു വ്യക്തം. കഥകളിയിൽ സാമാന്യേന ഉപയോഗിക്കുന്ന രാഗങ്ങളാണ് നമ്പ്യാർ സ്വീകരിച്ചിരിക്കുന്നതെന്നുള്ളത് ശ്രദ്ധേയമാണ്. ഇക്കാര്യത്തിൽ കേരളത്തിന്റെ അഭിനയ സംഗീതശാഖയോട് ചേർന്നുനിൽക്കുന്നതാണ് തുള്ളലും.

ആഖ്യാന പാരമ്പര്യത്തിൽ തുള്ളൽ പൂർണമായും പിന്തുടരുന്നത് കൂത്തിനെയാണ്. കഥാഘടനയ്ക്കുപോലും കൂത്തിനോടാണ് ബന്ധം ഏറെയുള്ളത്. ആഖ്യാനത്തിൽ തുള്ളൽ കൂത്തിന്റെ മാർഗം പിന്തുടരുന്ന സന്ദർഭങ്ങൾ നോക്കുക.

1. ഒരു സന്ദർഭത്തെ വിപുലപ്പെടുത്തി നാടകീയമാക്കി സംഭാഷണങ്ങൾ ചേർത്ത് അവതരിപ്പിക്കുക.
2. കൂത്തിൽ ആവിഷ്കരിക്കുന്ന രീതിയിൽ കഥാഘടന സ്വീകരിക്കുക. *അഹല്യാമോക്ഷ*ത്തിൽ ഗൗതമമുനിയുടെ ശാപംകൊണ്ട് സഹസ്രഭഗനായിത്തീർന്ന ഇന്ദ്രൻ പുതച്ചുമൂടി കട്ടിലിൽ ശയിക്കുന്നതും ദേവസ്ത്രീകൾ ഓരോരുത്തരായി വന്നുനോക്കുന്നതുമെല്ലാം നമ്പ്യാർ വർണിക്കുന്നത് കൂത്തിൽ ചാക്യാർ അവതരിപ്പിക്കുന്നതിനു തുല്യമാണ്. ഇത്തരം ധാരാളം സന്ദർഭങ്ങൾ ഉദാഹരിക്കാൻ കഴിയും.
3. ചാക്യാരുടേതുപോലെ പേക്കഥകൾ പറഞ്ഞ് വിവരിക്കുക. *ധ്രുവചരിതം* കഥയിൽ ചെട്ടിയുടെ കഥ പറയുന്നത് ഇതിനുദാഹരണമാണ്.
4. കൂത്തിൽ സാധാരണ നടപ്പുള്ള ശ്ലോകങ്ങൾ മലയാളത്തിൽ വിവരിക്കുന്ന രീതി തുള്ളൽ പിന്തുടരുന്നു. *പാർവതീവിരഹം* പോലുള്ള കഥകൾ ഇപ്രകാരമുള്ളതാണ്.
5. *രാമായണ മഹാഭാരത* കഥകളെ കേരളീയമായ പശ്ചാത്തലത്തിൽ അവതരിപ്പിക്കുക.
6. സംസ്കൃതത്തിലുള്ള ശ്ലോകം ചൊല്ലി മലയാളത്തിൽ അതിനർഥം വിസ്തരിച്ചു പറയുന്ന രീതി തുള്ളലിൽ കാണുന്നത് ചാക്യാരിൽ നിന്നു പകർത്തിയതാണ്.
7. കൂത്തിലെ വിനോദപരവും ഹാസ്യാത്മകവുമായ അവതരണരീതി തുള്ളൽ അതേപടി സ്വീകരിച്ചിട്ടുണ്ട്. തുള്ളലിലെ പല ഹാസ്യപ്രയോഗങ്ങളും കൂത്തിലേതുതന്നെ.

ഇങ്ങനെ കൂത്തും കൂടിയാട്ടവും തുള്ളലിനെ വളരെയധികം സ്വാധീനിച്ചിട്ടുണ്ട് എന്നു കാണാം. കേരളീയമായ വാചികാഖ്യാന പാരമ്പര്യത്തെ അങ്ങനെതന്നെ സ്വീകരിച്ചാണ് തുള്ളൽ നിർമിച്ചിരിക്കുന്നതെന്ന് ഇതുകൊണ്ടുതന്നെ നമുക്ക് തീർത്തുപറയാം.

എന്നാൽ ആംഗിക സാത്വികാഭിനയങ്ങൾ കഥകളി, കൂടിയാട്ടം പോലെയുള്ള കലകളെ അപേക്ഷിച്ച് തുള്ളലിൽ കുറവാണ്. കഥാഖ്യാനം തന്നെയാണ് തുള്ളലിൽ മുഖ്യം. അതിനു സഹായകമായി മറ്റഭിനയരീതികൾ ചേർത്തുവച്ചവതരിപ്പിക്കുകയാണ്. ഇക്കാര്യത്തിൽ ഒരു പക്ഷേ നാടൻകലകളോടായിരിക്കും തുള്ളലിനു സാമ്യം.

തുള്ളലിന് നാടൻ കലകളോടുള്ള ആഭിമുഖ്യം പ്രകടമാക്കുന്നതാണ്

മരമീടൻ എന്ന കഥാപാത്രം. വടക്കൻ കേരളത്തിലാണ് ഇതുള്ളത്. തുള്ളൽക്കാരൻ ഇടയ്ക്ക് നിർത്തിവച്ച് മരമീടൻ പ്രവേശിക്കുന്നു. നാടൻ കലകളിലെ പൊറാട്ടുപോലെ സദസ്യരിൽനിന്നും വാദ്യക്കാരിൽനിന്നും ഉള്ള ചോദ്യങ്ങൾക്ക് അയാൾ ഉത്തരം പറയും.

പാട്ടുകാർ - നെയ്യ് എവ്ടുന്നാ?
മരമീടൻ - നെയ്യ് മോരിലല്ലേ?

എന്നിങ്ങനെയാണിതിന്റെ രീതി. പൊറാട്ടിനെ അനുസ്മരിപ്പിക്കുന്ന അശ്ലീലച്ചുവയുള്ള സംഭാഷണങ്ങളുമുണ്ടാകും. വടക്കൻ കേരളത്തിലാണ് ഇത് നിലനിന്നിരുന്നത്. ഇപ്പോൾ മരമീടൻ തുള്ളലിൽ നിന്നൊഴിഞ്ഞു പോയിരിക്കുന്നു.

7

മോഹിനിയാട്ടം

ഭരതനാട്യം, കുച്ചിപ്പുടി, ഒഡിസി, കഥക്ക് എന്നിങ്ങനെ ഇന്ത്യയിലെ ഓരോ പ്രദേശത്തും പ്രത്യേകം നടനകലകൾ വികസിച്ചുവന്നതുപോലെ കേരളത്തിൽ രൂപംപൂണ്ടതാണ് മോഹിനിയാട്ടം. മോഹിനിയാട്ടം എന്ന സംജ്ഞയുടെ നിഷ്പത്തിയെ സംബന്ധിച്ച് പല അഭിപ്രായങ്ങളുമുണ്ട്. പാൽക്കടൽ കടഞ്ഞു ലഭിച്ച അമൃത് അസുരന്മാർ കൊണ്ടുപോയപ്പോൾ വിഷ്ണു മോഹിനിരൂപം ധരിച്ച് അവരെ മയക്കി അമൃതുംകൊണ്ടുപോന്നു. 'മോഹിനിയാട്ട'ത്തിന്റെ ഉത്ഭവം ഈ മോഹിനിയിൽനിന്നാണെന്നു ചിലർ കരുതുന്നു. മോഹിനിയെന്നാൽ മോഹിപ്പിക്കുന്നവൾ എന്നൊരർഥമുണ്ട്. ആകർഷണീയമായ വേഷം ധരിച്ചുവരുന്നവൾ എന്ന അർഥത്തിൽ മോഹിനി എന്ന പദം ഉപയോഗിക്കാം. മോഹിനിയാട്ടത്തെ ഇന്നുകാണുന്ന വിധത്തിൽ സമ്മോഹനമാക്കി നമുക്കു മുമ്പിൽ എത്തിച്ചത് വള്ളത്തോൾ ആണ്. 1930 ൽ കേരളകലാമണ്ഡലത്തിന്റെ സ്ഥാപനത്തോടെയാണ് ഇത് സാധ്യമായത്.

9-ാം നൂറ്റാണ്ടുമുതലുള്ള ലിഖിതങ്ങളിൽ നർത്തകിമാരെക്കുറിച്ചുള്ള സൂചനകൾ ഉണ്ട്. നങ്ങ എന്ന പേരാണ് സാമാന്യേന ഉപയോഗിച്ചു പോരുന്നത്. കൂത്തച്ചി, തേവടിച്ചി എന്നീ സംജ്ഞകളും കാണാം. ഇവ നർത്തകിമാരെയാണ് സൂചിപ്പിക്കുന്നതെന്ന് കരുതാം. എന്നാൽ ഇവരെക്കുറിച്ചുള്ള വിശദവിവരങ്ങളൊന്നും ലഭ്യമല്ല. അതുകൊണ്ടുതന്നെ ഇവർ ദേവദാസികളായിരുന്നുവെന്നോ തമിഴ്നാട്ടിലെയും മറ്റുംപോലെ ദേവദാസിസമ്പ്രദായം ഇവിടെ നിലനിന്നിരുന്നുവെന്നോ കരുതുന്നതിന് ന്യായമില്ല.

എന്നാൽ, മണിപ്രവാള കൃതികളെ അടിസ്ഥാനമാക്കി കേരളത്തിൽ ദേവദാസികളുണ്ടായിരുന്നു എന്നു സ്ഥാപിക്കാൻ ചരിത്രകാരന്മാർ

ശ്രമിച്ചു കാണുന്നുണ്ട്. ഉണ്ണിയച്ചി, ഉണ്ണിച്ചിരുതേവി, ഉണ്ണിയാടി തുടങ്ങിയവരും *ചന്ദ്രോത്സവം* എന്ന കൃതിയിൽ പരാമർശിക്കുന്ന അനേകം ദേവദാസികളും കേരളത്തിൽ നിലനിന്നിരുന്ന ദേവദാസീ സമ്പ്രദായത്തെ പ്രകടമാക്കുന്നതായി ഇളംകുളം തന്നെ വിവരിക്കുന്നുണ്ട്. കെ എൻ ഗണേശ് പ്രസ്തുത ചരിത്രരചനയെക്കുറിച്ച് പറയുന്നു:

മോഹിനിയാട്ടം

> മേൽപ്പറഞ്ഞ അച്ചീകാവ്യങ്ങൾ പുരുഷദൃഷ്ടിയുടെ പുരുഷാധീശത്വത്തിന്റെ സൃഷ്ടികളാണ്. ലൈംഗിക ഉപഭോഗവസ്തു എന്നതിലപ്പുറം എന്തെങ്കിലും കഴിവുകൾ സ്ത്രീകൾക്കുണ്ടെന്നു പരോക്ഷമായെങ്കിലും സമ്മതിക്കുന്നത് *ചന്ദ്രോത്സവം* മാത്രമാണ്. ഈ സാഹചര്യത്തിൽ നങ്ങ്യാർവൃത്തിയെക്കുറിച്ചുപോലും വസ്തുതാപരമായ പരാമർശങ്ങൾ ഈ കാവ്യങ്ങളിൽനിന്ന് പ്രതീക്ഷിക്കാവുന്നതല്ല.

പക്ഷേ അവയെ ആശ്രയിച്ചാണ് മധ്യകാല സ്ത്രീകളുടെ ചിത്രം ആവിഷ്കരിക്കാൻ ചരിത്രകാരന്മാർ ശ്രമിച്ചിട്ടുള്ളത് എന്ന സത്യം നിലവിലുണ്ട്. അപ്പോൾ കേരളത്തിൽ തമിഴ്നാട്ടിലേതുപോലെ ദേവദാസികൾ ഉണ്ടായിരുന്നില്ലെന്നും നങ്ങമാരെന്ന് പറയുന്നവർ വേശ്യകളായിരുന്നില്ലെന്നും തെളിയുന്നു. നങ്ങമാർ കൂടിയാട്ടത്തിനും നങ്ങ്യാർക്കൂത്തിനും വേണ്ടിയുള്ളവരാണ്. അവർക്ക് ക്ഷേത്രത്തിൽനിന്നും നിശ്ചിതമായ വരുമാനമുണ്ടായിരുന്നു. അതുകൊണ്ട് ഇവരെ ദേവദാസികളെന്നു മുദ്രകുത്തുന്നത് ശരിയല്ല. മണിപ്രവാള കൃതികളിലെ വർണനകളാണ് ഇങ്ങനെയൊരു നിഗമനത്തിന് വഴിവച്ചത്. അതേക്കുറിച്ചുള്ള ഗണേശിന്റെ അഭിപ്രായം നോക്കുക.

> പിൽക്കാല മണിപ്രവാളകൃതികളിലെ വർണനകൾ ദേവദാസീ സ്ഥാനത്തിന്റെ ജീർണതയെ സൂചിപ്പിക്കുന്നുവെന്നും ദേവദാസികൾ വേശ്യകളായി അധഃപതിച്ചുവെന്നുമുള്ള വ്യാഖ്യാനങ്ങൾ പ്രചരിതമാണ്. വേശ്യാപദത്തിന് പര്യായമായി തേവടിച്ചി, കൂത്തച്ചി

മുതലായ വാക്കുകൾ സാധാരണ മലയാളത്തിൽ പ്രയോഗിക്കാറുണ്ട്. നങ്ങ്യാർമാരെ മാറ്റിനിർത്തിയാൽ തമിഴ്നാട്ടിലുണ്ടായിരുന്ന തേവരടിയാൾ കുടികൾക്ക് തുല്യമായുള്ള സ്ഥാനങ്ങൾ കേരളത്തിൽ ഏതെങ്കിലും ക്ഷേത്രത്തിൽ ഉണ്ടായിരുന്നതായി തെളിവില്ല. തേവരടിയാൾ കുടികൾ ഭൂവുടമകളും ക്ഷേത്രത്തിൽ സ്ഥാനമാനങ്ങൾ ഉള്ളവരുമായിരുന്നു. വൻതോതിൽ ക്ഷേത്രത്തിലേക്ക് അവർ ദാനങ്ങൾ നടത്തിയിരുന്നു. കേരളത്തിൽ ചാക്കൈമർ വിരുത്തി (ചാക്യാന്മാർക്കുള്ള പ്രതിഫലം) നങ്ങൈമർ വിരുത്തി (നങ്ങ്യാർമാർക്കുള്ള പ്രതിഫലം) മുതലായ വിരുത്തികളല്ലാതെ മറ്റു സ്ഥാനമാനങ്ങളും ഭൂവുടമാവകാശങ്ങളും ഇവർക്കുണ്ടായിരുന്നില്ല. അതിയമാനല്ലൂർ നിന്നുവന്ന ഉണ്ണിച്ചിരുതേവിയെപ്പോലെ ചില നർത്തകികൾ പുറത്തുനിന്നു വന്നു താമസിച്ചേക്കാം. ചില നങ്ങ്യാന്മാരിൽ നാടുവാഴികൾ ഭ്രമിച്ച് അവരെ കളത്രമാക്കിയിരിക്കാം. നങ്ങ്യാർക്കൂത്ത് സ്വതന്ത്രമായ നാട്യരൂപമായിരുന്നുവെന്നതിനു തെളിവുകളുണ്ട്. അതൊഴിച്ചാൽ കേരളത്തിൽ പരമ്പരാഗത ദേവദാസി കുലങ്ങൾ ഉണ്ടായിരുന്നതായി സൂചനകളില്ല.

(കെ എൻ ഗണേശ് - *കേരളത്തിന്റെ ഇന്നലെകൾ*). കേരളത്തിൽ തമിഴ്നാട്ടിലെപ്പോലെ ദേവദാസികൾ ഉണ്ടായിരുന്നില്ലെന്ന് പി സോമൻ തുടങ്ങിയവരും അഭിപ്രായപ്പെടുന്നുണ്ട്. എന്നാൽ ദേവദാസീപദം പതിമൂന്നാം ശതകത്തിൽ പാരമ്പര്യവഴിക്കായി തീർന്നുവെന്നും പതിനാലാം ശതകത്തിൽ അധഃപതിച്ചുവെന്നും വിചാരിക്കാൻ ന്യായമുണ്ട് എന്ന് ഇളംകുളം അഭിപ്രായപ്പെടുന്നു. (*കേരളചരിത്രത്തിന്റെ ഇരുളടഞ്ഞ ഏടുകൾ*) ഇളംകുളത്തെ പിന്തുടർന്ന് കലാമണ്ഡലം കല്യാണിക്കുട്ടിയമ്മ ഇങ്ങനെ രേഖപ്പെടുത്തുന്നു.

> അവരുടെ നൃത്തങ്ങൾ ആത്മീയമോ സൗന്ദര്യാത്മകമോ ആയ അംശങ്ങളെ വിഗണിച്ച് കൂടുതലും കാമവികാരപ്രചോദിതങ്ങളായി തീർന്നതിന്റെ ഫലമായി അവർ ധനം സമ്പാദിച്ചു, ശക്തിയാർജിച്ചു. അങ്ങനെയാണ് അവരുടെ വിക്രിയകൾ സാഹിത്യരചനയ്ക്ക് ഇതിവൃത്തമായത്.

ദേവദാസികൾ കേരളത്തിൽ ഗണികകളെപ്പോലെ ജീവിതം നയിച്ചുവെന്നു കല്യാണിക്കുട്ടിയമ്മ തീർത്തു പറയുന്നുണ്ട്. (കലാമണ്ഡലം കല്യാണിക്കുട്ടിയമ്മ - *മോഹിനിയാട്ടം ചരിത്രവും ആട്ടപ്രകാരവും*).

എന്തായാലും ഒരു കാര്യം വ്യക്തമാണ്. സാഹിത്യകൃതികളിൽ നിന്നുള്ള സൂചനകളല്ലാതെ കേരളത്തിൽ ദേവദാസീസമ്പ്രദായം നിലനിന്നിരുന്നുവെന്നു കാണിക്കുന്ന മറ്റൊരു രേഖയും കണ്ടു കിട്ടിയിട്ടില്ല. മാത്രമല്ല, കൂത്തിനും കൂടിയാട്ടത്തിനും കുഴിത്താളം പിടിക്കാൻ നങ്ങ്യാന്മാരാണ്. അവർക്ക് മാറുമറച്ചു പ്രത്യക്ഷപ്പെടാനുള്ള അവകാശമുണ്ടാ

വള്ളത്തോൾ

യിരുന്നു. കേരളീയ ക്ഷേത്രങ്ങളിൽ അത്തരത്തിൽ ദേവദാസിയാട്ടങ്ങൾ നടന്നിരുന്നുവെന്നതിന് യാതൊരു തെളിവുമില്ല.

മോഹിനിയാട്ടത്തിന്റെ ഉത്ഭവത്തെപ്പറ്റി പരിചിന്തനം ചെയ്യുമ്പോൾ നാം ചെന്നെത്തുന്നത് തിരുവാതിരക്കളിയിലാണ്. തിരുവാതിരക്കളിയെന്നും കൈക്കൊട്ടിക്കളിയെന്നും ഇതിനെ വിശേഷിപ്പിക്കാറുണ്ട്. എട്ടോ പത്തോ പേർ വട്ടത്തിൽനിന്ന് പാട്ടുപാടി ചുവടുവച്ച് കൈക്കൊട്ടി കളിക്കുന്നതാണ് തിരുവാതിരക്കളി. തിരുവാതിരക്കളി എന്നുമുതൽ ആരംഭിച്ചു എന്നു പറയാനാവില്ല. തിരുവാതിരക്കളിക്കായി എഴുതപ്പെട്ട ധാരാളം പാട്ടുകൾ ഉണ്ട്. വിദ്വാൻ മച്ചാട്ടെളയതിന്റെ സംഭാവന ഇക്കൂട്ടത്തിൽ ഏറെ പ്രധാനമാണ്. (സി പി എളയതിന്റെ *മച്ചാട്ട് എളയത്* എന്ന കൃതി കാണുക.)

തിരുവാതിരക്കളി, കൈക്കൊട്ടിക്കളി എന്നിവ പര്യായപദങ്ങളായി പ്രയോഗിക്കാറുണ്ടെങ്കിലും ഇവയ്ക്ക് തമ്മിൽ സാരമായ വ്യത്യാസങ്ങളുണ്ട്. ധനുമാസത്തിൽ തിരുവാതിരനാളിൽ സ്ത്രീകൾ അവതരിപ്പിക്കുന്നതാണ് തിരുവാതിരക്കളി. ഇതിൽനിന്നും വ്യത്യസ്തമാണ് ഓണക്കാലത്ത് അവതരിപ്പിക്കുന്നത്. മാത്രമല്ല, വീടുകളിൽ ഉണ്ടാകുന്ന വിശേഷദിവസങ്ങളിലും കൈക്കൊട്ടിക്കളി പതിവുണ്ട്. അത്തരം കളികൾ തിരുവാതിര നാളിലെ കളിയിൽനിന്ന് ഭിന്നമാണ്. വിനോദം എന്നതിലുപരി അനുഷ്ഠാനം എന്ന നിലയിലാണ് കൈക്കൊട്ടിക്കളി അവതരിപ്പിച്ചുപോന്നിരുന്നത്. മറ്റൊരു രസകരമായ വസ്തുത ഗോത്രവർഗ സ്ത്രീകൾ വട്ടത്തിൽനിന്നു കളിക്കുന്ന കലാപ്രകടനത്തിന് കൈക്കൊട്ടിക്കളിയുമായുള്ള ബന്ധം കണ്ടെത്താനാകും. പ്രാചീനകാലം മുതൽ വികസിച്ചുവന്ന ആദിവാസി നാടോടി നൃത്തരൂപമാണ് കൈക്കൊട്ടിക്കളിയായി രൂപം പ്രാപിച്ചതെന്ന് കരുതാം.

ശിവപാർവതിമാരുടെ കഥകളാണ് തിരുവാതിരയ്ക്ക് പാടുന്നത്. ശൃംഗാര പ്രധാനമായ പാർവതീ സ്വയംവരകഥയാണ് ഈ സന്ദർഭത്തിൽ ഏറെയും പാടുന്നത്.

"ധനുമാസത്തിൽ തിരുവാതിര
ഭഗവാൻ തന്റെ തിരുനാളല്ലോ
അമ്പിളിക്കല ചൂടുന്ന തമ്പുരാന്റെ"

തുടങ്ങിയ പാട്ടുകളാണ് തിരുവാതിരയ്ക്ക് പാടുന്നത്. പാതിരായ്ക്ക് പൂ ചൂടുക എന്ന ഒരനുഷ്ഠാനവും ഇതോടനുബന്ധിച്ചുണ്ട്.

"നന്മയേറുന്നൊരു പെണ്ണിനെ വേൾപ്പാനായ്
നാഥനെഴുന്നെള്ളും നേരത്തിങ്കൽ"

എന്നിങ്ങനെ ശിവപാർവതിവിവാഹത്തിന്റെ വിവരണത്തോടെയാണ് പ്രസ്തുത കർമം നിർവഹിക്കുന്നത്.

ശൃംഗാരപ്രധാനമായ ഇത്തരം തിരുവാതിരക്കളികളിൽ നിന്നാണ് മോഹിനിയാട്ടത്തിന്റെ ഉൽപ്പത്തിയെന്നു ഗണിക്കാവുന്നതാണ്. അങ്ങനെയാണെങ്കിൽ തേവടിച്ചിയാട്ടം എന്നുപറഞ്ഞു വന്നിരുന്ന ദേവദാസിനൃത്തമല്ല അനുഷ്ഠാനപരമായ തിരുവാതിരക്കളിയാണ് മോഹിനിയാട്ടത്തിന്റെ പൂർവരൂപം എന്നുപറയാം. പിൽക്കാലത്ത് മോഹിനിയാട്ടം പലവിധത്തിൽ വികസിച്ചപ്പോഴും അനുഷ്ഠാനപരമായ തിരുവാതിര അങ്ങനെതന്നെ നിലനിന്നു. ബെറ്റി ട്രു ജോൺസ്, മോഹിനിയാട്ടത്തെക്കുറിച്ചെഴുതിയ ഒരു പ്രബന്ധത്തിൽ ഇതു സൂചിപ്പിക്കുന്നുണ്ട്. "It was often from these Kaikottikali troops that Mohiniyattom dancers were drawn."

പ്രാചീനകാലത്ത് മോഹിനിയാട്ടം എങ്ങനെയായിരുന്നുവെന്നോ അന്ന് അഭിനയിച്ചിരുന്നവർ ആരൊക്കെയാണെന്നോ കൃത്യമായി തിരിച്ചറിയുന്നതിനാവില്ല. എന്നാൽ ഇന്ന് നാം കാണുന്ന മോഹിനിയാട്ടത്തെ ഇന്നത്തെ രീതിയിൽ അവതരിപ്പിച്ചത് കേരളകലാമണ്ഡലത്തിലൂടെ വള്ളത്തോളായിരുന്നു.

വള്ളത്തോളിന്റെ പരിശ്രമങ്ങൾ

കേരളകലാമണ്ഡലത്തിൽ വള്ളത്തോൾ മോഹിനിയാട്ടത്തെ ഉദ്ധരിക്കുന്നതിനുള്ള പരിശ്രമം ആരംഭിച്ചു. ഗുരുവിനെ കണ്ടെത്തുക എന്നതായിരുന്നു ആദ്യത്തെ ശ്രമം. ഒ കല്യാണിയമ്മ എന്നൊരു നർത്തകിയെ അദ്ദേഹത്തിനു കിട്ടി. അശ്ലീലങ്ങളായ പല ഭാഗങ്ങളും കല്യാണിയമ്മയുടെ ആട്ടത്തിലുണ്ടായിരുന്നു. വള്ളത്തോൾ അത്തരം ഭാഗങ്ങളെല്ലാം മാറ്റി കലാമൂല്യം നിലനിർത്തി. മോഹിനിയാട്ടം അഭ്യസിപ്പിക്കുവാൻ ആരംഭിച്ചു. തങ്കമണി എന്നൊരു പെൺകുട്ടിയായിരുന്നു ആദ്യം അഭ്യസിച്ചത്. ആ തങ്കമണിയെയാണ് പിൽക്കാലത്ത് ഗുരു ഗോപിനാഥ് വിവാഹം ചെയ്തത്. തുടർന്ന് മാധവിയമ്മയാണ് കലാമണ്ഡലത്തിൽ അധ്യാപികയായി വന്നത്. മാധവിയമ്മയ്ക്കുശേഷം അപ്പേക്കാടു കൃഷ്ണപ്പണിക്കർ അധ്യാപകനായി വന്നു. പിന്നീട് പണിക്കരുടെ ശിഷ്യയായിരുന്ന ചിന്നമ്മുവമ്മ ചുമതലയേറ്റെടുത്ത് പഠിപ്പിച്ചു.

മോഹിനിയാട്ടം കലാമണ്ഡലത്തിൽ പഠിപ്പിക്കുന്നതിന് വള്ളത്തോളിന് വളരെയേറെ പ്രയാസങ്ങൾ നേരിടേണ്ടി വന്നു. അധ്യാപകരെ കിട്ടാതിരിക്കുക എന്നതായിരുന്നു പ്രധാനമായ തടസം. നർത്തകിമാരെ മോഹിനിയാട്ടം പഠിപ്പിക്കുന്നതിന് വിട്ടുകൊടുക്കാൻ ആരും തയാറായിരുന്നില്ല. നർത്തകിമാർ കാണികളുടെ മടിയിൽ കയറി ഇരിക്കുകയും അവരുടെ ശരീരത്തിൽ മൂക്കുത്തിതിരയുകയും മറ്റുമായിരുന്നു പണ്ട് ചെയ്തുപോന്നിരുന്നത്. ഇങ്ങനെ അധഃപതിച്ചു പോയ കലാരൂപത്തെ അതിന്റെ

കേരള കലാമണ്ഡലം

സ്വച്ഛതയോടെ അവതരിപ്പിക്കാൻ ശ്രമിക്കുകയായിരുന്നു വള്ളത്തോൾ ചെയ്തത്. മുദ്രകളും ശരീരചലനങ്ങളും കൂടുതൽ ശാസ്ത്രീയമാക്കി ആവിഷ്കാരത്തെ ശൈലീവൽക്കരിക്കാൻ വള്ളത്തോളിന് കഴിഞ്ഞു. വള്ളത്തോളിനെ മോഹിനിയാട്ട പരിഷ്കരണത്തിൽ സഹായിച്ച രണ്ടു പേർ ഉണ്ടായിരുന്നു. കലാമണ്ഡലം സത്യഭാമയുടെ ഭർത്താവ് പ്രശസ്ത കഥകളിനടൻ കലാമണ്ഡലം പത്മനാഭൻ നായരും പണ്ഡിതനും കലാമണ്ഡലത്തിലെ അന്നത്തെ ഉദ്യോഗസ്ഥനുമായിരുന്ന കിള്ളിമംഗലം വാസുദേവൻ നമ്പൂതിരിപ്പാടും.

സ്വാതിയുടെ കാലം

മോഹിനിയാട്ടത്തിന്റെ ചരിത്രത്തിൽ ശ്രദ്ധേയമായ കാലമായിരുന്നു സ്വാതിതിരുനാളിന്റേത് (19-ാം നൂറ്റാണ്ട്). അദ്ദേഹം അനേകം നർത്തകികളെ കൊട്ടാരത്തിൽ താമസിപ്പിച്ച് അവർക്ക് പ്രോത്സാഹനം നൽകി. ഇരയിമ്മൻ തമ്പി, കരീന്ദ്രൻ തമ്പുരാൻ, കുട്ടിക്കുഞ്ഞു തങ്കച്ചി, കെ സി കേശവപിള്ള തുടങ്ങിയവർ അനേകം പദങ്ങൾ രചിച്ചു. സ്വാതിതിരുനാൾ കർണാടക സംഗീതത്തിനനുസരിച്ച് പാട്ടുകളും പദങ്ങളും ചിട്ടപ്പെടുത്തി.

എന്നാൽ 20-ാം നൂറ്റാണ്ടിൽ തിരുവിതാംകൂറിൽ മോഹിനിയാട്ടം നിരോധിച്ചു. കൊച്ചിയിലും മോഹിനിയാട്ടം നിരോധിച്ചുകൊണ്ട് ഉത്തരവിറങ്ങി. ഈ സാഹചര്യത്തിലാണ് വള്ളത്തോൾ കലാമണ്ഡലത്തിൽ മോഹിനിയാട്ടം പഠിപ്പിക്കുവാൻ ഉദ്യമിക്കുന്നത്. 1938 ൽ മോഹിനിയാട്ടം നിരോധിച്ചുകൊണ്ടുള്ള കൽപ്പന കൊച്ചി രാജാവിൽനിന്നു വള്ളത്തോളിന് ലഭിച്ചു. പത്രങ്ങളിൽ പലരും മോഹിനിയാട്ടം നിരോധിക്കണമെന്ന് സൂചി

പ്പിച്ചുകൊണ്ട് അഭിപ്രായമെഴുതി. സർക്കാരിന് നിവേദനംവരെ സമർപ്പിക്കുകയുണ്ടായി. വള്ളത്തോൾ കൊച്ചിരാജാവിനെക്കണ്ട് ഈ മഹത്തായ കലയെക്കുറിച്ച് ബോധ്യപ്പെടുത്തി. അങ്ങനെ മോഹിനിയാട്ടം കലാമണ്ഡലത്തിൽ പഠിപ്പിക്കുവാനുള്ള അനുവാദം ലഭിച്ചു. ഇന്നു കാണുന്ന മോഹിനിയാട്ടത്തിന്റെ സർവാംഗശോഭയെ വികസിപ്പിച്ചെടുത്തത് വള്ളത്തോളാണ്.

ആഹാര്യം

വെള്ളവസ്ത്രമാണ് മോഹിനിയാട്ടത്തിനുപയോഗിക്കുന്നത്. കസവു പുടവ ഞൊറിഞ്ഞ് കീഴ്ഞൊറിയും മേൽഞൊറിയും വച്ചുടുത്ത് ബാക്കി ഭാഗംകൊണ്ട് അരക്കെട്ടും മാറിടവും മറച്ച് ഉടുക്കുന്നു. മുടി ചരിച്ചുകെട്ടുകയോ പിന്നിലേക്ക് പിന്നിയിടുകയോ പതിവുണ്ട്. നാഗലംബം (സർപ്പാകൃതിയിൽ ഉയർത്തിക്കെട്ടുക) കാകപക്ഷം (വട്ടത്തിൽ കെട്ടിവയ്ക്കുക) എന്നിങ്ങനെ രണ്ടുതരം രീതികളുണ്ട്. ചുട്ടി, കടകം, ഹാരം എന്നിങ്ങനെയുള്ള ആഭരണങ്ങൾ അണിയുന്നു. കാതിൽ കർണാഭരണങ്ങളുണ്ടാകും. മൂക്കിൽ മൂക്കുത്തിയുണ്ടാകും. കൈകളിലും നഖങ്ങളിലും ചായം പുരട്ടി (മൈലാഞ്ചിയോ ചെമ്പഞ്ഞിയോ ആണ് മുൻകാലങ്ങളിൽ പതിവുള്ളത്) മനോഹരമാക്കാം. അഞ്ജനമെഴുതി കണ്ണുകൾക്കു രൂപഭംഗി നൽകും. കാലിൽ ചിലങ്കയണിയും. ഇങ്ങനെ സർവാംഗശോഭയോടെയായിരിക്കും നർത്തകി രംഗത്തെത്തുന്നത്.

അവതരണം

കഥകളിപോലെ മോഹിനിയാട്ടത്തിൽ മുദ്രകൾ വിസ്തരിച്ചഭിനയിക്കുക പതിവില്ല. മോഹിനിയാട്ടാവതരണത്തിലെ ആദ്യഇനം ചൊൽക്കെട്ടാണ്. വർണം, ജതിസ്വരം, പദം എന്നിങ്ങനെ ഓരോ ഇനങ്ങൾ പിന്നീട് അവതരിപ്പിക്കുന്നു. ചൊല്ലുകൾ ചേർത്തുവച്ചുള്ളതാണ് ചൊൽക്കെട്ട്. ചൊൽക്കെട്ട് ആരംഭിക്കുമ്പോൾ അരമണ്ഡലത്തിൽനിന്ന് ചിരിച്ച് 'താംതിം താധിമി' എന്നിങ്ങനെ ചൊല്ലനുസരിച്ച് കാലുകൾകൊണ്ട് ചവുട്ടി നൃത്തം ആരംഭിക്കുന്നു. പദം ചൊല്ലുമ്പോൾ നർത്തകി മുദ്രകളോടെ അഭിനയിക്കുന്നു.

"ജയജഗന്തഗിരിസമധീരാ
ദശരഥരാജകുമാരാ"

എന്നുതുടങ്ങുന്ന പദം അഭിനയിക്കുന്ന രീതി നോക്കുക. ഒന്നാമത് പാടുമ്പോൾ തൊഴുത് രണ്ടാമതു പാടുമ്പോൾ 'ലോകം' മൂന്നാമത്തേതിൽ 'തുല്യനായ ധീരാ' എന്നു കാണിക്കുക, നാലാമതു പാടുമ്പോൾ 'ദശരഥ രാജാവ്' എന്ന മുദ്ര കാണിക്കുക. രണ്ടാമതു ദശരഥ രാജകുമാരാ

എന്നു പാടുമ്പോൾ പുത്രനായ രാമൻ എന്നും മൂന്നാമത്തേതിൽ വീണ്ടും രാമൻ പിടിച്ച് നാലാമത്തേതിൽ പദാർഥം കാണിച്ച് ചുവടുവയ്ക്കുക.* സ്വാതിതിരുനാൾ രചിച്ച *അളിവേണി* എന്ന പദത്തിന്റെ അവതരണം ഉദാഹരിക്കാം.

രാഗം നാട്ടക്കുറിഞ്ഞി, താളം മിശ്രചാപ്പ്

അളിവേണി വേണി എന്തുചെയ്‌വൂ ഹന്ത ഞാനിനി മാനിനി എന്ന ചരണം അവതരിപ്പിക്കുന്നതു നോക്കുക.

* നൃത്തം ആരംഭിക്കുമ്പോൾ നായിക ദുഃഖിതയായി വലത്തെ കാൽ മുട്ട് തറയിൽ കുത്തി വലത് ഉപ്പൂറ്റിയിൽ ഇരിക്കണം. ഇടതുകാൽ മുക്കാൽ മടക്കിൽ നീട്ടിക്കുത്തി മുട്ടിലേക്ക് ഇടതുകൈ തൂക്കിയിട്ടിരിക്കണം. വലതുതോളിനു സമീപം വലതു കൈയിൽ ശുകതുണ്ഡം മുദ്ര പിടിക്കണം.

1. ദൃഷ്ടികൾ താഴെനിന്ന് പതുക്കെയുയർത്തി ഇടതുഭാഗത്ത് സഖിയുണ്ടെന്ന സങ്കൽപ്പത്തിൽ അളിവേണി എന്നുപാടുമ്പോൾ അങ്ങോട്ടു നോക്കുക. എന്തുചെയ്‌വു എന്നത് മുഖംകൊണ്ട് അഭിനയിക്കുക.
2. തുടർന്ന് തക്കിട തകധിമി എന്ന് ചുവടുകൾ വച്ച് സഖിയുടെ സമീപത്തേക്ക് വരിക.
3. അളിവേണി എന്നതിന് സുന്ദരി എന്ന മുദ്ര വലതുവശത്തേക്കും എന്തുചെയ്‌വൂ എന്ന് ഇടതുഭാഗത്തേക്കും ചുവടുവച്ച് കാണിക്കുക. ഹന്ത ഞാനിനി എന്നിടത്ത് കഷ്ടം എന്നു സൂചികാമുഖംകൊണ്ട് (ചൂണ്ടുവിരൽ മാത്രം ഉയർത്തി) മൂക്കിൽ തൊടുവിച്ച് കാണിച്ച് മാനിനി എന്നു സംബോധന ചെയ്യുക.
4. വലതുകാൽ മുന്നിൽ പരത്തിച്ചവുട്ടി ഇടതുകാൽ പുറകിൽ കുത്തി വണ്ട് എന്ന് മുദ്രപിടിച്ച് ചുവടുകൾ വച്ച് അളി എന്നു കാണിക്കുക.
5. മുടി വേർപെടുത്തുന്നതുപോലെ കാണിക്കുക.
6. അളിവേണി എന്നു മുദ്ര കാട്ടി സഖിയുടെ സമീപത്തെത്തിക്കുക.
7. പുറകിലേക്ക് ചവിട്ടിക്കൊണ്ട് സുന്ദരി എന്തുചെയ്യും കഷ്ടം മാനിനി എന്നീ മുദ്രകൾ കാണിക്കുക.

തുടർന്ന് നൃത്താഭിനയത്തോടെ പല്ലവി അവസാനിപ്പിക്കുക.

കലാമണ്ഡലത്തിൽ വള്ളത്തോളും സഹപ്രവർത്തകരും ചേർന്ന് ചിന്നമ്മുവമ്മയെപ്പോലുള്ള ഗുരുക്കന്മാരുടെ സഹായത്തോടെ രൂപം കൊടുത്ത ഒരു അവതരണ സമ്പ്രദായമാണ് ഇവിടെ വിവരിച്ചത്. ചുവടുകളും മുദ്രകളുടെ വിന്യാസത്തിലുള്ള വ്യതിയാനങ്ങളും ഒഴിച്ചുനിർത്തിയാൽ കഥകളിയിലെ സ്ത്രീവേഷങ്ങളുടെ അവതരണത്തിന്റെ ഘടന തന്നെയാണ് മോഹിനിയാട്ടത്തിലെന്നു കണ്ടെത്താൻ ഏറെ പ്രയാസമില്ല. ഇതുകൊണ്ടുതന്നെ കൈക്കൊട്ടിക്കളിയിൽനിന്ന് കഥകളിയിലെ സ്ത്രീവേഷങ്ങളുടെ അവതരണരീതികളെ സ്വാംശീകരിച്ചു വളർന്നുവന്ന

* ശ്രീമതി കലാമണ്ഡലം കല്യാണിക്കുട്ടിയമ്മയുടെ ഗ്രന്ഥത്തിലെ വിവരണമാണ് ഇവിടെ അവലംബം. പക്ഷഭേദങ്ങളുണ്ടാകാം. ഒരു മാതൃക കാണിച്ചു എന്നുമാത്രം.

കലയാണ് മോഹിനിയാട്ടം എന്നു തീർത്തുപറയാം. സ്വാതിതിരുനാളും വള്ളത്തോളും മറ്റനേകം കലാകർമജ്ഞരും ജ്ഞാനംകൊണ്ടും ചിന്തകൊണ്ടും അനുഭവംകൊണ്ടും രൂപംകൊടുത്ത് വളർത്തിയെടുത്തതാണത്. 19-ാം നൂറ്റാണ്ടിൽ സാമൂഹികജീവിതത്തിന്റെ നിരങ്കുശത്വംമൂലം പലപല വേഷങ്ങൾ കെട്ടാൻ നർത്തകികൾ നിർബന്ധിതരായിട്ടുണ്ടാകാം. മൂക്കുത്തിതിരയുക (മൂക്കുത്തിഇടം) ചന്ദനഇടം (ചന്ദനം തേക്കുക) തുടങ്ങിയ വഴിവിട്ട രീതികൾ മോഹിനിയാട്ടത്തിൽ ഉൾപ്പെടുത്തി അവതരിപ്പിച്ചിട്ടുണ്ടാകാം. എന്നാൽ പിൽക്കാലത്ത് അതിന്റെ സംശുദ്ധിയെ തിരിച്ചെടുക്കാൻ സാധിച്ചു. അതിനു വള്ളത്തോളിനോടും കലാമണ്ഡലത്തോടും മറ്റനേകം ഗുരുക്കന്മാരോടും കേരളസമൂഹം കടപ്പെട്ടിരിക്കുന്നു.

ഗ്രന്ഥസൂചി

1. ഇളയത് സി പി - *വിദ്വാൻ മയ്യാട്ടിളയത് ജീവിതവും കൃതികളും*
2. കല്യാണക്കുട്ടിയമ്മ കലാമണ്ഡലം - *മോഹിനിയാട്ടം, ചരിത്രവും ആട്ടപ്രകാരവും*
3. കുഞ്ചൻനമ്പ്യാർ - *തുള്ളൽക്കഥകൾ*
4. കുഞ്ചുനായർ വാഴേങ്കട - *കഥകളിവെട്ടം*
5. കുഞ്ഞൻപിള്ള, ഇളകുളം - *ഉണ്ണുനീലിസന്ദേശം*
6. ” - *ഉണ്ണുനീലിസന്ദേശം ചരിത്രസൃഷ്ടിയിലൂടെ*
7. ” - *കേരളചരിത്രത്തിലെ ഇരുളടഞ്ഞ ഏടുകൾ*
8. കുട്ടികൃഷ്ണമാരാർ - *തെരഞ്ഞെടുത്ത പ്രബന്ധങ്ങൾ*
9. കുട്ടികൃഷ്ണമേനോൻ വി എം - *കേരളത്തിലെ നടനകല*
10. കുമ്മിണി - *പുറപ്പാട്*
11. കൃഷ്ണൻകുട്ടി പൊതുവാൾ കലാമണ്ഡലം - *മേളപ്പദം*
12. ” - *മേളപ്പെരുക്കം*
13. കൃഷ്ണകൈമൾ അയ്മനം - *ആട്ടക്കഥാസാഹിത്യം*
14. ” - *കഥകളിവിജ്ഞാനകോശം*
15. കൃഷ്ണൻനായർ പി ശിരോമണി - *ആട്ടക്കഥ അഥവാ കഥകളി*
16. കൃഷ്ണൻനായർ കലാമണ്ഡലം - *നളചരിതം ആട്ടപ്രകാരം*
17. ഗണേഷ് കെ എൻ - *കേരളത്തിന്റെ ഇന്നലെകൾ*

18. ഗ്രാമപ്രകാശ് എൻ ആർ - *മോഹിനിയാട്ടം ഒരു കൈപ്പുസ്തകം*
19. *നമ്പൂതിരിപ്പാട് ഇ എം എസ് - കേരളം മലയാളികളുടെ മാതൃഭൂമി*
20. ദേവൻ എം വി - *ദേവസ്പന്ദനം*
21. നമ്പൂതിരി എൻ എം - *കേരളസംസ്കാരം*
22. നാരായണപ്പിഷാരടി കെ പി - *അകവും പുറവും*
23. നാരായണപ്പിഷാരടി കെ പി - *കൂത്തമ്പലങ്ങളിലൂടെ*
24. നാരായണപ്പിള്ള പി കെ സാഹിത്യപഞ്ചാനൻ - *പഞ്ചാനനന്റെ വിമർശനത്രയം*
25. നാരായണപ്പിഷാരടി കെ പി - ഭരതമുനിയുടെ നാട്യശാസ്ത്രം
26. നാരായണൻ കെ സി - *മലയാളികളുടെ രാത്രികൾ*
27. പത്മനാഭൻനായർ, കലാമണ്ഡലം - *കഥകളിവേഷം*
28. പത്മനാഭൻനായർ, കലാമണ്ഡലം - *ചൊല്ലിയാട്ടം*
29. ഞായത്ത് ബാലൻ - *നാട്യാചാര്യന്റെ ജീവിതമുദ്രകൾ*
30. പണിക്കർ കെ എൻ - *സംസ്കാരവും ദേശീയതയും*
31. പരമേശ്വരയ്യർ, ഉള്ളൂർ - *കേരളസാഹിത്യചരിത്രം*
32. മേനോൻ കെ പി എസ് - *കഥകളി രംഗം*
33. ശിവശങ്കരപ്പിള്ള, മങ്കൊമ്പ് ശിവരാമപിള്ള സി കെ - *കഥകളിസ്വരൂപം*
34. രാജരാജവർമ്മ എ ആർ - *നളചരിതം കാന്തര താരകവ്യാഖ്യാനം*
35. രാമകൃഷ്ണപിള്ള ജി - *കഥകളി*
36. രാംമോഹൻ, കലാമണ്ഡലം - *നേപത്ഥ്യം*
37. രാമൻപിള്ള, ചെങ്ങന്നൂർ - *തെക്കൻചിട്ടയിലെ അഭ്യാസക്രമങ്ങൾ*
38. രാഘവൻ പയ്യനാട് - *ഫോക്‌ലോർ*
39. രാഘവൻ വാര്യർ എം ആർ - *കേരളചരിത്രം*
40. ” *അമ്മവഴികേരളം*
41. ലീലാ നമ്പൂതിരിപ്പാട് - *കലാമണ്ഡലം ചരിത്രം*
42. വാസുദേവൻ നമ്പൂതിരിപ്പാട് കിള്ളിമംഗലം, നമ്പൂതിരി എം പി എസ് കലാമണ്ഡലം - *കഥകളിയുടെ രംഗപാഠചരിത്രം*
43. വാഴേങ്കട കുഞ്ചുനായർ ഷഷ്ടിപൂർത്തികമ്മിറ്റി - *കലാപ്രസാദം*
44. വേണു ജി - *കഥകളിയിലെ കൈമുദ്രകൾ*

Book in English

1. Bharatha Ayer K - *Kathakali - The sacred Dance Drama of Malabar*
2. Clark Kenneth
   Alton e Morrise (ed.) - *Art and Society; College English Brace and World Ltd, Newyork*
3. Elam Keir - *The Semiotics of Theatre and Drama. Methun, London, Newyork*
4. Fischer Earnest - *The Necessity of Art, Penguyn Books*
5. Marx and Engels - *On Literature*
6. Nair M K K - *Classical Arts of Kerala*
7. Narayanan Mundoli (Dr) - *Kottayam Plaus (trans)*
8. Poulose K G - *Natankusam*
9. Styan J L - *The Dramatic experiene*
10. Williams Raymond - *Drama From Ibsen to Brecht*
11 Phillip B.Zarrilli - *Kathakali Dance Drama*
   " - *Kathakali Complex*
12. Betty True Johns - *Mohiniyattam*
13. Sechner William - *Between Theater and Performance and Structure Anthropology*

www.ingramcontent.com/pod-product-compliance
Lightning Source LLC
LaVergne TN
LVHW040800051026
849519LV00007BA/2580
* 9 7 8 9 3 8 2 8 0 8 5 8 9 *